-ትውስታዎች

By:
ዳንኤል ኪዳነማርያም መኮንን
(Daniel kidanemariam mekonen)

መግብያ

እዚህ ጽሁፍ ላይ በአብዝኛው የሰፈሩት ይኒ ትውስትዎች ሲሆኑ የማውቀው ሳይኮሎጂ አስፍሬአሎው።

ጽሁፎቹ ስጽፍ ዓመተምህረት፣ወራት፣ቀኖች፣ሰአት፣እና ደቂቃሰፍሮበታል። ።ኒውዮርክ ማርኬት ላይ ፕሮሰክ (prosec) የተባለ ካምፓኒ የተቋቋመው እኔ ልክ ይህን *ማስፈር ከጀመርኩት ከ 20 አመትቅቃቅት በፊት ጀምሮ ነው።እንዲሁም የምጽፋቸው ጽሁፎች * ምልከት ስለማሰፍር ቦሌ ሩዋንዳ ወንድማሞች ስጋ ቤት አጠገብ የተሰራችው ፎቅ በእስራኤሎች ስትኮን ላይዋላይ ግዙፍ* ያለው ምልከት እንደተሰራ ሳስገነዝብ G+4ወጥቶ ማየት ይቻላል።

የኔው ገፅታዎች በኔውኑ ገጸባህሪይ ያስ ፈርኩበት ዋና ምክንይት ቄስ ግርማ ዘንድ በቤተሰብ በኩል እንድሄድ ሲማጸኑ ፣ለዚህም ዋና ምክትን የሆ ነባቸው አይናገርም ዝም ነው የሚለው ብሚል ምክ ነበር።እኔ ፈቃደኛ ስላልነበርኩ ቄስ ግርማ ዘንድ ሄዶ መለፋለፍ ስለማልቀበለው አልፎም የአእምሮ ዝቅጠት ነው ብዮ ስለማምን ነው።

2024092908:44

በሂብሪው ሸባው ያለኝን ሴትዮዋ እንዴት ቤተሰቦቼን deciev እንዳደረገቻቸው ሲነግረኝ፣ ሴትዮዋ ወይም ጭራቅዋ የዳነኤእናትን ታውቃለች ። ሴትዮዋ ማለት ጭራቅዋ ወንድሜ ዳዊትታውቃለች ። ሴትዮዋ ማለት ጭራቅዋ ልጆቼን ትምህርት ቤት ታውቃቸዋለች ። ስለምወደው ወንድሜ ሰገድ ሸባው ያለኝ ነገር የለም።አንዳንድ ምክሮች እኔን የሚጠቅሙ ያስታውሰኛል።

በፈረንጆች 2019 አከሱም አንድ ቁርስቤት በረንዳ ቁጭ ብያሎው።ከሰአት በኋላ ነበር። አንድ የጠገበ ምኩት ፍየል ወድያውኑ ከመጣች አይሱዙ ሁለት ሰዎች አውርደው አንገቱን ቆልምመው ወደኔ እንዲመለከት አድርገው እኔ ፍየሉን እስከማየው እንደቆለመሙት ይጠብቃሉ.እኔ እንዳጋጣሚ ዞር ስል ከፍየሉ ጋር ተያየን ርቀታችን ከ 15 ሜትር አይበልጥም ከዛ በኋላ ምን እንደተፈጠር አላስታውስም የት እንደሄዱ አላውቅም ፍየሉ ወደ አጠገብ ካለው ቤት ይግባ ወይስ አይሱዙ ላይ ይጫን አላውቅም። ከትንሽ ደቀቃ ከተቀመጥኩበት ተነስቼ 4ሜትር ቀረብ ብዮ ቆሜ አንድን ልጅ አናግራሎው።ይህ ነበር የቀኑ ውሎዮ መሸ።ፔንሶን ገባሁ እራቴ በልቼ ተኛሁ።በንጋቱ ጥዋት አመትበአል ነበር።ፍየል፣በግ የሚታረድበጠኔ ከእንቅልፌ ተነስቼ ቁርስ በልቼ ወደዛቹ ቁርስቤት ከማቅናቴ በፊት ሳቢና የሚባል ሆቴል ገብቼ አንድ ማኪያቶ ብዮ ቁጭ ስል፣ማሽን የሚያሞቁት አንድ ወንድ እና ሴት ነበሩ።እኔን ሳያስተናግዱ ወደውስጥ ገብተው ቁጭ አሉ።እኔ ጠብቄ ማከያቶ ሳይመጣልኝ ሲቀርና ማሽኑ ጋር የነበሩ ሁለት ሰዎች ውስጥ ገብተው እንዳልወጡ ስገነዘብ ቆይቼ ወጣሁ።መንገድ ተሻግሮ ያቺ ቁርስቤት ጋር ሄጄ ከበረናው ካለ ወንበር ቁጭ ስል ከአንድ ቀን በፊት መጨረሻ ላይ ቆሜ ሳናግረው የነበረውን ልጅ በትክክል ደም ፈሶ አየሁ።ፍየሉ እዛው ቆሜበት ከነበረው ቦታ እንዳሰሉት ገባኝ የፍየል ጭንቅላት ፍየሉ ወደከነበረበት የ 15 ሜትር ርቀት ትጥሎ አየሁ።ሻይቤቱ ዝግ ነበር።ለምን አይከፍቱም ስለው አንድን ልጅ መቀሌ ሄዱ ተባልኩ።በአመት በአል ምድር ቤት ጥሎ መቀሌ መሄድ የጤና አልመሰለኝምና ማጠቃለያው ፍየሉ ታርዶ መቀሌ እንደሄደ ተገነዘብኩ።የህዋህት ባለስልጣኖች ከጀነራሎቹና ከካድሬዎቹ በቀር ተወግደው እንደ ጌዴዎን ጢመቲዎስ፣ሽመልስ አዱኛ አብይ አህመድ እንዲሁም ሌሎች ሌሎች አዳዲስ ሆነው እንደመጡ የትግራይም አዳዲስ ወጣቶች መምጣት አለባቸው የሚል እይታ ነው ያለኝ።

2024100103:45

በግድ ከቤቴ ተወስጄ ስገባ፣አንድ ታካሚ ከአንድ ዶክተር እና ከአንድ ጠባቂ ጋር አንድ ክፍል ውስጥ ንግግር ያደርጋል።ከኔ ጋር ኝ ልዩ ነው።የሆስፒታሉ ሁሉም ሃኪሞች 4 ወይም 5 የሚሆኑ እና ቢያንስ 3 ጠባቂዎች ጋር ሆነው ያወያዩኛል።ክፍሉ ውስጥ ወንበር ጠፍቶ ከሌላ ክፍል መቀመጫ ወንበሮች ትጉዘው ከኔ ጋር በጠቅላላ ከ8 እስከ 11 ሆነው ውይይት ያደርጋሉ።ሌላ ታካሚ ኝ ያው እንዳልኩት ከአንድ ጠባቂና አንድ ዶክተር ጋር ይወ

ይህም የሆነበት መንገድ ያነበብኩትን Text Book Psychologyስለምተነትንላቸው ነው። በውይይታችን መሃል ዶክተሮቹ በደስታ፣ሳቅ እና ፈገግታ ይሞላሉ።እኔም Adrinalien አገኛሎው።አድሪናሊን ማለት When You Release Fibers from Brain Tissue.

2023042122:14

በግድ የምወጋው መርፌ ከተሰጠኝ በኋላ የሚሰማኝ ስሜት፣ልክ እንደ አውቲዝም poor communication skill,rigid behaviour,repititive,unresponsiv to others.ሃገር ቤት ስሄድ መርፌው ስላሌለ የዱሮው Original Daniel እሆንና ለነገሮች ቀልጣፋ
ከሰዎች ጋር ሳወራ ብጽሞና እያደመጡኝ ከመጠን በላይ ተመስጠው ያዳምጡኛል። በጣም ደስተኛም እሆናሎ

ሌክቸረር አሸናፊ ታዮ በሶሻል ሚድያ እንደገለጸው የአንድ ሁናቴ ውጤት ላይ አታትኩር። መነሻው ላይ እንዴት ሆነ ብለክ አስበክ መነሻውን ተመራምረክ ለማወቅ ሞክር
በሃገር ቤት እኔ ውጤታማ እንዳልሆን የሚያደርገው እኔን ማንገላታት መኖርያ ማሳጣት ድርሻየን መከዳት የመሳሰሉትን የነበረው የ27 አመት መንግስት ሴራ ሲሆን በጥሼ መውጣት አለብኝ ካልኩትኝ ሁለት አስርታት አመት ሆኖታል። ።በተጨማሪም ሞክሬ ሞክሬ እምፈልገው ደረጃ ስላልደረኩ I have to change my identity. Source:-(Ashenafi Taye 2023).

2023062702:25

ከላይ የተጠቀሰው፣በማያያዝ ኪዳነ የሚል ስም እጠራሎው። ይህ አጠራር በትላልቅ ኤርትራውያን ሲሆን፣ምእራባውያን During the 90th!
ኢትዮጵያ የገቡትና ማህበረሰብ ኮራፕት ዝገበርዎ ከሙውን ንመንግስቲ ኢትዮፕጵያ ኮራፕት ከገብሩዎም እንተለዉ ናይ ህጂ 26 አመት፣ ብወገን ኤርትራ ዝነበረ ፖለቲካ ናይ ህጂ26 አመት ኤርትራ ጋዜጣ አንቢበ ካፍቲ ዝረአኩዎ ስእሊ አብቲ ናይ ኤርትራ ጋዜጣ ናይ ህዚ 26 አመት፣

Stockholm

ካብቲ ዝረአኩዎ ስእላዊ ምስል As Follows....

አጼ/ሃይለስላሴ ከታች ሆኖው ኢሃዴጎችን ብቻቸው ተሸክመው ሲሄዱ የሚያሳይ ምስል።በኤርትራ ጋዜጣ ላይ የዛሬ26 አመት አይቻሎው።

2023060705:41

I borrow my books from Karolinska Institute University. One day, I think it was 2016-17 went to the library (Culture House)and asked to borrow one of the books I already had.....the librarian looked at the data and asked me the book's name. I answered," The science of mind and behavior..edition 5." he looked at it on the data. And gave me an answer. We dont have some; one has borrowed it, and there are three others in the queue. If you want to borrow it, you will be four in the queue! He said, and I responded, "it's ok! When I left the reception a few yards away, he whispered to his colleague the book he asked for was updated at the theater.(boken han frågar är på utställning!.daki 2023010620:49 jag är den försvunen skatt och talande tavla).Folks Used To Say...

202104161135

በ ዳነኤል ኪዳነማርያም መኮነን ምራጭ እንቆይ አጽመይ።
ከዛና አክሱም ተምቤን ዳባት አዲስ አበባ ስዊድን።
ከራስ አሉላ አባ ነጋ ትውልድ ሃረግ ።

የነበረው የሃያ ሰባት አመት መንግስት ገና በጥዋቱ ወርቅ አገኘሁ ብሎ ገና ሜዳ ላይ፣ ለወጠኝ ለጨው ለስኳር በጥዋት፣ ።እንዲሁም ዩቱብ ላይ ዳነኤል ኪዳነማርያም ተብሎ ከተገባ ስለ ወርቅን ለጨው ለስኳር አቀያየር የሚያመላክት ሽለላ ማዳመጥ ይቻላል።በ 33አመት የስዊድን ንሮዮ ወደ መቶ ግዜ የሚሆን ወደ ኢትዮጵያ ጉዞ ሳደርግ ካጋጠሙኝ ሁናቴዎች አንዱ የምሄድበት ታክሲ ለሰአታት አዲስ አበባ ቀበርቾ አከባቢ ብዙ መኪኖች ቆሟል ፣ ረዳቱን ለምን ሾፌሩ አይነካውምብዮ ጥያቄ ሳቀርብለት ፣የመኪና መሄጃው አስፋልት እየቆፈሩ ነው ሲለኝ ፣ለምን ስለው መአድን አለ ብለው ነው የሚቆፍሩት ብሎ መለሰልኝ። ። ይህ

ካጋጠሙኝ አንዱ ሁናቴ ነበር ።ምን ቢቆፍሩ ምሳ ይዘውበት የመጡ የ 25 ሳንቲም ፌስታል ነው የሚያገኙት ።ስል ታክሲ ወስጥ የነበረው ሳቅ በሳቅ።

በለውጡ ግዜ 3 ግዜ ብሄድም አልተስተናገድኩም።ለለውጡ እንዲመጣ ታታሪ ሆኜ ብሰራም ዞር ብሎ ያየኝ የለም። ዲያስፖራዎች በግሩፕ ተደራጅተው፣
ልክ ሃገር ቤት በጉሩፖቹ ብዛት ወኪል አላቸው።እኔ ያረግኩትኝ ብሄራውዊ ቲያትር ሲሰሩበት ሲጋራ እያጨሱ ሳይቀር ትያትር ሲሰሩ፣ብቅኔ አባባል ገና ሊደርስ አከባቢ ፣አንዱ ተዋናይ አባቴ" ገናና ዳኒ "ይባላል ስትል፣ሌላው ወንድ ተዋናይ ደግሞ አንተ ጉድ የተሰራከው ነጬን በሬ ያባረርክ ግዜ ነው ይላል። ደስ ብሎኝ ስሄድ ያ ወደድኩህ ወደድኩህ ሲባልልኝ የነበረ ሃገር ቤት ስሄድ ማስተናገድ የለም።መወደዱንም አላገኘሁትም።።በሁለተኛውና ሶስተኛ ጉዞዮ ከኢምባሲ የትብብር ደብዳቤ ቢሰጠኝም የምኖርበት ቤት ሊያስረክቡኝ አልቻሉም ለዚህም ነው አልተስተናገድኩኝም የምለው።በመጨረሻ ጉዞዮ ለቤት ጉዳይ እንዲፈጸምልኝ ከኤምባሲ ወደ ዲያስፖራ ዳይሪክቶርየት ወስጄ የተሰጠኝ መልስ ኢትዮጵያዊ አደለክም የሚል ነበር።በጣም ያሳዝናል።

ከላይ የተጠቀሱትን መሰናክሎች ደርሶውብኛል። በተጨማሪም ተንቀሳቃሽ
እና ተንቀሳቃሽ ያልሆነ ንብረት ሃገር ቤት እንዳለኝ ሲነገርልኝ ሃገርቤት ስገባ ከእርዳታው ፣ ብድሩ ባሻገር ፣ኢትዮጵያ ላይ ብዙ ሃገራት ከጎን ይሰለፋሉ፣የባለስልጣናት ጉብኝት የተሞላበት ይሆናል። በ፣ አንድ የህግ ባለሞያ ሳይሆን የህግ ባልደረባ በሬድዮ ኤፍ ኤም እንደአጋጣሚ ቃለመጠይቅ ሲያደርግ እንደሰማሁት ፣ተንቀሳቃሽ እና ተንቀሳቃሽ ያልሆነ ንብረት አለው ። እንዲሁም አንድ ሰው ፣ የጸሃይ ቁራጭ(east astroid) አመጣሎው ካለ የህሊና ቀውስ አለው ማለት ነው።ስለዚ አይታሰርምም አይከሰስምም ብሏል።

ጦርነትና ግጭት ላይ ወሲብን እንደ መፍትሄ አድርገው እየወሰዱ ።ስለዚህ የሚገልጽ መጽሃፍ በሂሊሪ ክሊንተን It takes a village የሚል ሲሆን ከዚህ እኩል ለኩል የሚኬድ መጽሃፍ Mens search for meaning በ ቪክቶር ፍራንሲል መመልከት ይቻላል። የሁለት ጥንዶች የወሲብ ግኑኝነት ለግጭትና ጦርነት እንደ መፍትሄ አድርጎ መውሰድ ሆኖ ሳለ ኮንጎልዊው Dennis Makwagie and Nadya Murad from Iraq የተባሉ ሰዎች ላደረጉት
ትግልና አስተዋጽኦ የኖቤል ተሸላሚነት በቅቷል።

እንዲሁም የነበረው የሃያ ሰባት አመት መንግስት በመለስ ዜናዊ ግዜ፣አንድ ደብተራ ነጸብራቅ ወድቆ፣ደብተራው ነጸብራቁ የወደቀበት ቦታ በማመላከት አንድ
ሌላ ወጣት ሰውየን ሂድ አምጣልኝ ከወደቀበት ስፍራ ብለዉት ፣ሰውየው ሄዶ ነጸብራቁን አግኝቶ ይዞ ደብተራውን ከድቶአቸው ሱዳን ሄዶ ሸጠው።ሰውየው በጣም ሃብታም ሆነ ከሱዳን ኢትዮጵያ ቦርደር እቃ የጫኑ ከባባድ የጭነት መኪናዎች ያለ ቀረጥ ብዛት ያላቸው የጭነት መኪናዎች ያለፍተሻ ያስገባ ነበር። ።መለስ ዜናዊ ሱዳኖች በጣም ታዋቂ የሆኑትን ሠዎች የኛ ናቸው ይሉናል።ብሏል! ሱዳን የኢትዮጵያ መሬት መያዝዋን የሚያመላክተው ለከፈሉለት

ነጸብራቅ ፣በነርሱ እጅ ካለመኖሩ የተነሳ ነው የሚል ድምዳሜ ነው ያለኝ። ሃቁ ነጸብራቅ የሚባል ቀዝቃዛ አየርና ሞቃታማ አየር ሲገናኝ ነጸብራቅ ይፈጠራል።በበኩሌ ቅኔ ስላለው ተአማኒነት አለው።

የብሄር ፖለቲካ "ሳይንስ" በተሞላበት መርህ መገለጽ አለበት ሲሉ እኔ በማህበራዊ ሚድያ የሃገሬ ሰው ህልውና ሳይንስ በተሞላበት ትንተና ካደርግኩትኝ ከሁሉም ዜጋ በቀዳሚነት እገኛለው።
። ከሃያ ሰባት አመት መንግስት እያለ በጽሁፍ ማስታወሻ ላይ አስፍሬአለው።ለዚህም አንድ ሰው መመደብና መወጠን ያለበት በብሄሩ ቋንቋው ስሙ ሳይሆን በባህሪው ነው።ይህም በሳይነስ የተደገፈ ነው ማለት ነው።
Extravert እና Introvert ሳይንስ ሲለያቸው Extravert የሆኑ ሰዎች በአፍሪካ መካከለኛው ምስራቅ እና ኤስያ የሚኖሩ ህዝቦች ሲሆኑ Introvert ደግሞ ምእራባውያን ማለት ነው። ሰው የሚለካው በባህሪው ነው።

2016/2017 ይመስለኛል የምኖርበት ሃገር ስዊድን አንዲት የእድሜ ባለጸጋ ሴትዮ ልቤ አመመኝ አምቡላንስ ደውልልኝ ብለውኝ ደውዮ አምቡላንሱ እስኪመጣ የምኖርበት ሰባተኛ ፎቅ ድረስ በመወጣት ከላይ የሚለበስ ፣ ወንበር፣አንድ ብርጭቆ ውሃ ፣አምጥቼ፣ ወንበሩ ላይ ቁጭ ብለው ከላይ የሚለበስ በማልበስ ውሃ ስጥቼአቸው አምቡላሱ እስኪመጣ አብሬ ስጠብቅ፣አምቡላንሱ መጥቶ እኒ የእድሜ ባለጸጋ አምቡላንሱ ወሰዳቸው።ከጥቂት ቀናት በኋላ ሃገር ቤት ስሄድ የፍቅር ቀን የህጻናት ቀን የአዛውንቶች ቀን ተብሎ ሲከበር በአዛውንቶች ቀን ተብሎ ሲከበር አባ ገመዳ አንዲት አዛውንትን ከላይ የሚለበስ
ሲያለብሱዋቸው በቲቪ ይታያል።ማን ከምእራባውያን ጋር ቁርኝት እንዳለው ራሳቹ ተገንዘቡ።

በዚህ የ30 አመት ስደት ከ100 ግዜ ያላነሱ በረራ ሃገርቤት ስጎበኝ፣ ከቆይታ በኋላ ለመመለስ ሳስብ ገንዘብ ለቲኬት ስላልነበረኝ ኢትዮጵያ የሚገኘው የስዊድን ኤምባሲ ደውዮ ማሪያ የተባለች የኢምባሲ ቆንሰላ ችግሬን ሳናግር የ ኔው የወር ክፍያ አካውንት ሲገባ የምከፍለው ቲኬት ወደ ስዊድን አግዝኝ ስላት እንዲህ ብላ መለሰችለኝ፣ ዳነኤል ገንዘብ የለም የመንግስት ካዝናችን አራቆትከው ምንም ገንዘብ የለም አለችኝ።ኢትዮጵያ ውስጥ ንብረት እንዳለኝ ልዚህም በከፊል።ሌላም ከ 30 አመት ያገኘሁት የ እህቴ ባል ፣ ልጠይቀው መገናኛ ስሄድ እንደ አጋጣሚ እሱ ነበር በር የከፈተልኝ ሳንኳኳ፣ከመቅጽበት ሲያየኝ እንዲህ ብሎ ተናገረኝ።አንተ ዳኔል ነአካ ዝተባህለስ ናብ ካሎት ተገልቢጡ ። አንተ ዳነኤል ፣ላንተ የተባለውን ወደ ሌላ ተገለበጠ ። ይህን ሃሳብ ውስጤ አምቄ ለሌላ ሳላዋራ አምቄ ብይዘውም አጋጣሚ ሆኖ በሌላ ሰው ስማሁት ።

2021060700:39

በፈረንጅ አቆጣጠር 1996 ካናዳ ደርሼ ስመለስ sun set park የተባለ ሂፕሆፕ አልበም ወጥቶ በዘፈኑ በጣም ተዝናንቼበታሎው ከዘፋኞቹ መሃልMc lite,mobb deep, Onyx ሌላም D.r Dree...keep theire head ringing
የሚለውን ሲወጣ ከሳምንት በኋላ ቶሮንቶ ስቶክሆልም በረርኩትኝ I do all kind of sport! ።እቤት ልጆች ትምህርት ሲሄዱ እናቴም ጭምር ።እኔ ቤት አጽድቼ ምግብ ሰርቼ እጠብቃቸው ነበር ።በተጨማሪምHumbergr ዳኒ በርግር ስርቼ ጋበዝኳቸው።ዮርዳ ካናዳ ልጆች መኪናቸው ላይ ዳኒ በርግር የሚል መኪናቸው ላይ ይተጻፈ በ MMS ላከችልኝ።ካናዳዎች በጣም ይወዱኛል።ምስጋና ይገባቸዋል።ወንድም እህቶቼ እናቴ ጭምር ካናዳ ኗሪዎች ሲሆኑ እኔን በስልክ አያወሩኝም ሃገርቤት ስሄድም እነርሱም ሃገርቤት ካሉ ማኝየት አይፈልጉም።

እዚሁ ጽሁፍ በተደጋጋሚ ማስፈር የወደድኩት ስለ ኢንትሮቨርት እና እክስትራቨርት ሲሆን፣ ኢንትሮቨርት ማለት ባጭሩ ራስክን ሁን ሲል በፈረንጆች 1994 ኢዩሮፕያን ዩንዮን የተባለው የጀርሞኖች ሴራ ሆኖ ሳለ
ለዚህም ምክንያtት የሆነው ራሳቸው ከአደጋ ለመከላከል ብቁ ላልሆኑ ምእራባውያን ኢን ፌቨር ነው። በርግጥ ምእራባውያን ኢንትሮቨርት ሲሆኑ come out from the croud and be the self ።እኔ ታዋቂ ካደረጉኝ የመጀመርያዎቹ በ1994 ምርጫ No for EG(eu)በማለት 49 ፐርሰንቱን ስይዝ በወቅቱ የነበረው ጠቅላይ ሚንስተር 51 ፐርሰንት yes for EU በማለቱ ስዊድን ከሌሎች አውሮፓውያን ተቀላቀለች።ትምህርት ቤት ላይ ለሰጠሁት ማብራሪያ አንድ ሞናርኪ ስለሆኑ ከአውሮፓ ይልቅ ኖርዲክ ማለት ዳንማርከ ስዊድን ኖርወይ ፊንላንድ አይስላንድ ብዮ የያዝኩት ምርጫ ላይ 49 % ሲሆን ኤንቫር ካርልሶን 51% ያዘ።ከዛ በኋላ ካርል ቢልት የተባለ ጠቅላይ ሚኒስተር ሲሆን፣አንድ ነገር ተናግሯል እሱም እንዲህ የላል።ሁሉም አውሮፓ EU ሲሆኑ እኛ እንዴት ለብቻችን እንሆናለን፣No for EU ያለው ሰውየ እስቲ እንየው፣ ብቻውን ያለጓደኞቹ ከቻለው፣ ብሎ ሲናገር ጉደኞቼ ሲያገሉኝ ፣ችየው ብቻዮን ሆኜ ህይወት ዘለቅኩትኝ። ተመስገን ፈጣሪ እኔ እስካሁን ብቻዮን ዘልቄውሎው።በሃበሻ 1985 ጀምሮ የተለየሁዋቸው ጓደኞቼ ደብዛቸው ጠፋ።እኔ መጽሃፍ እንደሚገልጠው ብቻዮን practical individualism (introver) ሆኜ እየኖርኩት እገኛሎው።

2024092901:08

ፖሊስ በፈረንጅ 90ዎቹ

በፈረንጅ 90ዎቹ የኑረዮ ሁናቴ ማለት የንሮ አንደበቴ extravert ነበር። በጣም ጭፈራ እወድ ነበር extravert (ooutgoing).
ቢኛም ሙላቱ የተብለ ጓደኛዮ ፋሺንግ በተባለ ጭፈራ ቦታ ዋይን አዘን ስንዝናና የኔ favorite artist(hiphop) da king and 1 የተባሉ አርቲስት ግሩፖች ዲጄው ሲያጫውት ተነስቼ መጨፈር ጀመርኩትኝ።ቢኛም መደነስ ስለማይችል ያፍር ጀመር እንደልማዱ አልጨፈረም እኔ ኝ ልክ ዘፈኑ ሲጀምር መጨፈር ጀመርኩትኝ።ዲጄው ዘፈኑ ሳያልቅ ቀየረው እኔም ሄጄ ዲጄው ድረስ ለምን ቀየርከው ሳይጨርስ ስለው፣ጋርዶቹ መጥተው።አንዱ ጋርድ ጥለውኝ ከወደቅኩ በኋላ ሌላ የሰውነቴ አካላት ሳይይዙ ጉሮሮዮ ብቻ በእጁ አንቆ ይዞ ከዳንስ ወለሉ ወደ መውጫው በር በግምት 28 ሜትር ይሆናል ጎትተው አስወጥተው ወረወሩኝ።ወድያውኑ ጉሮሮዮ አብጦ መናገር ሁሉ አቃተኝ።ከአጠገቡ
ወደነበረው ፖሊስ ጣብያ ለማመልከት ስሄድ ጉሮሮዮ በጣም ላልቶ ችግሬን ወደ ፖሊሱ ሳናግረው የሆንኩትኝ ስከረሃል ብሎ አሰረኝ።አይገርምም!

ከዛ በኋላ ወደ ዲስኮ ቤቱ መሄድ ትቼው ከጥቂት ወራት በኋላ ስሄድ ብላክ አውት አሉኝ።እኔ መዝናናቱን በአከባቢው ዙርያ ሆነ። መሃል ከተማአ ስለሆነ።አንድ ቀን በቅናሽ ዋጋ ወደሚሸጥባት ፐብ አምሽተን፣ዮናስ በረከት የተባለ ጥሩ ጓደኛችን እዛው ፐቡ ይዝናና ነበር ሌሎች አበሻ ልጆችም ነበሩ።ጠብ ተጀመረና እኔን ከቆሻሻ መጠራቀምያ ጠርሙዝ እያወጡ እኔው ላይ ሲወረውሩ እኔ ብቻዮ ስለሆንኩኝ መሮ።ት መሸሽ ጀመርኩትኝ።ይህ ሲሆን አንድ የአድዋ ተወላጅ በስዊድን ስሙ ዳዊት የሚባል ነበር ምንም አላዝኝም ዳዊት ቤቴን አከራይቼው ነበር።ለመጀመርያ ግዜ ሳይካትሪ አታልሎ የወሰደኝ ዳዊት ነበር።ስዊድኖችም የሚያመካኙት ዳዊት እንደሆነ ወደ ሳይካትሪ ሆስፒታል ያመጣኝ ይናገራሉ።ይህን ሊናገሩ የቻሉበት እኔ የአእምሮ በሽታ የለብኝም ብዮ እስካሁን ስለምማጎታቸው ነው።ልጆቹ 3 ነበሩ እኔ ላይ ጠርሙዝ የሚወረውሩት ።መሸሻ ስላሌለኝ ወደ ብላክ አውት ፋሺንግ አቅጣጫ ስሮጥ እነርሱም እየተከታተሉ በጠርሙስ ሲያሳድዱኝ ለሽሽት ወደ ፋሺንግ ዲስኮ ቤት ሮቼ ስገባ ወድያውኑ ጋርዶቹ ይዘው ያኔ ከዛ በፊት ጉሮሮዮን ጨብጦ የጎተተኝ ጋርድ ይዞ እጆቼን ወደኋላ ጠምዝዞ የግራ እጄን አውራጣት ጥፍር ነቀለው ቡ ደም ፈሰሰ ፣ፖሊስ መጣ እኔን ይዘው ፖሊሶቹ ፓትሮል ውስጥ ከኋላ አስገብተው እኔ ሳለቅስ አንዱ ፖሊስ ቫከቶቹን ያነጋግራቸዋል ።ፓትሮሉ ውስጥ አንድ ወንድ ፖሊስ እና ሴት ፖሊስ መሃል ነበር ቁጭ ያልኩጠኔ ያ ሁሉ ነገር ሃበሻ ልጆች ማለት ኤርትራውያን አሁን በህይወት ይኑሩ አይኑሩ የምቀው ነገር የለም ሲያድኑኝ እንደገና የፋሺንግ ጋርዶች ተቀብለው ጥፍሬን ሲነቅሉ አልበቃ ብሎ ፖሊስ መኪና አስገብተውኝ አንደኛው ፖሊስ ከመኪና ወርዶ ጋርዶቹን ከ30 ደቂቃ ላላነሰ ኢንተርቪው ሲያደርግ እንዳልኩት ሁለት ፖሊስ መሃል ፖሊስ መኪና ውስጥ ቁጭ ብዩ እየየው ስል አንዱ ወንድ ፖሊስ እኔን አጎንብሶ ወገቤ ላይ ቁጭ አለ።እጆቼ ከኋላ ታስሯል።በግምት 10 ደቂቃ ፖሊሱ

ጀርባዮ ከተቀመጠ በኋላ ሴት ፖሊስዋ ለባልደረባዋ ፖሊስ ከጀርባአው ተነስ ስትለው ፖሊሱ ካጀርባዮ ተነሳ።ፖሊስ ጣብያ ወሰዱኝ ምግብያው ላይ ሥደርስ የማስታውሳው እጆቼ ከኋላ ተቀይደዋል መሬት ላይ ወድቄአሎው።ሁናቴውን ለማብራራት ከወደተዘረጋሁበት ወለል አንገቴ ቀና አድርጌ ለማብራራት ስሞክር አንዱ ፖሊስ ልክ እንደ መኪና ማርሽ ራሴን ጫን ሲያደርገው ራሴ ወለሉን ይነካል።በኋላ ማጎርያ ቤት አጎሩኝ ።የተነቀለው ጥፍሮእ ደም እስካሁን እየፈሰሰ ነው በሚፈሰው ደም በሩ ላይ god will judje you!የሚል ከሚፈሰው ደሜ በሩ ላይ ጽፌ ለእግዚአብሄር ስለሰጠሁት ነው መሰለኝ እንቅልፌን ከአልጋው ስር ገብቼ ለጠጥኩትኝ ሲነጋ ለቀቁኝ ፣ወደ ቤቴ ሄድኩኝ።በአሁኑ ግዜ ፖሊሶች ሲያዩኝ ይሸሹኛል ብል ጉራ አይመስልም።

አሁን 2024 መለሥ ብዮ ሳስታውስ ታዋቂ ሴት ጋዜጠኛ የስዊድን ጋዜጠኛ አመሪካን ሃገር ሄዳ ዶኩመንታሪ ሰርታ በየስቴቱ እየሄደች አመሪካኖችን ኢንተርቪው ስታደርግ ፣ኢንተርቪው ካደረገችው አንድ ካውቦይ አመሪካዊ የልጆች አባት ሲመልስላት ሁሉም ነገር የሆነው እና ለወደፊቱ የሚሆነው is Gods will....አላጠሷም መለስ አድርጋ ታድያ የአሁኑ ሁናቴ ስዊድን የተፈጠረውና እየሆነ ያለው በእግዚአብሄር ፈቃድ ነው ማለትህ ነው አለችው።

God said, dont go for revenge..leave it for me!

2021/05/11 08፤17

በ አቶ ሃይለማርያም ደሳለኝ አገዛዝ ወቅት 2014/15 ከዋናው ባንክ ቤት ወጥቼ በኢትዮጵያ ሆቴል አድርጌ መከላከያን ወደ ግራ ትቼ በፉል ውሃ ካዛንችስ ኡራኤል በደሳለኝ ህንጻ አድርጌ በአፓርታማ ገርጂ የምኖረው ቤት 1061

ስደርስ እንዳጋጣሚ መጀመርያ ላይ ኢትዮጵያ ሆቴል አከባቢ ያጋጠመኝን ልንገራቹ።ኢትዮጵያ ሆቴል አጠገብ ስሄድ ያጋጠምኝ ከኋላዮ በ4 ሜትር ባልበለጠ ርቀት አንድ እብድ እየተናገረ ይመጣል ድምጹ ጮክ ብሎ የሚናገር ሰው በመሆኑ

እብድ መሆኑ ተገነዘብኩ።ካላቸው ቃላት ሃገር አጋንንት ሲመርዋት ዳነ ኤል ተሸከማት ሲል ደንገጥ አልኩትኝና መራመዴ ትንሽ ዘላ አለና እብዱ አልፎኝ ሄደ። ወደ ጋንዲ ሆስፒታል መታጠፍያ አከባቢ በግምብ የታጠር ሲሆን አንዲት የ ቫይኪንግ ቀለበት ጣቴ

ላይ የነበረች ሲልቨር ቀለበት አወለቅኩትኝና በአጥሩ ወረወርኳት ።ከሳምንት በኋላ በዛ አከባቢ ስሄድ በፍጥነት እቦታው ላይ ግንባታ ተያያዙት። ፍጥነታቸው ስቦኝ ሆን ብዮ በዛ ሳላልፍ አልቀርም። አንድ ሱፍ የለበሰ ሰውዮ ለግምበኞቹ ድንጋይ ሲያቀብል አያሎው።

በፍጥነት ተሰራ።በቅርቡ 2019 አዲስ አበባ እያሎክ ፎቁን አይቼ ከ22 ፎቅ በላይ ሲሆን አዲስ አበባ ካየሁዋቸው ፎቆች ርዝመት ያለው ይህ ቀለበቴን የወረወርኩበት ቦታ የተሰራ ፎቅ በርዝመት ቀዳሚ ያለው ይመስለኛል።

2021-05-17 01;56

ተለምኜ እንጂ ለምኜ መኖር አልነበረብኝም።

There are three kinds of People. Those who ask what happened, Those who expect what will happen, and Those who make things to happen. and I bech ya you are the one who makes things to happen

11-06-2021

ስለ ዲያስፖራ ያለኝን ትንታኔ ልክ ፕረዚደንት ትራምፕ እንዳሉት ሰኔት ውስጥ ለሚሰሩ ሶማልያዎች ሃገራቹ ሂዱ ሲሉ ሁሉም ቅር አለው።በበኩሌ ትራምፕን እደግፋሎው።ኢትዮጵያ ከአለም ካርታ የጠፋች ናት ተብሎ ከተወራላት ብዙ አመታት ያስቆጠረ ሲሆን ለዚህም በመለስ ዜናዊ ጀምሮ ሲሆን መድሃኒትዋ የተሰደዱት ልጆችዋ ወደ ኢትዮጵያ በመመለስ ተቋማት ላይ ሃላፊነት በመውሰድ ሊያድኑዋት ይችላሉ የሚል እምነት አለኝ።

ምእራብያዋን አንድን ነገር ለመስራት ወላዋይ ናቸው ተብሎ በ ሳይነስ ሲወራ ያደጉ ሃገራት ላይ የሚኖሩ ኢትዮጵያውያን ሃገር ቤት ለመመለስ የወላዋይነት
ባህሪ ሲያሳዩ በሃይል እንዲመለሱ ቢደረግ ምንም ምርጫ ስላሌላቸው መመለሱ ይደግፉታል። ይህ ከሆነ የተሰደዱት ኢትዮጵያውያን ብዙ ያተርፋሉ።
ከሚያተርፉት ምእራባውያን ስደተኛ ይቀንስላቸዋል።ለዚህም ደስተኛ ይሆናሉ።ኢትዮጵያ መንግስትም ደስተኛ ይሆናል።አደብ የገዙ የተማሩ ዜጎችዋ ስለመጡላትና ከኮራፕሽን ያድኑዋታል።በመጨረሻም ዲያስፖራ ራሱ ደስተኛ ይሆናል።ሃገሩ ተመልሶ የቤቱ በር በዘበኛ ሲከፈትለት ያላገኘው ክብር ሲያገኝ
ደስተኛ ይሆነአል።ለማጠቃለል ያክል የሚያተርፉት ም እራባውያን ኢትዮጵያና የኢትዮጵያ ዲያስፖራዎች ማለት ነው።

ኮራፕሽን

ኢትዮጵያ ላይ ምእራባውያን በመለስ ዜናዊ ጀምረው ሰርገው የገቡት ለዚህም ዲያስፖራው ትልቅ ሚና ተጫውተዋል።
አንድ ካጋጠመኝ ነገር አንዱ ውጭ ሃገር የሚገኘ የሃበሻ ሬስቶራንት ሄጄ ቴክ አወይ የሃበሻ ምግብ ለመውሰድ ፈልጌ የምወስደው ምግብ ተሰርቶ እስኪያልቅ ቁጭ ብዮ ስጠባበቅ ሬስቶራንቱ ትልቅ ሲሆን ከሃያ ያላነሱ ጠረጴዛዎች ሲኖሩት ሃበሻ ሞልቶት ምግብ ይበላሉ። ሙብራት አልበራም።ሲበሉ ሻማ ነው በያንዳንዱ ጥረጴዛ የበራው ሻማ ነው። ።የተመጋቢዎቹ ፊት አይታይም።ሻማው ያበራው መግቡ ሲሆን አዳራሹ ላይ የሚሰማ ነገር የለም ሙዚቃም የለም። የምወስደው ምግብ ተሰርቶ እስኪያልቅ ድረስ ስጠባበቅ ድረስ እያነብብኩ ቁጭ ብዮ ስጠባበቅ ከጎኔ ካለው ጠረጴዛ አራት ሃበሾች ጠረጴዛ ላይ ከበው
ምግብ እየበሉ ሲያወሩ ወሬአቸው ስለ ሃገር ቤት ነበር።ከዚህም የተረዳሁት ነገር ቢኖር ኢትዮጵያ ውስጥ ወኪሎች እንዳላቸውና ኢትዮጵያ ውስጥ ካሉት ወኪሎቻቸው ሲያወሩ አንዱ ሲናገር ,፣አይ ከኛዎቹ የሞተ የለም ሲል ጀሮዮ ሰምተዋል ይህም በሃይለማርያም ደሳለኝ ግዜ ነበር።

202303271649

ከቤተሰቦቼ ጋር እስከዚህም ግንኙነት ከተቋረጠ ሶስት አስርት አመታት ቢያስቆጥርም ከምወዳት እህቴ ዮርዳኖስ ኪዳነማርያም አንዳንዴ እናወራለን
በቸገረኝ ግዜም እሷ ትደርስልኛለች ምስጋናም ይገባታል።

ስሜቴ ነክቶ ካሳሰበኝ አንዱ ዮርዳዮ ከተናገረችኝ፣ዳነኤል ብዙም አታወራም ዝም ነው የምትለው ብላ አስተያየትዋን ስትሰጠኝ።በዛን ሰአት መልስ አልነበረኝም.።ከማውቀው ነገር አንዱ ስዊድኖች በግድ የሚሰጡኝን መርፌ ዝም እንደሚያሰኘኝ አውቅ ነበር።አሁን ግን በረቀቀ መልኩ ለዝምታዮ
ዋነኛ ምክንያት ቤተሰቦቼን እንዲያውቁልኝ እፍፈልጋሎው።

መርፌ ስወስድ በግድ ነው።ይህም በፈረንጅ አቆጣጠር 1994 ጀምሮ እስከ አሁን እየቀጠለ ይገኛል sicodinol diepot የተባለ ሲሆን ይህም በየ ሁለት ሳምንት ነው።አልወስድም ካልኩኝ ሲቪል ፖሊስ ሃኪም አዞን ነው ብለው በሲቪል መኪና ወስደው ሜንታል ሆሥፒታል ያስረክቡኝና ሁለት እግሬ ሁለት እጄ
ለ24 ሰአት ያክል ስትረቸር ላይ ታስሬ እቆይና መርፌው ይወጉኛል።አልጋ ላይ ለ24 ሰአታት ታስሮ መቆየቱ በጣም የሚመር ቢሆንም ሽንት እንኳን ልሽና ብል
ሳልፈታ ፖፖ ያቀርቡልኛል።

እጅና እግሬ መታሰሩ ላይ ፎቢ ሥለያዘኝ ከመታሰር ራሴውኑ ህጄ በገዛ ፈቃዴ መርፌው ብወጋ ብዮ በሳምንት ሁለት ግዜ ማለት ማከሰኞን አርብ እንድመጣ አዘውኝ እሺ ብዮ እንዳልኩት በየሁለት ሳምንት ኢንተርቫል መርፌው ይወጉኛል።

አንድ ግዜ ሃሜታ ላይ አውቲስቲክ ነው ሲሉ ደንቅቼ በቀጥታ ወደ የምወደው የሳይኮሎጂ መጽሃፍ ስለ አውቲዝ ምለመጀመርያ ግዜ Leo Kanner 1943
የተባለ ሰውየ ነበር ስለ አውቲዝም የተመራመረው።አውቲዝም unrisponsive to others,poor comunication,Ripititive and Rigged Behavioour ብሎታል።እኔን የሚያደርገኝም ይህን ነው።ለዝምታዮና አለመግባባቴ መንሴው ወድሃኒቱ መሆኑን ወንድም እህትና እናቴ እንደምትረዱልኝ
ተሥፋ አደርጋሎው።ይቅርታ እንደምታደርጉልኝም ተስፋ አደርጋሎው። እናቴ ወንድም እህቶቼ ከካናዳ ኢትዮጵያ ሲመጡ እኔም ከስዊድን ሃገር ቤት ሄጄ ስንገናኝ ብዙም አላወራም በዚህ ቤተሰቦቼ ተጨናቀው በተለይ እናቴ ከቤታችን ቄስ ተመካከራ ግርማ የተባሉ እውቅ ቄስ ዘንድ እንዲወስዱኝ አቅደው እኔ ፊት ላይ የቤታችን ቄስ መጥተው እናቴ እንዲህ አለች፣ ከሁሉም ልጆቼ ይልቅ ዳነኤል ላይ ነበር ተስፋ የማደርገው ፣አለች ።

ሌላ ብጨምርም Teodor Aylan and Nathan Ezril 1968 a Book called Tooken

Economy የተባለ መጽሃፍ ሲጽፉ የዚህ መጽሃፍ ይዘታው
ምእራባውያን ተቋማቸው ላይ የሚጠቀሙበት ነው። ።።አንድ ሰው 100፣000
ብር የሚያወጣ proformance ከሰራ የሚሰጠው 100፣000 ብር ሳይሆን smoll coin,slice pizza,cupon ነው የሚሰጡጥ በይበልጥ መጽሃፉን ማንበብ ወይም ጉግል ማድረግ ይቻላል።

እኔ ምርታማነቴ ቀርቶ አደለም እስካሁን በድህነት የምኖረው ኩፖን ቁራጭ ፒዛ ሣንቲም እየሰጡ ለምሰራው ፕሮፎርማንስ የጠቀመው የኢትዮጵያ መንግስትና ኮራፕት የሆኑ የማህበረሰብ አካላት ነው።
ለእ27 አመት የገዛው ።መንግስታችን የኔን አይቶ ኢትዮጵያውያን ወደ ውጭ ሃገር ይደልብ ነበር።ደልበዋልም።ይህንን ሃተታዮ ሊከብዳቹ ወይም ከሃዲድ እንደወጣች ባቡር የሆንኩ ከመሰላቹ ፉት ሶልጀር ጉግል ማድረግ ይቻላል።ፉት ሶልጀር ነበርኩኝ የኢትዮ ኤሪትራ ጦርነት ላይ።ፉት ሶልጀር ማለት የአንድ ሃገር መንግስት በጣም አስፈላጊ የሆነ ስራ ሳይሰራው ሲቀርና ስራው በአንድ ግለሰብ ብቻ ሲሰራ የመንግስት ሃላፊነትን የተወጣው ግለሰብ ፉት ሶልጀር ይባላል።
በ 1998 ባድመ ኤርትራ ስትወር እኔ ኖርወይ ነበርኩ ።ኤርትራውያኖቹ ስፖርት ሲሰሩና ሲሮጡ እኔም I did All kind of sports. የኢትዮጵያ
መንግስት የኔን ፕሮፎርማንስ የተገበረው ከሁለት አመት በኋላ ነበር።ከሰረኋቸው ስፖርቶች skining ኢትዮ ኤርትራ መጀመርያው ጁን1998 ነበር።በረዶ ስላልነበርና ሳመር ስለነበር ስኪይንግ መስርያው ዘንድ በመሰላል ወጥቼ ላይ ድረስ ተንከባለልኩ።ሊላም ስልከ እንጨት ላይ በመውጣት ልክ አክሱም ፍቃዳ ስናደርገው እንደነበር ካልሲዮን አውጥቼ ድንጋይ በማስገባት ጥምጥም የተባለው ጫዋታ ተጫወትኩ።የነበርኩበት ቦታ ትንሽ መንደር ስለነበረች ሁሉም ነገር
yእተሞላባት ነበር።ስፖርቱን ለ3 ቀን በተከታታይ ሰርቼው የተጠቀምኩበት ታክቲክ ልክ Doom and doom2 scarborough(cannada)ቤዝመንት ላይ ስጫወት በአጭር ግዜ ውስጥየጌሙ ዲፓርትመንቶች አንድም ሳልረሳ ቁልፎችንም ሳልረሳ ጨዋታውን መጨረስ ነበር። .doom ስጫወት ግዜ ለመቆጠብና ሁሉንም ቁልፎች አግኝቼ በአጭር ግዜ ወስጥ ግራ ግራከን ይዘከ ስትኬድ ነው።ከ 13 አመት በኋላ እኔ የተጠቀምኩበት ዘይቤ ማለት ታክቲክ አንድ የነርዎይ ቤተሰብ ደኩመንት በመስራት የኖብል ተሸላሚ እንዲሆኑ በቅቷል።

ፕሮፌሰሩ አዝናኝ ተስፉሁን ከበደ ደጋግሞ እንደሚናገረው ፍራሽህን አድስ እና አልጋህን ብርሃን ከሚታይበት ቦታ አስጠጋ ሲል አልጋቸው ብርሃን ከማይገባበት ቦታ ያስጠጋሉ።ስለ አልጋው ወደ ብርሃን ያለበት ቦታ ዘንድ አለማኖር ተስፉሁን ከበደ ደጋግሞ ቢነገርም ሰዉ አይገባውም። እና ከዚህ በተያያዘ ሱቅ ስትሄድ ግራ ግራከን ይዘህ ሂድ you will find everything hiden.move consciouslly

ይህን ላነበበ ሱቅ ስትሄዱ ገና መግብያው በር ስትደርሱ ወደ ግራችሁን ይዛቹ ከሄዳቹ በትንሽ ሰአት ወስጥ ሁሉም ሴክሽን ተደርሳላቹ Treasures ታገኛላቹ።ይህን ስልት ያወቅኩት ካናዳ

ስካርብሩ 1996 ሲኮን ስልቱ የደገምኩበት 1998 nöme (nöme)የተባለች የኖርወይ ትንሽ የስደተኞች ጣብያ ነበር።በ 2011 አንድ የኖርወይ ፋሚሊ ስልቱን በቪድዮ ቅንጅት ደኩመንታሪ ሰርተው ኖብል ፕራይስ አገኙ። ስኪይንግ መስርያው ላይ ወጥቼ ከላይ ስንከባለል ከፍታ ስላለው ላቲቲዩድ ስላለው አለምፒክ ወርቅ መዳልያ ያስገኛል።ለማነኛውም ይህን የምጽፈው ለቤተሰቦቼም ጭምር ስለሆነ።Aggression እንዴት ህጋዊ በሆነ መንገድ እንደምትተገብረው የሚገልጽ Psychology.The Science of Mind and Behaviour Edition 5 page 668 ማየት ይቻላል።

መእራባውያን በመለስ ዜናዊ አገዛዝ ጀምሮ ሰርገው ገብተው ነበር። መንግስትም ማህበረሰቡንም ኮራፕት አድርገውታል።ከስፖርት ዜና መግቢያ ሙዚቃ በስዊድንኛ ነው። እነ ፕሮፌሰር በየነ ጴጥሮስ የስዊድን ሶሻል ዲሞክራት ነን ማለቱ ፕሮፌሰር ብርሃኑ ነጋ ከአመሪካ ስዊድን ድረስ መጥተው ስብሰባ ማድረግ የስዊድን ሶሻል ዲሞክራት ነን ማለት እና እያንዳንዱ ቤት ኮራፕት እስከማድረግ።እኔን ካዝናችን አራቆትከው ተብሎ መነገሩ።ከራሽያ ና ኢትዮጵያ ያላቸው ግኑኙነት አይጋጭም ወይ። እኔን አካታች አለማድረግ ሁናቴው ውስብስብ ያደርገዋል።እንቅፋት ሳይሆን መፍትሄው እኔ ብቻ ነኝ።ሃገርቤት ስሄድ እኔን አለማስተናደግ ፤ይስከፍላል።

ሳይካትሪስቱ ያደነኝ ልክ ቤተሰቦቼ ካናዳ እንደገቡ ነበር።በ1994 መጨረሻ አከባቢ ፎልክዩኒቨርሲቲ ስማር አንድ
ተርሚን ከጨረስኩትኝ በኋላ ፍቅረኛዮ ለመጎብኘት ጃለኒ ጣይብ አባጀቢር AKA ጄሊ አህመድ አዲስ አባባ ለመሄ ሳስብ
ትምህርትቤት ላይ አንድ አስተማሪ በጥላቻ ያየኝ ስለነበርና በዛን ግዜ ክላስ ወስጥ ለምመልሳቸው ጥያቄዎች ታቡ
ወይም ክልክል ስለነበር በዛን ግዜ 1994 የአስተማሪው ጥላቻ እየከረረ መጣ።ቡሊድ አደረገኝ። በጣም የከረረ ቡሊድ ሲመጣ የምታሳያቸው ምልክቶች ሲኮስ ነው።ልክ ማሪዋና አጭሶ ሰው ሲኮስ እንደሆንኩኝ ።ለ6 ወር ማለሮል የተባለ መድሃኒት ሲሰጡኝ ሆስፒታሉ ውስጥ የቸቸንያ እና ራሽያ ጦርነት ላይ እኔን ራሽያ ፉት ሶልጀር ሲያደርጉ ጃለኒን የቸቸንያ ማለት የመራባውያን ፉት ሶልጀር አደረጉዋት ።ለቸቸንያ ተዋጊዎች ከምእራብ በሚልዮን የሚቆጠ ዶላር ሲዘንብላቸው ጦርነቱን አድቫንስ ያደርጉ ነበር።ጄሊ በዛን ግዜ አዲስ አባባ ስለነበረች ከሆስፒታሉ ስደውልላት ይከታተሉ ነበር።ያም ሆነ ይህ1995 ከስድስት ወር ሆስፒታል ቆይታ በኋላ ቤቴ ስሄድ ሙሉውን 1995 በዲፕረሽን አሳለፍኩት ጄሊ አህመድም አመሪካ ገባች 1996 ሰገድ ወንድሜ ሊጠይቀኝ መጣ እኔም ለጉብኝት ካናዳ ሄድኩኝ።It Takes a Village የተባለ መጽሃፍ ሂለሪ ክሊንተን ስትለቅ መጽሃፉን አልወደድኩትም ምክንያቱም ጄሊን ወሰዱብኝ።ይህን በተመለከተ ታዋቂ ዘፈን ወጣ።
አመሪካ ዩሮፕ አንደኛ ሂት ሊስት ...All She Want is Another Baby...She is going tomorrow..
boy all she want is another baby . Ice of Base.ልቤ ብዙ ቦታ ላይ ተሰባበረ።ለዚህም ሂፕኖታይዝ አድርገው እኔን እንደ ራሽያ።ጄሊን እንደ ቸቸንያ ማለት መእራባዊት ያሆነ ማለት ነው።ሂልሪ የጻፈችው መጽሃፍ በአሁኑ ግዜ ስር እንደሰደደ ይነገርለታል።ከመጽሃፉ ጎን ለጎን

የሚሄድ By

Victor Fransil"Mens Search for Meaning"

2016 የ አመሪካ ፕረዚደንታዊ ምርጫ ለማካኤድ ሲጀማምር ሲያሟሙቁት ስቶክሆልም ከተማ ውስጥ ሶደርማልም የተባለ ቦታ እየሄድኩኝ መንገድ ላይ ሁለት አመሪካውያን ስለምርጫው እያወሩ ሲሄዱ

ተጠገኋቸውና ሂልሪ ክሊንተን ካሸነፈች አንድ የአመሪካ ባንዲራ ያለበት ፎጣዮን አልጠቀምበትም ስለው አንዱን ሌላኛው ለምን ብሎ ጥያቄ ሲጠይቀኝ ..couse She Took My Village!ተባብለን ተለያየን።ትንሽ ወራቶች በኋላ ምርጫው ሲካሄድ እከታተለው ነበር።ሂልሪ እየመራች ነበር ።ራሴን አመመኝ። ዮርዳኖስ እህቴ ደወለችልኝ።ምን እያደረክ ነው ስትለኝ አይ የአምሪካ ምርጫ እየተከታተልኩኝ ነው ዪቺ ሴትዮ ዋይትሃውስ ልትገባ ነው መሰለኝ ብየ በሃዘኔታ ስመልስላት ትንሽ ናፐ

ልወስድ ነው ዮርዳ ብያት ወሬአችን ጨረስን።በዛን ግዜ ማለት 2016 የምኖርበት ቤት ራሽያውያን ነበሩ(x-cones)

በሃላፊነት ተወክለው የሚያከራዩት እንደ ግሩፕ ሃውስ ማለት ነው ።45 ደቂቃም አልወሰደም ከ እንቅልፌ ስባንን

ትራምፐ አሸነፈ ሲሉ ቤቱን በደስታ ጩሀት ቀውጢ አደረኩትኝ።ካርማ ማለት ይሄ ነው። ሂልሪም እስካሁን መግብያ መውጫ አጥታለች ። She is Indited on Minority Sex.ተብሎላታል።የሂልሪ ክሊንተን

መጽሐፍ ኢት ቴክስ ኤ ቪለጅ የሚለው በ 90ዎቹ የወጣ ሲሆን ስር እንደሰደደ ይነገርላታል። በዚህም በተመሳሳይ Macwage and

Nadia Murad የተባሉ ወሲብን ጦርነት እና ግጭት ላይ እንደ መፍትሄ አድረገው ለሚወስዱ ላይ ያላሰለሰ አድርጓል።ለዚህም የኖብል ሽልማት አኙይተዋልእንዲሁም ለኖብል ፕራይስ ያበቃቸው Sexualism in war and conflicts.

202303272235

አንድ አንድ ግዜ ብቻዮ ቁጭ ብዮ ሳስብ እንዴት እስካሁን በህይወት ልኖር ቻልኩኝ ስል መልሱ የሳይኮሎጂ መጽሃፍ እንደሚገልጸው Intelligent

People have easy way of servaiving from Brain Damag .እድሜዮ ልክ ሰዎች ሲያደንቁኝ ነው የሚኖሩት ።ይህ ሁናቴ በታታሪነት

እንድቀጥልበት አድርጎኛል።ራሴን ከማደንቀው ስራ ስደት ያለሁበት አገር አእምሮ በሽተኛ ነክ ሲሉኝ ባለመቀበል ስለ የአእምሮ ህመም አካሚዎችና

ታካሚዎች ላይ ብዙ ጥናት ላደርግ ችያሎው።በሳይንስ Neurotists ተብለው ሲጠሩ They Avoid Danger Due to Adaptive Competetivnes.

on the other side Neurotism Shortens Life span Neurotism can be a Pillar of

Strength in Time of Crises.(Pillar for Governments)ይላል።እኔ ላይ ልዩ የሚያደርገው ወንድሜ ዳዊት ኪዳነማርያም እንደሚለው ጠርጣራ ነኝ።ግን ጥሩ ነው። ያልጠረጠረ ተመነጠረ ይባላል።። ።ሃኪሞች ሲያዋክቡኝ የሃኪሞች መጽሃፍ በማንበብ ቻለንጅ ላደርጋቸው ችያሎው። ሃገርቤት ሆነ በስደት ኑሮዮ Whistle Blower(The Flow) የሚባል ስም አለኝ።
daki *ነኝም።*
ይህን ያውቁ ኖሯል

Neuroticism is not as horrible as people think. Neurotics can avoid danger due to adaptive competitiveness. Mostly, governments use them as a pillar of strength in times of crisis.

A whistleblower can challenge existential power.
A whistleblower can resist existential power against his values and overwhelming peers. *daki* 2016 U.S. election voted as American Conservative.

All Europeans are Hollywood and Democrats.

በ2016 ከአዲስ አበባ ስቶክሆልም ስበር አውሮፕላንዋ በቪየና አድርጋ ነበር የበረረችው።ቪየና ተሳፋሪዎች ለመጫን ስታርፍ ወድያውኑ የመጣልኝ
ታዋቂው Psaychoanalist Sigmon Froud አውስትሪያዊ መሆኑ ስላወቅኩኝና ለምን ወርጄ ኤግዛምኔሽን አላደርግም ብዮ ወድያውኑ አውሮፕላንዋ ቪየና ስታርፍ በቀጥታ ወርጄ ለምርመራ ሆስፒታል ፍለጋ ሳደርግ የመረመረኝ ሃኪም እንዲህ አለኝ።አንተ የአ እምሮ በሽተኛ አደለክም ።በ 10 ደቂቃ ውስጥ ከሆስፒታሉ ኮምፓውንድ ካልለቀክ ፓሊስ እንጥራብካለን አለኝ። በንጋታው ስዊድን ስበር ተቀብለው ከኤርፖርት ወደ ሆስፒታል ሲወስዱኝ ከሃኪሞቹ ለአንድ ወር ያክል ስከራከር ነበርኩ።ድያጉኖስ ከጀመረ መብቂያው እንዳለ እውነታ ነው።ለምሳሌ ትርፍ አንጀት ካለብክ ኦፕሬሽን ታደርግና ዲያጉኖሱ ያቆማል።ካንሰር አለብክ ተብለክ ቆይቶ ሃሰት መሆኑ ሲነገርክ በደስታ ትቦርቃለክ።ዳኪ *ሻምፔን ትከፍታለክ።*ሃኪም በስህተት የአእምሮ በሽታ አለብክ ካለክ
ወይም ሃኪም እውነታ ባልተሞላው የአእምሮ በሽታ አለብክ ብሎ ዲያግኖስ ማድረግ ትልቅ አደጋ ያመጣል። ይህም አንድ ዶክተር በስህተት የአእምሮ በሽታ አለብክ ካለክ ሃሰት መሆኑ ቢረዳም አቋሙን አይቀይርም።ይህ ሊሆን የሚችለው አንድ ዶክተር በዶክተርነቱ ስለሚመካ አንዴ የተናገረው መቀየር ስለማይፈልግ ማለት ነው።

በዶክተርነቱ ስለሚመካ ሃሳቡን አይቀይርም።Rosenhan(The Problem is Not with the Physician, Nurse, or Ward assistance.
The Problem is not integrating patients with The Whole Hospital

Environment.)

202303281636
Authoritative parents are demanding and warm.
Authoritarian parents are demanding but not warm.
Indulgent parents are warm but lack a sense of direction for their children.
Neglectful parents are neglectful towards their children.

202304061354
እኔ ትንሽ ኦሮሚኛ አቃለሁ።ይህ ማለት በትንሹም መግባባትን ፈጥሬ እንደ ኦሮሞ መኖር ስችል።አቢይ አህመድ እንደ ትግሬ ሆኖ መኖር ይችላል።በፐርሰንት ልዩነት አለው። 2020 ልዩ ሃይል ያተባሉት በመከላከያ ስር እንዲዋቀሩ ብያለው።
ሌላም አበይ አህመድን ወረድ ማለቱ አይገባኝም።ከወረደ ህይወቱ አጠያያቂ ደረጃ ላይ ስለሚደርስ አይወርድም።ሌላም እንደ ጋዳፊ እጣ ፈንታ ይደርስካል ማለቱ እንዳይወርድ እንጂ እንዲወርድ አያደርግም።አፍሪካ ሃገራት የሰባዊ መብት ትንሽ ዋጋ ስላለው የአፍሪካ መሪዎች በተመሳሰለ ሁናቴ የመሪነት ቦታቸው ያበቃል።
ሌላም ሳይንስ እንደሚለው አንድ ጎበዝ ተማሪ ጉብዝናውን ካከተመ ታጽናናዋለከ ትደግፈዋለከ። አብይን ከሞያሌ እስከ አስመራ ሰዉ አጨብጭቦለት ማበረታታትን ነው እንጂ። ።ልክ እንደ የሩስያ ፐረዚደንት ቦሪስ የልሲን ህዝባቸው ራሳቸው ስልጣናቸው እስኪለቁ ድረስ ትቋቁሞዋቸዋል።(Part of Mindfulness..ACT:-just Notice, Focus and even Embrase the Unwanted once.)

ዳኪ* አብይ እንበል ከስልጣን ወርዶ አደጋ ሳይኖሮው መኖር ከቀጠለ ለማህበረሰብ ትምህርት እና እድገት ያስገኛል።እንደ አብይ ያሉ ብዙ እንዳሉ በማስታወስ ከ አብይነታቸው ወርደው ተራ ሰዎች ሲሆኑ ለሚያሳዩት *ባህሪ* ማህበረሰብ ይማርበታል እንዲሁም መቻቻልን ይፈጥራል። የሰባዊ መብት አከባበር በኢትዮጵያ እንደ ምእራባውያን ይሆናል.።በይበልጥም ዴሞክራሲ ፕራክቲስ ማድረግ ከቀሩት አፍሪካውያን በልጠን እንገኛለን። 202304060l440

ከላይ የተጠቀሰው በኢንትሮቨርት ሲሆን በ ኤክስትራቨርት ማለት በ ኤትዮጵያ አነጋገር * አብይን እንነግድበት ።ከስራው ቢወርድ እንኳን ህይወቱ አ።ተያያቂ መሆን የለበትም ።ልክ እንደ ሃይለማርያም ደሳለኝ መኖር ማድረግ ማለት ሰዎች ይማሩበታል።ይህን ኢትዮጵያ ዴሞክራሲን ኤክሰርሳይስ ማድረግ ን ያሳያል።

202304132:51

Voice ወይም ድምጽ
እና
ከውስጥህ የሚመጣ ሃሳብ የመለየት ታክቲክ።

በአደጉት ሃገራት ቮይስ የሚሉት በሃገራችን ደግሞ ድምጽ ወይም ግድግዳ ተናገረ የሚባለው
እና
ከውስጥህ የፈለቀ ሃሳብ ወይም ውስጣዊ ስሜት እንዴት እንደምትለያቸው

ዝም ብለክ እቤት ብቻክን ተቀመጥ።
ምንም አይነት ውጫዊ ድምጽ እንደ ሬድዮ ወይም ጫጫታ የሌለበት ይሁን።
የሚመጣልክን ሃሳብ ወዲያውኑ አጠር ባለ ቃል ውይም ኮድ ሰአትና ደቂቃ ማስታወሻ ላይ ጻፍ።
ከላይ የተጠቀሰው ለ 45 ደቂቃ ይሆናል ብቻክን ቤት ቁጭ ብለክ ሳታወራ የመጣልክን ሃሳብ ማስታወሻ ላይ የምታሰፍረው።
የጻፍክበት ማስታወሻ እጠፍና ለሌላ 45 ደቂቃ ሌላ ስራ መስራት ከሰው ጋር መገናኘት ማውራት ወይም ውጫዊ ድምጽ መጠቀም ማድረግ።
ማስታወሻክን ግለጥና የጻፍከው ተመልከት ማስታወሻው ላይ ተመራመር።
ማስታወሻ ላይ የጻፍከውን ተመልክተህ ሁናቴዎቹ ካላመንክባቸው ድምጽ ወይም Voice ናቸው ማለት ነው።
ማስታወሻህ ላይ ከጻፍከው ካመንክባቸው ሁሌ ከሰአታት ቅናት ሳምንታት ሆነ ወራት ሃሳቦቹ የሚመጡብህ ከሆነ እውነታን የተላበሱ የውስጥህ ስሜት ናቸው ማለት ነው።

2023041514:06

ስዊድን የሚኖሩ ዳንኤል ተብለው የሚጠሩ ስዊድናውያን ለማየት ገጥሞኝ ስታዘባቸው ባህሪያቸው ተመሳሳይና አንድ አይነት ነው እሱም የኔን ባህሪ የተላበሱ ናቸው ።በተመሳሳይ የሚሰሙት ሙዚቃ ስጠይቃቸው እኔው የማዳምጠው አርቲስት ነው የሚሰሙጥ ወዳጄ እጅጋዮህ ሺባባው እንዳለችው እኔን ሊያመነምን ከብቶቼን ሊያረባ አለች ።

የራሴውኑ የሆኑ የግሌ ንብረት ሳይቀር ወስደውብኛል።ሌላ ሳይቀር carhartt የተባለ የአመሪካ ብራንድ ያለው ጃኬትና ቡትስ ከአመሪካ በግሌ አስልኬ የገዛሁትኝ መስርያቤት የሚሰሩ ሰርቀውኛል።Physical Bulling is not Just Hiting,Slaping or Pushing. Physical Bulling is also takeing Some ones Belonging and Extorting Money.

ለዚሁ ከላይ የተጠቀሰው ድርጊቱን ለፈጸሙት በአለማቀፍ እግ እንደሚያስከሣቸውና ካሳ እንደሚገባኝ ይገልጻል።

በተጨማሪም እኔ በግሌ ከማነባቸው አረእስቶች እንዲሁም ያነበብኩትን እንዳልረሳ በስልክ ከጓደኛዮ ስገናኝ እገልጽለታሎህ ምን እንዳነበብኩኝ።ይህም ያነበብከው ሜሞራይዝ ለማድረግ ስታወራ ያነበብከውን በጣም ጥሩ ደረጃ የሚባለው ሜሞራይዝ ወይም ማስታወስ ትችላለክ። እጅግ በጣም ጥሩ የሜሞሪ ደረጃ የሚሰጥ ደግሞ አረፍተነገሩን ወይም ሃሳቡን ስትተነትን ይሆናል።ደብዘዝ ያለ ደረጃ የሚሰጥ ደግሞ በምስል የምትማረው ይሆናል
ማለት ነው።

ከላይ የተጠቀሰው ኮሌጅ ላይ ለተማሪዎች አዳራሽ ሰብስበው ስታጠኑ እንዲህ አድርጉ ይልዋቸዋል።የኔን ዘይቤ ሰርቀው ማለት ነው።

ይህ እና ይህ ከሌላ ጋር ተሰባስቦ እኔን በብዛት ስለሚያሳዝነኝና ስለሚያበሳጨኝ አገሩን ለቅቄ ኢትዮጵያ ስመጣ።ዲያስፖራ የወከሉዋቸው አላሳርፍ
አላስቀምጥ ብለውኝ መንግስትም ብድሩን ሆነ እርዳታው በቢልዮን ተቀብሎ እኔን ወደ ስደት እንድወጣ ያደርጋል።እና በአጭሩ እኔ ኢትዮጵያ ብኖር ሰላም ስለሚሆን በግልባጩ ስዊድን ስለቅ ጸጥታ ስለሚደፈርስባቸው የከፈሉትን ከፍለው ሆነ አማላጅ ልከው እኔ ወደ ስዊድን እንድመለስ ያደርጋሉ። የኢትዮጵያ መንግስትም ስለኔ ስለዜጋው ምንም መብት ሳያስከብር በገንዘብ ይቀይረኛል።መጨረሻ ላይ ኢትዮጵያ የነበርኩት ከ ጁላይ 29 /2019 እስከ ኦክቶበር 26
2019 ሲሆን በዚህ ግዜ የ ዴንማርክ ንጉስ ከንግስቱ ጋር አብረው ኢትዮጵያን ጎብኝተዋል።

2024092611:43

Long-range goals are built by completing short-range goals. If we take an example, the data screen is a collection of millions of icons.

daki.ይህቺ የ ኮከብ ምልክት ማለት (*) short range goal or when I do to do list.,I write first *.ይህንን ኮከብ ምልክት መጠቀም የጀመርኩትኝ በፈረንጆች 1994 ጀምሮ እስካሁን እጠቀምባታሎው።

ቦሌ ሩዋንድ አጠፍ ስትል ልክ ሩት ኬክ ቤት በአሁኑ ወንድማማች ስጋ ቤት አጠገብ ያለችው ፎቅ እስራኤላውያን ኢንጂነሮች የሰሯት ስትሆን ከፎቁ መጨረሻ ላይ ሰው ቢወጣ ይቺ የኮከብ ምልክት እንዳለች ማስታወስ እፈልጋሎው።

2023041520:27 መቻቻል መከባበር እና አብሮነትን ለመፍጠር የሚያስችሉ ሃሳቦች

መለስ ዜናዊ ስልጣን ላይ እያለ ጀምሮ እኛ ኢትዮጵያኖች ማለቅያችን እንደሚመጣ ሁሉም ስጋት እንደነበረው ሳንረሳ ይሄው ሆነ።

Michel Wrong የተባለች የቢቢሲ ኮሮስፖንደንት "I Didn't Do It for You! በሚለው መጽሃፏ እንዳሰፈረችው ምስራቅ አፍሪካ ላይ ግጭትና
የሰዎች ፍልሰት እንደሚከናወን ገልጻለች ።ይህ መጽሃፍ መለስ ዜናዊ ስልጣን ላይ እያለ ሆኖ ሳለ ግጭቱና ፍልሰቱ እየሆነ ነው።
አሁን እኛ ኢትዮጵያውያን ግጭቱ በየመሃላችን ይሁን ወይስ ከሌላ?መልሱ እኛ ኢትዮጵያውያን ተባብረን ከባእድ አገር ከሚመጣብን የግጭት መስተንግዶ
መመከት
በኔ ግምት የኢትዮጵያ ግጭት ምእራባውያን የፈበረኩት ነው የሚል እምነት አለኝ።መንግስት ብቻ ሳይሆን በከፊል ማህበረሰቡ ኮራፕሽን ወስጥ እንደገባ አምናሎው።እርሱም መእራባውያን ሰርገው ህዝቡን ኮራፕት ያደረጉት በመለስ ዜናዊ ስርወመንግስት ጀምሮ እንደሆነ ይነገርለታል።

ዛሬ ሱዳን ካርቱም ላይ ተከስ ጦፏል።ለዚህም ነው የምስራቅ አፍሪካ ትንበያ ላስታውስ ያስገደደኝ።በተጨማሪም ልዩ ሃይል ያተእባለ ኢትዮጵያ ላይ አበቃለት
ክልል የሚባል ደግሞ የሚያበቃለት ያሳየን።
እኔ የኢትዮጵያ አገልግያሎው አይቆጨኝም።ብዙ ሃብት ኢትዮጵያ ውስጥ እንዲፈስ አድርጌአሎው።ተዋናዮች ግለሰቦች ጭምር።በቀይ ምንጥፍ እየተራመዱ በሊሞዚን ሃመር እያገቡ በመቶዎች ሺ የሚቆጠር ሻምፓይን እያስከፈቱ እኔ ማታማታ ሸንት ቤት እይሮጥኩኝ የ ስዊድንና ዴንማርክ የሚያገናኝ ድልድይ የገነባሁት ሳይቀር ምንም ሽልማት ሆነ እውቅና አላገኘሁም።
ቢሆንም ቅሉ It makes Me to Go Farther more..
Get off me!
የሰራሁት ብዙ የቀረኝ ጥቂት
49 አመት ሳድን እውቀት ።

2023041619፣13 እየበደሉና እየወነጀሉ ይጸጥታችን ሃላፊ ነህ ማለት

እንደ አይጥ ከሰላሳ አመት ሲጠቀሙብኝና በተጓዳኝ ቁጥር ያሌለው ገንዘብ ለኢትዮጵያ ሲሰጡ ። እኔ ህመም እንዳሌለብኝ ሳስመሰክር የሚይዙትና የሚጨብጡት ካጡ ሁለት አስርት አመታት አልፎታል።
በ 2014 ከ አዲስ አበባ ስቶክሆልም አውሮፕላን ስጓዝ አውሮፕላንዋ በ ቪየና አድርጋ ትበር ስለነበር፣መንገደኞች ለመጫን ቪየና ስታርፍ ግዜ፣እኔ ቪየና ወረድኩኝ።ለዚህም ዋና ምክንያት ስለ አእምሮ በሽታ የመጀመርያው ተመራማሪ ሲግሞንድ ፍራውድ በመሆኑና የአውስትርያ

ተወላጅ መሆኑ መጽሃፍ ላይ ስላነበብኩትኝ ምርመራ ለማድረግ ነእር ወደ ስቶክሆልም መጓዜ ቀርቶ ቪየና የወረድኩትኝ።

ቪየና ሆስፒታል ሄጄ ምርመራ ሳደርግ፣ሃኪሙ የአእምሮ በሽታ የለብህም። ከሆስፒታላችን ዙርያ በ 10 ደቂቃ ውስጥ እንድትለቅ አለኝ።የሚቀጥለው ቀን ስቶክሆልም በረራ ሳደርግ ፖሊሶች ይዘውኝ ወደ ሆስፒታል አገሩኝ።በሽታ የለብኝም አውስትርያ ምርመራ አድሪጌያሎው ስላቸው ምንም ሊሰሙ አልቻሉም።
እድሜ ልክህን መድሃኒት ትወስዳለከ ስዊድንም እንድትለቅ አንፈቅድልከም አሉኝ።መድሃኒቱ በግድ ሲሰጡኝ፣ከሚሰማኝ ስሜት like Autistic I start to have rigged behaviour,repititiv,unrisponsive to others and poor comunication.ሃገር ስኬድ መድሃኒቱ ስለማልወስደው ትክክለኛ እኔነቴን አገኛሎው።ቀልጣፋ።አከቲቭ እንዲሁም ድምጼ ጥሩ ይሆናል። ለዚህም ወድያውኑ ሃገር ቤት ስሄድ ሳይሆን የወሰድኩት መድሃኒት ከ ሰውነቴ እስኪወጣ ድረስ ከ አራት ሳምንት በኋላ ነው።መድሃኒቱ እንድናገርም አያደርገኝም። አለመናገሬ ተፈጥሮዮ ሳይሆን መድሃኒቱ ነው ዝም የሚያሰኘኝ።እንዲሁም አለመናገሬ ከቤተሰቦቼ ዘንድ ትልቅ ቅሬታመሃል ፈጥሯል።ለምን እድሜዮን ሙሉ መድሃኒት እውስዳሎው

When a diagnosis appears after treatment, the diagnosis ends. If the diagnosis is appendicitis, then after the operation, the diagnosis ends.

A wrong diagnosis of cancer leads to a ceremony.
A wrong diagnosis of a mental problem has serious consequences.

This happens because the doctor who diagnoses you has a problem changing his decision.

2023041921:09

First Impression

ለምሳሌ ስለ አንድን ሰው ስትናገር ፤1-He is Intelligent,Boreing,silly,shay
2-He is Shay,silly, Boreing ,Intelligent.
ፈረስት ኢምፕረሽን ላይ የሚመጣልክ በ 1ኛ ኤንተሊጀንት እንደሆነ በ 2ኛው አይነአፋር እንደሆነ ትናገራለክ።

ስለ አንድ ሰው ተነግሮክ እሱ በጣም ደባሪ አይነ አፋር ነው ከተባልክ ሰውየውን ስታገኘው ትርቀዋለክ።
በተጻራሪ እሱ በጣም አሪፍ ሰው ጠንካራ ሃሪፍ ነው ከሰማህ ወይም ከተባልክ ስታገኘው እራስክን ዝቅ ታደርጋለክ።

20233042001:02 Interesting.......!

If People With Big Heads have Big Brains, Does That Mean they are Smarter than People with Smaller heads?
100 years ago, Sir Francis Galton Proposed a link between brain size and intelligence.
የድሮ ሰዎች ኒያንደርታልስ የሚታወቁት በጭንቅላት ግዙፍነታቸውና በጣም አዋቂዎች መሆናቸው ይነገራል።
ሴቶች ከወንዶች ተመሳሳይ IQ ሲኖራቸው የሴቶች ጭንቅላት ኘ ከወንዶች ያንሳል።
አንድ የ ሚዞሪ ተመራማሪ አልበርት አንሽታይን በ 1955 ከሞተ በኋላ ጭንቅላቱን ተመራምሮ ብዙም ከኖርማል በቀር ግዙፍ አልነበረም።
In the case of Albert Einstein's brain, histological examination showed that his parietal lobes were densely packed with both neurons and glial cells, which produce nutrients for neurons and support them. As a result, his parietal lobes were about 15 percent wider than normal.
Significantly, this area of the brain is involved in mathematical thinking and visuospatial function—precisely the abilities that seemed to underlie Einstein's creative genius (Jung & Haier, 2007; Witelson et al., 1999).

እንቅልፍ ዋና ጥቅሙ የተጎዱ ሴሎችን ይጠግናል።ሰው እድሜው እየጨመረ ሲመጣ የ እንቅልፍ ሰአታት REM sleep ይቀንሳል።ለዚህም ነው የተጎዱ ሴሎች ለመጠገን የማይቻለው።አልፎም ተሎ የማረጅ ወይም የቆዳ መጨማመድ የሚያሳየው ።በሌላ በኩልም እንቅልፍ በሚልዮን የሚቆጠሩ ኒዩሮኖች የሚያመርተው።
የነዩሮኖች ጥቅም ጉልበት ወይም ለመስራት አቅም ሲሰጥ በፍጥነት ትምህርትን የመቀበል አቅም ይፈጥራል።

አንድ ሰው ካልተኛ ይነጫነጫል፣እውነታ ያለው አስተሳሰብ (logical thinking) ያስቸግረዋል። እንዲሁም ፣ሲናገር ቃላቶችን ይረሳል።

20233042005:52

Optimism is seeing the glass as half full.
Pessimism is seeing the glass as half empty.

Heritability ratio of the Big Five (OCEAN) personality traits:

- **Openness** – 0.57
- **Conscientiousness** – 0.49
- **Extraversion** – 0.54
- **Agreeableness** – 0.42
- **Neuroticism** – 0.48

Source:-Hans Eysenic 1967

Sigmund Freud died at the age of 82. He was born in Austria and moved to England in 1938 after the Nazis occupied Austria. He died a year later.

Sigmund Freud had many children, and he was Jewish. Among his children, **Anna Freud** followed in his footsteps. Anna specialized in child observation.

2023042019:12

Depression ያላቸው ሰዎች ጥሩ ነገር ለሌላ ሰው ሲሰሩ፣ጥሩ ያልሆነ ነገር ለራሳቸው ይሰራሉ።
Conflict በሶስት ሲከፈል እሱም

Approach-Approach conflict
Approach-Avoidance conflict
Avoidance-Avoidance conflict ተብለው ይጠራሉ።
Approach-Approach conflict: Choosing one between two desirable options. During an approach-approach conflict, choosing one means losing the other.
Avoidance-Avoidance conflict: Choosing one between two undesirable options.
Approach-Avoidance conflict: Choosing a desirable option that also has undesirable aspects. For example, if you approach a pigeon to feed it, the pigeon approaches you but at the same time fears you and tries to back down. Similarly, a man who loves a woman tries to ask her out but at the same time develops a fear of rejection. source:(-Neal Miller 1944).

202305030047

ካጋጠሙኝ ክስተቶች በጥቂቱ

እኔ እስከ 12ኛ ክፍል የተማርኩት አክሱም ሲሆን በኢትዮጵያ አቆጣጠር 1979 ሲሆን እስከ 1983 አዲስ አበባ ስቆይ በቆይታዮ ግዜ ስራ እሰራ ነበር።
ስራው ቆንጆ ነበር በ 1979 እስከ 1983 ስራ ላይ በቀን እስከ 2000 ብር ይገኝበት ነበር። እድሜየም 17 ፣18 ነበር አሉ የሚባሉ ቦታዎች ተዝናንቼሎው።
በ 1983 መጀመርያ ላይ ወጭ ስወጣ ከሰዎስት አመታት በኋል ሃገር ቤት ለጉብኝት ስሄድ ጄሲ መሃመድ አ፣ካ፣አ ጃለኒ ጣይብ አባጀቢርበተባለች ኢትዮጵያዊት ጋር ጓደኝነት አሳልፌ ወደምኖርበት ውጭ ሃገር ስመለስ ከምኖርበት ከተማ ወደ ዋናው ከተማ ስቀይር ሂፕ ሆፕ ሶል፣ አር ኤንድ ቢ መስማት ማዘወተር ጀመርኩኝ ይህም በፈረንጆች 1993 ሲሆን በዛን ግዜ ብዙ ራፐሮች ይዘፍኑ ስለነበር ሁል ግዜ መስማት ጀመርኩኝ።
ይህን ያየ ወያኔ መቀሌ ሁላ ራፐ ለዛውም እኔ የምሰማቸው መስማት መቀሌ ላይ ተስፋፋ። ወያኔን የምቃወመው ያለምክንያት አይደለም።

202305050056

በፈረንጅ 1998 ኖርወይ የሰራሁት ስፖርት ለምን አይደር ባድሜ ተደበደበ ብዮ በመቆጣት ነበር።ልዚህም አሎምፒክ መዳሊያ አገኘሁኝ።ይህም ሜዳሊያ
እንደተሰጠኝ ሳይሆን እንደተናገሩልኝ ሆኖ ሳለ፣ነጮች ከልጅ አንስቶ እስከ አዋቂ እበልጣቸዋሎው።የሚል እምነት አለኝ።ነጮች እኔን የሚበልቱት በዳታ ጌም ብቻ ነው የሚል እምነት ኖሮኝ።በዳታ ጌም ጨዋታ ለሚበልጡኝን ለመብለጥ የግድ ትክክል ወታደር መኮን አለብኝ ብዮ በ ፈረንጆች 2004 አዲስ አበባ ውጭ ጉዳይ ሚኒስቴር በመሄድ ወትሃደር ማስተማር እፈልጋሎው ብያቸው *በራሁን*የተባለ ባልደረባ መቀሌ ኀበዛይ ወልደአረጋይ አንጋግር አለኝ።ኀበዛ ዘንድ ደውዮ ከአዲሳበባ መደወሌና ማኝይት እንደምፈልግ በስልክ ነግሬው መቀሌ ኒያላ ሲጋራ እና ብርድ ልብስ በመያዝ መቀሌ ሄድኩኝ።ኀበዛይ ቢሮው ሄጄ ወትሃደርን ማስተማር እፈልጋሎው አልኩትኝ።እኛ የምንቀጥረው እድሜው እስከ 24 አመት ብቻ ነው አለኝ።በዛን ግዜ እኔ 34 አመት ነበርኩ ።ኀበዛይም በኢንፎርሜሽን ቴክኖሎጂ አግዘን አለኝ። ያልኩትኝ ቢያደርግ ኖሮ ባጣም ትልቅ ሰው እሆን ነበር የሚል እምነት አለኝ።

202305050211
ካጋጠሙኝ ሁናቴዎች አንዱ

ስዊድን የምኖርበት አፓርታማ የምትኖር አንዲት የ እድሜ ባለጸጋ ስዊድናዊት ዜጋ ልቧ ታማ አምቡላንስ ደውልልኝ ብላኝ ።ከፎቁ ከሚገኘው መግቢያ በራፍ ነበረጨኔ አምቡላንስ ደውየ አምቡላንሱ እስኪመጣ 7ተኛ ፎቅ በመሄድ ወንበር ብርጭቆ ሙሉ ውሃ ብርድልብስ አምጥቸላት አንቡላንሱ እስኪመጣ ከሷ ጋር ቆሜ እጠብቃሎው ያለሁትኝ።አምቡላንሱ መጥቶ የሰጠኋት ብርድልብስ ትከናንባ ወሃ ይዝ ቁጭ ብላ wow አሉ።ብርድ ልብሱ ከኛው ይበልጥ ያሞቃል ብሏት እሷን አምቡላንስ ደግፌ አደረስኳት ።

ከትንሽ ግዜ በኋላ አዲስ አበባ ሂድኩ።እንዳጋጣሚ እኔ tv እያየሁኝ የሰፈርኩት ፔንሲዮን በኢትዮጵያ ቲቪ ዜና ይሰማል ። ያ አዛውንት ቀን ዛሬ ተከበረ።y|ና አባዱላ ገመዳ አንዲት ኢትዮጵያዊት አዛውንትን ጨርቅ ሲያለብሳቸው ይታያል።በውስቴ ይገርማል ነው ያልኩትኝ።
እኔ social media ዘንድ ከጫንኩት ትንታኔ እዚህ ጽሁፍ ላይ ለማስፈር ብሞክር፣የሰሜኑ ጦርነት ከመጀመሩ በፊት፣ለትንታኔ ላቀረብኩት በጥቂቱ
1ኛ ልዮ ሃይል ወደ መከላእያ ተቀላቅሎ ለሃገር ጥቅምና ሏላዊነት ዘብ መቆም።
2ኛፌደራል መንግስት ህወሃትን ከትግራይ ህዝብ መነጠል የህወሃት ተጠያዊዎች ከህወሃት መነጠል።
3ኛ የትግራይ ምርጫ ህወሃት ከማድረጉ በፊት ለትግራይ ህዝብ ያስተላለፍኩት
1ኛ ለ27 አመት የተጠቀመ ወይም የበላ ህወሃትን መምረጥ ይችላል ያልተጠቀመ ህወሃትን

እንዳይመርጥ።
2ኛ ልክ ከአዲሳበባ እንደተወገደ ከመቀሌም መወገዱ አይቀሬ ነው አልኩትኝ።

ግጭት ተፈጥሮ የተፈጠረው ግጭት የህወሃት ተጠያቂዎች መሆኑ ቀርቶ ሰላማዊ የትግራይ ህዝብ ተጥየቀ።ድርጊቱ እኔን አሥቀጣኝ።
አብይ ህወሃትን እንደጠየከው ባዴንና አሄደድ በድርሻቸው ጠይቅ አልኩትኝ።አዎን የአሄደድ ተጠያቂ ከሚሆኑት አንዱ አባዱላ ጋመዳ WORD UP!!!!

2023052220:59
place:Hudinge sjukhus
plan5 avd#69(48)
I had been physically and emotionally harrased by 3 ethiopian origen አሰራት፣ አያሌው እና ዮናታን።ፖሊስ ባመለከትም ፖሊሶቹ ምንም ትኩረት አልሰጡትም።ህጻናት ልጆች ማን እና እንዴት ሊያውቁት እንደቻሉ ገርሞኛል።ህጻናቶቹ ወላጆቻቸውን ያስቸግራሉ።ንፋስ ለመውሰድ ውጭ ስወጣ ፣ያውና ይሄ ነው ይሉዋቸውና ህጻናቶቹ እኔን አይተው ይረጋጉና ይሄዳሉ።ከፍተኛ አፊሴሮች በየታዳጊዎች የሚነዱዋቸው አናሳ ብስክሌት ይመጡና ከሃላፊው ዶክተር ይነጋገራሉ።የሚያወሩት ባልሰማውም ስለኔ እንደሆነ ምንም ጥርጥር የለኝም።

2023052520:50

sport komentator som heter Daniel och David Batra i en show fick David Batra fråga vad daniel(sport komentatören gördе...då David Batra svarade "han åt kebab"
Jag gillar kebeb sedan 90talet.inte bara kebeb jag brukar ficka kaffe med "mazaril"
De görde film en man på filmen äter massa mazaril.
det fans "kebebkungen" i odenplan (stockholm) .när de serverar de ger folk med paperstarlik med bild på en man i liende som ser ut mig..på bilden ser ut Daniel skötare från huddinge sjukhus plan5 avd 69 tidigare avd 48.
när jag var på resa hemifrån med taxi..frågade taxin om han kan stana någonstans för att köpa kebeb med bröd.då stanade i odenplan kebebkungen.det var mycket folk flesta var svenskar..sedan plockade min beställning kebeb med bröd. i

tillbringaren fans daniel från halv tanzanya halv svenskt i liende.vi liknar varandra jag och daniel skötaren.jag skratade mycket.när jag berettade till nagån om bilden från kebebkungen.senare efter två tre månader gick jag till odenplan bibliotek.när jag passerade förbi kebebkungen...det fans inte längre kebebkungen restaurant.
what goes on comes around.jag kan garantera Er det är jag som är känd om att äta kebeb.det är billigt och got.
de har gört en film.jag vill inte avslöja inhållet på filmen.men man kan se klip att skådisen äter fullt tarlik mazaril.det fans fulltup mazaril foljö på tarliken.
på avd 48 när jag var tvångvårdades....skötare etiopisk tigre yonatan prcis loggade på datörn och var glad.ledningen hade berättat att han fått medalj.skrek han "jag fick medalj"och komer mot mig och" jag fick medalj"Daniel"!du är hjälte" så han till mig på amarigna.
för det pristish jag görde,han fått medalj.och anan etiopisk man Ayalew hade sakt till sina kollegor att han jobade i etiopien som läkare.
jag aveck till etiopien på grund av all motgångar.ser man på film..två..poliser tittar på film...i filmen ser en man reser utomlands (det var Jag) då den ena polis så...
avvikelse! vänta!
ring fortioåtta!

2023052522:25

ከኔ ጋር የማያይዛቸው መጽሃፎች፣ፊልሞች እና ሙዚቃዎች ጥቂቶች
It takes a village... by Hillary Clinton
Man's Search for Meaning... by Viktor Frankl
Nobel Prize winners... Denis Mukwege and Nadia Murad... about using sex as a solution in war and conflict
A song by Ace of Base... "She is going by tomorrow, boy. All she wants is another..."

"Georgia" ... by Louis Armstrong
Onyx... "F**k Jaleny! I used to love you. I can't love you no more! The only thing you got is tight and asses* Don't trust that b**ch."
A Beautiful Mind... by Russell Crowe
Terminator... by Arnold Schwarzenegger

2023052601:12

የ33 አመት ያክል የማውቀው ጓደኛዮ ጋሹ ሙሉጌታ ከዚህ አለም በሞት መለየቱ አሳዝኖኝ በጣም ለሚወዱት እናቱ መጽናናት እየተመኘሁኝ፣
ሳስታውስ ጋሹ ሁል ግዜ ደጋግሞ እንደሚናገረው፣ዳነኤል!ሁሉንም ነገር መስራት የሚችል ቢሆንም፣ነጮች አንድንም ነገር መስራት እንደማይችል አደረጉት ይል ነበር።ሬሲዝምን መቋቋም ሳልችል ስቀርና ወደ ሃገሬ ሳመራ፣ይህም ከ100 ያላነሱ ጉዞዎች ሳደርግ፣ነጮች ዲያስፖራዎችን ሲወክሉ በአንጻሩ ዲያስፖራዎች ሃገር ቤት ሃበሻ ወክለው እኔ ሃገር ቤት ስሄድ ያዋክቡኝና ወደ ስደት እንድመለስ ያደርጋሉ። ምእራባውያን መንግስትን ብቻ አይደለም ኮራፕት ያደረጉጥ።ተራ የሃገራችን ኗሪ ጭምር ነው።ከበበው ገዳ እንደሚለው ዲያስፖራ for good ብሎ ሃገርቤት ሲመጣ ወይ ጉድ ብሎ የመለሳል ብሎታል።

2023052606:48

perception አንድን ነገር አተረጓገሙ አንድ አይነት ሳይሆን ከቦታ ቦታ ይለያያል።ለመተንተን ብሞክር፣
ሁለት ጥንድ ነጮች ጃንግል ሄደው እንደአጋጣሚ ሲሳሳሙ በጃንግሉ የሚኖሩ ሰዎች አይተዋቸው አይ!እየተባሉ ናቸው አሉ።በሌላ ቦታ ማለት እተማ ሲሳሳሙ ያየ እየተባሉ እንዳልሆነ ያውቃሉ።አውሮፓውያን ቋንቋቸውፈጣን በመሆን ስትናገር ወይም በቋንቋቸው ስፀፍን ካዩ ይወዱሃል።ሌላ ግዜም ሲያዩህ ሊርቁህ አይፈልጉም። ይቀርቡሃል።

አማርኛ ሁለተኛ ቋንቋህ ሆኖ ቀልጣፋ ሆንክ ሰባብረክ ብትናገር፣ አማርኛ የመጀመርያ ቋንቋቸው የሆኑ ሰዎች ማድነቅ፣ማክበር ሲገባቸው ይኮሩብሃል።አማርኛ ሲናገር አፉ ይይዘዋል። ትባላለሕ።የዛሬ 20 አመት መሃሙድ አሕመድ ሊዘፍን መጥቶ በቴቪ ቃለ መጠይቅ ሲደረግለት ፣እኔ የምዘፍነው የኢትዮጵያ ትክክለኛ በሆነው አማርኛ ቋንቋ ነው አለ።እና አሁን ላለው የርስ በርስ ንትርክ መነሻው አንዳችን ሌላውን ለባእድ አሳልፈን መስጠት ነው የሚል እምነት አለኝ።

2023052806:28

Inför Facebook LIVE for aggressive video games and violent movies can make you aggressive.

Violent media is turning you out of your psychic thumb.psychic thumb ማለት ሳይኪክ አውራ ጣት ሲሆን ሳይኪክ ማለት እንደ ተሌፓቲ

To transmit or receive power supernaturally.

Psycic has three structures. (id, ego, supper ego). The opposite of psychic is hylic. Hylic, also called somatic. Somatic encoding means encoding, which is the greatest encoding by verifying or defining a statement.

Aggressive video games, Aggressive movies. You become aggressive media effects turn you into into psychic thumb. Mental health.verbal aggression.

መሳደብ፣ማንቋሸሽ፣ማስፈራራት የመሳሰሉጥ።

ልክ አንድ ፊልም ለማየት የሚፈቀደው ከተወሰነ እድሜ ያላቸው እንደሆና ካውሽን ማስጠንቀቅያ እንደሚሰጥው።ቫዮለንት መዲአ ማሳየት ግድ ካለ፣ህጻናት እንዳያዩ ለማድረግ አዋቂዎች ብቻ እንዲያዩ ማድረግ ይቻላል።ለሊት ሰው ከተኛ በኋላ ተነስቶ ቫዮለንት መዲአ መመልከት ይቻላል።

ከጓደኛዮ ጋር በስልክ ሳወራ ኢንጀክሽኑ ሲሰጡክ እንዴት ያደርግሓል ብሎ ሲጠይቀኝ ጭንቅላቴን ያቅለሸልሸዋል ስለው ግዜ ምን ልታዘዝ የሚል ትምህርት አዘል ኮመዲ ላይ አንዱ ተዋናይ ጭንቅላቴን አቅለሸለሸኝ አለ።ማንበብ ሙሉ ያደርጋል ሳይባል ያልተነገረለትን እንድትናገር ያደርግካል።ጭንቅላት ማቅለሽለሽ ፐራይመርሊ ከኔ የወጣ መሆኑን አውቄበት፣ የኔን ሰምተው ቲያትር መስራት ማለት ሙብቴ እንደተጋፉ ያመላክታል። አሁን ምን ልታዘዝ የሚል ኮመዲ አላየውም ቀረ ማለት ነው።ባን አደረግኩት ማለት ነው።

ሶሻል ሚድያ ቀረጽ ሳይደረግለት ብሄራዊ ትያትር ማሳየት ይችላሉ።

ቲቪ ላይ የማታገኘው ጋዜጣ ላይ ታገኝዋለክ።

ቲቪና ጋዜጣ ላይ የማታገኘው ማህበረሰብ ውስጥ አብዞርብ በማድረግ የምታገኘው ኢንፎርሜሽን ይኖራል።

2023053120:50

ትምህርት ቤት ውስጥ ምግብ የሚቀርብላቸው የዩኒቨርሲቲ ተማሪዎች ብቻ ናቸው።ለወደፊቱ የሆነውን የመጣ መንግስት ማኒፌስቶው ላይ ከ1ኛ ክፍል ተማሪዎች ጀምሮ ሁሉንም ተማሪ ትምህርት ቤት ውስጥ ወተት አቅርቦት መደረግ የሚል አስተያየት አለኝ።በእርግጥ የወተት አቅርቦት የማይቻል ሊሆን ይችላል።ኮረፌ እና ሻሜታ ወተትን የሚተኩ የገብስ ውጤቶችን ማቅረብ ይቻላል።

2023053120:56

profieser Birhanu Nega ስለነጮች ኢትዮጵያ ህዝብ ላይ አስተያየት ሲሰጡ በጣም የሚያደንቁትን የሚገረሙበት ህዝብ መሆኑን ይናገራል።በእርግጥ የሳይኮሎጂ መጽሃፍ you fix complex problem in complex area. ይላል።ነጮች በኛ የሚገረሙና የሚያደንቁ መሆናቸው አልፎም የሚቀኑብን መሆናቸው እኔ እንደታዘብኩትኝ ለወገኔ በተለይ ለታዳጊ ወጣቶች ማበስር የምፈልገው ቢኖር እድሉ መጠቀም እንዳለብን ነው።

አንድ መንግስት ይመጣል ይሄዳል።ይህ እውን መሆኑ ከተረዳን Ethiopian Democracy Practicing (ከመእራብና ከራሳችን ባህል እሴት የተውጣጣ)
ብንለማመድ ጥሩ ነው። ለመተንተን ያህል አንድ የኢትዮጵያ መሪ ይመጣል ይሄዳል።የአፍሪካ መሪዎች እጣ ፈንታቸው አንድ አይነት የሚሆነው የዲሞክራሲ እጦት ነውን እናስታውስ።አንድ መሪ ካልፈለግነው ወይም ካልፈለገ ብዙ ምርጫዎች ተቀምጠውለት ራሱ ናፒጌት አድርጎ ሌላ ስራ እንዲሰራ ህዝብን እንዲቀላቀል ማድረግ ዲሞክራሲን ፐራክቲስ አድርገናል ማለት ነው። ይህ አባባል ታዳጊ ወጣቶች እንደሚስማሙበት አምናለው። daki(To forgive is passion). በተጨማሪም ለሌሎች ሓገራት በተለይ ለአፍሪካ ተምሳሌት ከመሆናችን አልፎ ነጮች በ እኛ የሚገረሙ ከሆነ ይበልጥኑ እኛ ላይ እንዲያደንቁ ማድረግ የበለጠ ይሆናል።

አንድ የሳጥን ምስል ውስጥ ግራ ቀኝ ግራ ቀኝ የሚል ጽሁፍ ተዘበራርቆ ሲቀመጥ ለማለት በሳጥኑ ምስል በስተቀኝ በኩል ግራ የሚል ጽሁፍ ሲኖር በሳጥኑ ምስል በስተግራ በኩል ቀኝ የሚል ጽሁፍ ሲሰፍር የሚያሳየው ያደጉ ሃገራት ላይ ለፍት ፓርቲ ውስጥ ራይት ዊንግ አለ ። ራይት ዊንግ ላይም ለፍቲ አለ።እና መንግስታቸው በዚህ መልኩ ስራውን እንዴት እንደሚሰራ ድብቅና ሰኪኡር ነው።
በኛ አገር የኦሮሞ ትግሬ የ አማራ ትግሬ ፣የትግሬ ኦሮሞ የትግሬ አማራ እንደመሆን ማለቴ ነው ። *ስለሞን ተካልኝ ፣ታዮ ቦጋለ፣ሄርሜላ አረጋዊ የመሳሰሉትን በምሳሌነት መጥቀስ ይቻላል*ዳኪ.20230601l727

2023060211:54

ዛሬ በታክሲ ስጓዝ እንዳጋጣሚ ሾፌሩ አንድ ሃበሻ ትግርኛ ተናጋሪ ነበርና እኔ ፍቃደኛ ሳልኮን በግድ ሊያናግረኝ ሲጥር እኔም በቃ እሺ ብዮ ሳይንስ በተሞረኮዘ ሃሳብ ስተነትንለት አቋረጠኝና " እዚአ ትብላ ዘለካ ፅብቅቲ እምበር፣አየስተባሃልኩላን ኔረ ! " እኔ ደግሞ ምን ብል ጥሩ ነው፣ ይቺ ያልኩህን ያላስተዋልካት ስላላነበብክ ነው።እኔ ግን መጽሃፍ ስላነበብኩኝ፣መጽሃፍ ውስጥ አኝይቼ ነው አልኩትኝ።

በአጼ ሃይለስላሴ ያደገ ትውልድ አሁን ግዜው እንደዛ እንዲሆንላቸው ሲናፍቁና ሲመኙ፣
በኮነሬል መንግስቱ ሃይለማርያም ያደገ ትውልድ ያን ግዜ እንዲመጣለት ሲመኝ።
በ አቶ መለስ ዜናዊ ያደገ ትውልድ አሁን ያን ግዜ እንዲመጣለት ሲመኝ፣
የፖለቲካ ፓርቲዎች በብሄር በክልል ከሚዋቀሩ፣በጀነሬሽን እውነት፣ እውነት፣ እውነት ነው የምላቹህ ፣በጀነሬሽን የአጼ ሃይለስላሴ ፣የኮነሬል መንግስት ትውልድ which is golden generation ፣የ አቶ መለስ ጀነሬሽን ተብሎ ቢዋቀር እውነት፣ እውነት፣ እውነት ነው የምላቹ ወዳጆቼ ቤተሰቦቼ ስብጥር ሆኖ ሁሉን የሚያቅፍ አካታች የሆነ አንድነት ለዛውም passion የተሞላበት ኑሮ ህዝባችን ይኖራል የሚል ሃሳብ አለኝ።ታዳጊ ወጣቶች አትርሱ ይህን አስቡበት ፊቸራቹህ ነውና አስተማሪ፣አባት እናት ጋር ተሟገቱ በአንድ እግራቸው እስቁሙዋቸው። like,share,subscribe

ሃብታሙ አያሌው አንዳንድ ግዜ መጽሃፍ ቅዱስ ስትተነትን አስተውላሎ፣ያሁኑ ሁናቴ ፣ታድያ ፣ ፈጣሪ ያመጣው ነው ለምን አትልም ወይስ አብይ አህመድ ነው ያመጣው lucas of controll:-lucas french word plural luci means place or location.Internal lucas of control.one can control once life..example civil right movement.ወይስ ሁለቱንም ነው መጠቀም ይሄማ ሳየንስ አይደግፈውም።ወይስ ልክ እንደ ማታ ቢራቢሮ ከተጠቀምከባት በኋላ ፊትክን ማዞር ።አትርሱ ብሊፍ ወደ ቫልዩ ሲወስድክ፣ኤክስፐሪያንስ ወደ ሳክሰስ ነው የሚያመጣው

External lucas of control fate, chance complaining about.source: Rotter 1966

2023060113:07

የሚጨስ ነገር ተቀባብለክ የምታጨስ ከሆነ salivery glands የምራቅ እጢ ከአንዱ ወደ አንዱ ሲተላለፍ ሳይንስ የሚለው nerv ላይ ጫና ይፈጥራል።
Aversive therapy የሚባል ደግሞ አንድ ተራፒስት ታካሚው ላይ የማይፈልገው ባህሪ ካየ የማይፈለገው stimuli ጭንቅላትን ወይም አንደበትክና አስተሳሰብክ የሚቀይር ነገር እንድትወስድ ያደርገሃል እንደ ኤሌክትሪክ ሾክ ከሚካል መውሰድ እንድትጀምር ያደርገሃል።

2023060212:55

እኔ ዳንኤል ኪዳነማርያም መኮነን ሶስት ነገሮች ለአሁኑ ማንሳት እፈልጋሎው
1] ስዊድን ኤምባሲ ቆንስላ የምትሰራ "Daniel የገንዘብ ካዝናችን አራቆትከው ገንዘብ የለንም! አለችኝ።
2]ስደት አገር የሚገኙ ታዋቂ የሃይማኖት ሰባኪዎች፣ሁልሉንም ካሉ በኋላ " የዳንኤል ድርሻ ስንት ፐርሰንት ነው! አለ።
3] አንድ ቤተሰብ ከ32 አመት በኋል አዲሳበባ ሳገኘው ከመቅጽፈት "Daniel ላንተ የተባለ ሃብት ወደ ሌላ ተገለበጠ ! አለኝ።
ሌላም በአቶ ሃይለማርያም ደሳለኝ ግዜ ከ ገርጂ በአፓርታማ ቦሌ ሩዋንዳ በአቋራጭ ስሄድ ፖሊሶች ይጠብቁኝ እንደነበርና አንድ ቀን ከገርጂ ብሄራዊ ትያትር ዋና ብሄራዊ ባንክ ተጠቅሜ ስመለስ ኢትዮጵያ ሆቴል ላይ አንድ ሰውዮ ምን ቢል ጥሩ ነው ? " ሃገር አጋንንት እየመሩዋት ዳነኤል ተሸከማት "

ከላይ የተጠቀሱ ሶስት አረፍተነገሮች ለሰው ሳላካፍል ወይም ለሰው ሳልናገር ፣ሰዉ የተናገሩኝንን ናቸው።እውነታም አላቸው።የምፈልገው ሃላፊነት ተሰጥቶኝ ሃገሬን በቅንነት ማገልገል ነው። እውቀት አለኝ ብዮ አልተናገርኩም።ስለ እውቀት አውሎ የሚያሳድር እውቀት አለኝ።እኔ በተደጋጋሚ የምለው ያለሁት ባለንብረት ስለሆንኩኝ የሃገር ሁናቴ እኔን አካታች ይሁን ነው እምለው ያለሁትኝ።

2023060221:14
ግልጽ ደብዳቤ ለኢትዮጵያ ህዝብ

ከዳነኤል ኪዳነማርያም መኮንን

የሃገር መሪ ለመሆን የግድ እውቀት መኖርህ ብዙም አስፈላጊ አይደለም።የሚያስፈልገው ምርጥ ተንኮለኛ መሆንህን ነው።
እናት ሃገር ዘንድ ሁሉም የውጭ አገራት ልሉካን ይመጣሉ።ሁሉም መጥቶ ሃገራችን ዘንድ መጥተው ይፈተፍታሉ ።አብይ እንግዳ አለመቀበሉና ለተከታዮቹ እንደ እነ ደመቀ መኮንን እንግዳ እንዲቀበሉ ማድረግ ብዙም ጉዳት ያለበት አይመስለኝም።ለምሳሌ ም እራባውያን እና ራሽያ ፈደረሽን አይግባቡም በጠላትነት ነው የሚተያዩጥ።ታድያ ሁሉንም ማስተናገድ ችግር አይነሮውም ብላቹ አትገምቱም, ።ይታሰብበት፣

2023060700:48 Monday morning.

በዚህ የ33 አመት የስደት ግዚኢኢኤዎች ወደ ሃገር ቤት ከ100 ያላነሱ በረራዎች አድርጌአሎው። በአንድ ወቅት ቆይታዮ እንዳጋጣሚ ሆኖ አክሱም ነበርኩትኝና፣ያለማጋነን ሳይኮሎጂ እንደሚጠቅሰው Internal lucas of controll:-thos who belive one controlls some ones life.ex civil right movement.External lucas of controll:-those who belive in luckk,faith and happenes.እኔ ኢንተርናል ሉካስ ኦፍ ኮንትሮል ነኝ።ለዚህም ላብራራ፥
ጠላ ጠጥቼ ቢቢሲ ሳዳምጥ የጠጣሁት ሃሪፍ ኮኛክ እንደሆነ ቢቢሲ ተናጋሪው ነገረኝ።
ላልተወሰነ ግዜ ሴት ጓደኛ ስላልያዝኩ አንሽታይንም ብቸኛ ነበር ብሎ ያው ቢቢሲ ያጽናናኛል። ቀኑ ሙሉ ቢቢሲ ሰምቼ እንቅልፌ አሁንስ ብዮ ሳደግም ግድግዳው ይናገራል|ድምጽ መስማት ጀመርኩትኝ|
ድምጹ የሰማሁት ምን ነበር.
ያለሁት ከማርያም ቤተክርስትያን ቅጥር ግቢ 5 ሜትር ራቅ ብሎ ከሚገኘው ቤት 1ኛ ፎቅ ነኝ ያለሁት ተከናንቤ መተኛት ስፈልግ ድምጹ ምን ይለኛል፣ እርግብ ያዝና ሰርተክ ብላት ይለኛል ድምጹ።
እኔ ደግሞ አልፈለኩም ደከሞኛል።ድምጹ ቀጠለ።እርግብ ያዝና ብላ ይለኛል።
አሁንም ፍላጎት የለኝም እዛው ከሰፈሩ እርግቦች አንዷን ይዞ መብላጥendaጋጣሚ ሽንት ቤት ወጣ ብሎ ስለሆነ ደርሼ ስመጣ ወደመኝታው ክፍሌ።
አንዲት እርግብ ተንከብክባ ውድቅ ብድግ ውድቅ ብድግ ስትል አይቼ በመያዝ አሮስቶ አደረግኳጥ አልበለኳትም ለድመት ሰጠኋጥ

ሳይኮሎጂ መጽሃፍ ላይ እንደሚለው አንድ ኤክስፐሪመንት ሁለት አይጦች ኬጅ ላይ

ታደርጋቸውና when you electrify the cage,the rats start to fight.
ዳኪ (ኢትዮጵያ ሃገራችን ፣በመላው የኢትዮጵያ ክፍል ለሚደረገው ሁሉ ሰማይ ላይ ያለው Suppernatural Force የግጭት የሁከት የሰላም የፍቅር ያደርጋታል ።በየቦታው Electrify እያደረገ)

ሃገራችን የሁሉንም የውጭ ሃገራት የምትገናኝ ተገናኝታም ወል የምትፈራረም ከሆነ በሌላ ይበልጥኑ አነጋገር የሁለትዮሽ ስምምነት ከአስር ሃገራት ካደረገች የአስር ሃገራት ቴሌስኮፖች ኤትዮጵያ ሰማይ ላይ ያንሰራሩና ኤለክትሪፋይ ሲያደርጉት ወገኖች እርስበርሳቸው ላይ ልክ እንደ አይጦቹ ያልሆነ ኤንፎርሜሽን ወይም የሚያጋጭ ድምጽ ያስተላልፋሉ።ይጣላሉ ።
ዳኪ2023060702:49 monday morrning temp.9ዲግሪ
እኔ ዳነኤል ኪዳነማርያም መኮነን lay detecter በሬኮርድ የሰበርኩ ነኝ።

202306120734

አቨርሲቭ ተራፒ därför att min therapist var inte glad på min atitude.Min attitud var när jag går till openvård mottagningen,ta jag t-bana från hässelbygård till odenplan ,,,där efter byter jag i odenplan till flemingsberg.under resan sitter jag på en av stolarna ...en kommer och spotar sedan en anann keomer och spottar. flemingsberg rosar jag med university student sen omer jag till helix.då blir det mycket och visat kort stubin.dena gillar inte min läkare...därför substanc abiuse för att känna SKAM

2023061803:55

Internationally known being make change.ሃገር ቤት ስሄድ ጫዋታው አለማቀፍ ይሆንና፣ መጨረሻ ላይ ትግሬነቴ እንዲረጋገጥ ለሆነ ትግሬ ገንዘብ እንድሰጥ ያደርጉና ማለት በሲስተም ይለምኑኝና ገንዘብ ከሰጠሁኝ ትግሬነቴ ያረጋግጣሉ።አሸናፊ ታዮ የተባለ ምሁር እንዳለው succesfull ካልሆንክ change your identity.ገንዘብ ሰዎች ጠይቀውኝ ላለመስጠት ወሰንኩኝ።ችግር ላይ ናቸው ኝ ትንሽ ብሰጣቸው ተቸግሬ ትግሬነቴ ይረጋገጣል።በትግሬነቴ መታወቅ የለብኝም።ገንዘቤ ወስደው እነርሱ እኔን መክፈል ሲገባቸው የነርሱ ችግር የሚፋቀው እኔን የትግሬ አይደንቲቲ ማረጋገጥ ነው

በርግጥ የምርዳት የ9ኝ አመት ልጅ አክሱም አለች ትንሽ ገንዘብ ተቸግሬ እንኳን ከላኩላት በትግሬነቴ ስለሚመድብኝ ለማንም ገንዘብ መላክ እንደማልፈልግ ወስኛሎው።

2023061922:07

እኔ ራስን የመተማመን ረገድ ወደ ታች የሚወርድበት ምክንያት ሰዎች ሳያውቁት እኔን ሲያሙ ማለት የሚያሙኝ ነጮች ሲሆኑ ሃሪፍ ልጅ ነህ ግን self-esteem ወርዷል ይላሉ፣ይሉኛል።ግን ወደ ነበረበት ከፍተኛ ደረጃ የራስ መተማመን ለማምጣት ciquence = በጣም ትንሽ ፐርሰንት በዜሮ እና ዜሮ ነጥብ አምስት ባሉት ቁጥሮች ብቻ ነው የሚያስፈልገኝ።ለዚህም በየ ሁለት ሳምንት በግድ የሚሰጠኝ መርፌ ነው ሰበቡ። መርፌው ስወጋ rigid behaviour,unresponsive to others,repitative,poor comunication የተባሉትኝ ያደርጋል።ልክ Autism እንዳለው ሰው።ምክሬው ሃገርቤት ስሄድ መርፌው ስላሌለ በራስ መተማመኑ እንደ ሮኬት ይወነጨፋል።ስናገርም ሰው ሁሉ ይገርመዋል። ነጮቹ ይህን ያደረጉ እንዳያስጠይቃቸው ሃገር ቤት መጥተው ሆነ ሰው ልከው የኢትዮጵያ መንግስት ሆነ ማህበረሰብ ኮራፕት አድርገው ወደ ውጭ እንደገና እንድመለስ ያለፈው 27 አመት ሆነ የአሁኑ መንግስት በዘዴ ወደ ስደት እንደመለስ ያደርጋሉ።ይባል የለ keep your enemy cloth to you! አሁን አሁን ጨዋታው አብቅተዋል። ልክ እንደ ኤርትራ ህዝብ 27 አመት ብቻውን እንደተሰቃየ ፣እኔን 30 years abanden አድርገውኛል።

ለመድገም ያህል ያለፍላጎቴ በግድ በየሁለት ሳምንቱ መርፌ ሲሰጡኝ፣እንዳጋጣሚ ሆኖ አንድ መርፌ ሳልወጋ ከቀሮህ ለነገሮች በጣም ፈጣን Active እሆናሎው።ስለ sexual vaiolence in war and conflict ከጻፉት Dennis macwage from kongo and Nadia Murad from Iraq ሁለቱም መጽሃፍ ጽፈው በ2018 Nobel price ተቀብሏል። ሴክሹዋል ቫዮለንስ ኢን ዋር አንድ ቾንፍሊክት የሚፈጥሩት ራሳቸው ም እራባውያን ከአመሪካ ሆነው ሳለ ሰዎች ነቅተው መጽሃፍ ሲጽፉ በሌላ አነጋገር የምእራባውያንና አመሪካ ሴራ በመጽሃፍ እያጋለጡ እያጋለጡ እያለ ተሸላሚዎች ያደርጓቸዋል።መጽሃፉ ከኔ ህይወት ታሪክ ይመሳሰለዋል።በፈረንጆች 1993 እኔንና አንዲት ኢትዮጵያዊት በ 1995 ከአዲስ አበባ ወደ አመሪካ የሄደች አሁንም አመሪካ የምትኖር 47 አመት አብረን የነበርነው የ 24 እና የ22 እድሜ እያለን ነበር።ሌላም በእስራኤል አመሪካዊ የሆነ Daniel Kenneman የተባለ ምሁር "Thinking fast and slow" በተባለው መጽሃፉ እኔ ከምእራባውያን ያለኝን ግንኙነት የሚመሳሰል ይዞታ አለው። ዳነኤል ከነማን መራባውያን ስራቸውን በመጽሃፉ ሲያጋልጥ የኖቤል ፕራይስ ተሸላሚ እንዲሆን አድርጎታል። ኖበል ፓራይስ አንቀበልም የሚሉ ጥቂቶች አይደሉም።እኔንና የወጣትነት ፍቅረኛዮን ለ sexual vaiolenc in ራሽያ/ቸቸንያ conflict ከዳረጉን አንዷ ህሊሪ ክሊንተን ስትሆን በጻፈችው ወጽሃፍ "It takes a village" ሰፍሯል።ይህ መጽሃፍ በአሁኑ ግዜ ስር የሰደደ ስለመሆኑ psychology መጽሃፍ ይገልጻል። እኔም እንደ ተጽእኖ ፈጣሪ ህልሪ ክሊንተን በ2016 ለፕረዚደንትነት እንዳትመረጥ የብኩሌ ተጽእኖ አድርጌአሎው carma ይሉሃል ይሄ ነው። ብዙ የአመሪካ ተቋማትም ህሊሪ ክሊንተንን she is indited on minorities sex ብሎዋታል። ።

ከህልሪ ክሊንተን መጽሃፍ ጎን ለጎን የሚሄድ በ Victor francil የተጻፈ Mens search for meaning የሚለው መጽሃፍ ማንበብ ጠቃሚነት እንዳለው እገልጻሎው።

2023062014:02

የኮንጎ ተወላጅ የሆነ ደኒስ ማክዋጌ እና የኢራቅ ተወላጅ የሆነችው ናድያ ሙራድ ፣በ2018 ኖብል ፕራይስ ተሸላሚዎች የሆኑበት ግብረሰባዊነትን በጦርነትና ግጭቶች ላይ እንደመፍትሄ መጠቀም ላደረጉት ከፍተኛ ስራ እና አስተዋጽኦ ተሸላሚዎች ሆኗል።የኔ ህይወት ታሪክ ተመሳሳይነት ሲኖረው እኔ ከ ጃለኒ ጣይብ አባጀቢር aka ጀሊ አህመድ የጉራጌ ተወላጅ ፣ የሁለታችን ጉኝነት በ ቸቸኒያ ራሽያ ጦ ርነት ላይ እንደ መፍትሄ ተጠቅመውበታል። ውጭ አገር እኔ እሷ ደግሞ ኢትዮጵያ ተራርቀን ተነፋፍቀን አንዳንዴ በስልክ ስናወራ ጀሊ ለምን አትመጣም ትለኝ ነበር እኔም ኢትዮጵያ ለመሄድና ከጀሊ ጋር ለመዋሃድ ስዘጋጅ አድነው ሆስፒታል ዘጉኝ።ይህም ለ 6 ወር ነበር።ሆስፒታል የገባሁት ያምሃል ብለው ነው።እኔ የ አእምሮ ህክምና የገባሁት በፈረንጆች sep-oct 1994 ነበር

የገባሁ እለታ የቸቸኛና ራሽያ ግጭት ተጀመረ። በጣም ከባድ መድሃኒት ነበር።ሁሌ ለምን ዘጋችሁኝ ብዮ ከነርሱ ሆስፒታል ከሚሰሩ ጋር ስጣላ ነበር እነርሱም

አብሮ ለመስራት እሺ በል ነበር የቁጣ አነጋገራቸው።የ Russel craw beutiful mind መመልከት ይቻላል። እኔ የምፈልገው ግን ኢትዮጵያ መሄድና ጀሊን ማግኘት ነበር። የምፈልገው። ከስድስት ወር በኋላ የቀረው ግማሽ አመት april 1995 ሙሉዉን

ስድስት ወር ከባድ መድሃኒት በኋላ እስከ 1995 መጨረሻ በዲፐረሽን አሳለፍኩት ።ጀሊም 1995 USA ሄደች ።በአለም ላይ በአንደኛነት የወጣ ዘፈን

ice of base ...ohh all she want is another boy የሚለው ዘፈን እኔን የሚያመላክት መሆኑን እገነዘብ እበር። ከኔ ህይወት ታሪክ ጋር የተገናኘ መጽሃፍ የ hillry clintእን መጽሃፍ ሌላ መጽሃፍም በ Daniel keneman የተባለ እስራኤል አመሪካዊ ለኖብል ሽልማት ያበቃው መጽሃፍ Thiking fast and slow የኔ ባህሪ የሚያመላክት መልእክት አለው። እኔና ጀሊ የተስማማነው እኔ አዲስ አበባ እንድመጣ ስለነበር ፣ለመሄድ ስዘጋጅ 7 ወንድም እህቶቼና እናቴ ወድያውኑ ካናዳ ሄዱ።ማን እንደላካቸው ባላውቅም የኔን አዲስ አባባ መሄድ ያልፈለጉ እንደልኳዋቸው ተገንዝቤአለሁው።

ሂሊሪ ክሊንተን እንዳትመረጥ አስተዋጾ አድርጌአለሁው።መጽሃፏን በአሁኑ ግዜ ክሮኖሳይድ ወይም ስር የሰደደ እንደመሆኑ የ psychology core-concept edition 7 ይገልጻል። እኔ ያለ ወይዘሪት ለምን ኖርኩ ብዮ አላዝንም አላስብም አልበሳጭም አልተከዝም። ልክ አስተማሪው አሸናፊ ታዮ እንዳለው።የአንድ ነገር መነሻ ካወቅክ ብርቱ ጎበዝ ትሆናለክ ማለቱ ልክ ነው። እኔ ያለሁት መእራብ አውሮፓ እኔን እንደ መፍትሄ የወሰዱት በራሽያ በኩል፣ጀሊን ደግሞ ያለችው በቸቸኒያ በኩል አድርገው ጀሊ አሁን አመሪካ ስትኖር፣እኔ ስዊድን እየኖርኩትኝ የራሽያ አድርገው ሲያዩኝና ሲያሰልፉኝ ሲያበሳጩኝ ሆኖ ሲበዛ ወደ ኢትዮጵያ ስሄድ አብሮኝ የሚሄድ ሆኖ ከኋላዮ እኔን ተከትሎ አዲስ አበባ የሚመጣ ።መጥቶ ከኢትዮጵያ መንግስት የሚፈራረም ገንዘብ የሚሰጥ ፣

2023062023:28

What do I think about the war between Russia and Ukraine?

If I were the president of Ukraine, I would make a statement: **"No! No! No! Ukraine and Russia we are close families. As Ukraine, if we are going to be a member of the EU, Russia must also become a member of the European Union!"**

When George Bush Jr. was in power, he once said, **"Russia must also be a member of the European Union!"** His speech struck me. Let's talk realistically—why not Russia? The EU has always been Germany's agenda, just like climate change is related to China.

I have personally thought and strived to find a solution for the tensions between Sweden, where I live, and its neighbors regarding Russia. I even wrote to former Foreign Minister Margot Wallström, urging her to bring the issue of Russia to Brussels and appeal for Russia's membership in the European Union. The Swedish government should support Russia on one hand, while on the other hand, Sweden and its neighbors should make an agreement with Russia to **respect the sovereignty of the Nordic countries** and establish a **100-year agreement** ensuring peace and stability.

2023062101:09
Using sexualized violence as a weapon in war and conflicts has damaged Somalia by, both its own people and outsiders, leaving Somalia without a functioning government for several decades.daki
2023062101:13:13

2023062101:30:43

When you are 15-25 years old, find a good boss.
When you are 25-35, choose competence.
When you are 36-45, do what interests you.
When you are 45-65, help young people.

2023062102:26:41

Wednsday morning.
when I am in the hood the b**f used to go away(daki).
አብይ ዝም ብሎ ነው እንጂ የሱ ጸጥታ እጠብቅለት ነበር። ይህን ስል ልክ lowrens kholberg (1964-1981) ባወጣው ሁለተኛው የ moral issue
doing infavour of some one for own interest.or If you scrach my back you scrach main.በሚለው መርህ ሳይሆን።አብይን የምደግፍበት ዋና ምክንያት።የሚታየኝ መሪ ስላሌለ አብይን ስልጣኑ እንዳለ ሆኖ በውስጥ ተዛዝና ምን መደረግ እንዳለበት የሚወስኑ አቋቁሞ ውሳኔና ተዛዝ በአብይ በኡል እንዲተላለፍ ማድረግ the only option.

የኔ አካታችነት ያሌለው መንግስት በሃያላን እጅ ያስቆጣል።የኔ አካታችነት ቲያትር ወይም ፊልም ላይ Its socidal.
የኔን አካታችነት ያሌለው መዋቅር አብይን ብቻ ሳይሆን ሃላፊነቱ የሚወስደው ሁሉም ብሄረሰብን ነው። የኔ ንብረት ሁሉም የኢትዮጵያ ዜጋ ዶርሶታልና።

2023062110:23

Long term memory

College students asked to recall high school events.the less grade they had the less memory they recall.daki(ከ 20 ወንድም እና እህቶቼ በይበልጥ ተቆላምጬ ስላደኩ ለማለት I was Dads favorite.he was not only may Dad,he was just frien too.ወንድሞቼ እና እህቶቼ በጠቅላላ ቤተሰባችን አብረው ሲያወሩ።በጨዋታችሁው መሃል የድሮውን ማስታወስ ካልቻሉ፣ዳነኤልን ጠይቁት!እሱ አይረሳም ይላሉ። እንዲሁም ከጠቅላላ ወንድም እና እህቶቼ ኀበዙ ተማሪ እኔ ነኝ።

ካናዳ ካለችው ኤልሳ እህቴ የዛሬ ሃያ አመት በስልክ ሳዋራት ከዩኒቨርሲቲ ተመርቃ ማለት ሁሉም ወንድሞችና እህቶቼ ከዩኒቨርሲቲ ተመርቋል። እና ኤልሳ በስልክ ስታዋራኝ" ዳነኤል! ለምን አትማርም? እኛ እንኳን ተምረን አለችኝ"።ያኔ ነበር ሆን ብየ ከዩኒቨርሲቲ ቤተመጻህፍት ተውሼ በራሴ ማጥናት የጀመርኩትኝ።
እስከ 7 edition አጥንቻሎው።አሁንም ከምን ግዜም በላይ ስራዮ ብዮ እያጠናሁ እገኛሎው።

ብቻ አቢቾ soft ሆኖ ነው እንጂ አገርቤት ሄጄ ወገኖቼን ጠቅሜ ራሴን እጠቅም ነበር። ሰዎች ይገርሙኛል አንድ መሪ ሲመጣ ወደ ስልጣን፣ቆይተው ውረድ ይላሉ።ያሰቡት እና ያዘጋጁት መሪ ያለ ይመስል።

2023071806:35

Scapegoating

በጣም የሚያሳዝን ሁናቴ ካጋጠሙኝ

በ2017/18 ዛና ሄጄ ማለት የአባቴ ትውልድ ስፍራ ዛና ገጠሩ ስጎበኝ፤።አንድ ፍየል በ1500 ገዝቼ አክሱም ስመጣ እናቴ ኪሮስ ገብረመድህን ፍየሉን አልፈልግም ብላኝ።አንድ አክሱም የምመገብበት ምግብ ቤት ፣ስሙ ባላስታውሰው ፍየሉን ግዙኝ ስላት ለምግብ ቤቱ አስተዳዳሪ ሴትዮ።በ800 ብር ነው የምገዛህ ብላኝ፣ያው ባለችኝ ዋጋ ሼጠላት ወደ አዲስ አባባ ሳቀና በዛውም ወደ ስዊድን ስመጣ፣ያው በ 2019 ወደ ኢትዮጵያ ስመጣ በዛውም አክሱም ሄጄ,ያው ፍየሉን የሸጥኩላት ባለምግብ ቤት ሴትዮ ለምሳ ስገባ ያው ፍየሉን ዋጋ የተስማማንበት ግቢ ላይ ነበር።ከአንድ ሁለት አመት በኋላ ስመለስ ዋጋ ስንስማማበት የነበረው አጥር ግቢ እኔ ቆሜ ስዋዋልበት የነበረችው ቦታ ላይ የ እሳት ክሰል አመድ እኔ የቆምኩበት ቦታ ላይ አየሁትኝ።geባኝ ፍየሉን ያበሰሉበት እንበለው ፍየሉን የጠበሱበት ቦታ መጨረሻ ላይ የቆምኩበት ቦታ አየሁኝ። ይገርማል።ያሳዝናል።

ሌላም በ 2019 አመት በአል ማግስት አንድ የጭነት መኪና እኔ ቁጭ ባልኩበት ሻይቤት አጠገብ የጭነት መኪናው ቆሞ ሁለት ሰዎች ከመኪናው አንድ እኔ ነኝ ያለ ፍየል አውርደው የፍየሉን አንገት እኔ ላይ እንዲመለከት አንገቱን ቆልምመው ለሁለት ሰወስት ደቂቃ ፍየሉን እኔን እንዲመለከት አድርገዉት እኔ ሳላስበው ከ8/10 ሜትር ርቀት ላይ ሁለት ሰዎች የፍየሉን ራስ ወደኔ እንዲመለከት ሲያደርጉ፣እኔ ጥሩ ስሜት አልሰጠኝም። በንጋታው አመት በአል ነበር እንደ አጋጣሚ ወደ ሻይ ቤት ስመጣ ልክ እኔ ቆሜበት የነበርው ቦታ ላይ እንስሳ ማረዳቸው ተገነዘብኩትኝ።የትላንትናው ፍየል ነው ብዮ ራሴን ነገርኩትኝ።ያው ቡና ለማዘዝ ስቃጣ ሰው የለም ተዘግተዋል። አንድ ሰውዮ አግኝቼ ስጠይቀው ፣መቀሌ ሄዱ አለኝ።አመት በአል ማግስት ወደ መቀሌ መሄድ ግራ ያጋባል።ኝ ነገሩ ገባኝ።ፍየሉ ታርዶ መቀሌ ስጋው ሊበላ እንደሆነ scapegoating ይሉሃል ይሄ ነው።አንዳንድ ግዜ ሳስበው ለራሴ ዳነኤል ክብረት የሚለው እንደዚህና እንደነዚህ የመሳሰሉትን ነገሮች ያውቅ ሆኗል የሚል ሃሳብ ይመጣብኛል።

2023071818:00

ሎሚ መአልቲ ምስ ጎረቤተይ ልኡል አቦ ክልተ ደቁ እላል ጌረ።እቲ ዘእለልናዮ ናብ ኢምባሲ ኤሪትርያ ክወስደኒ።ናይ ኤሪትርያ ዜግነት ንክወሃበኒ።ነዚ ናይ ዜግነት
ህቶ ዝምልስ ጉዳይ ውሽጢ ሃገር ኤሪትርያ እንትከውን ቪዛ ተዋሂቡኒ አስመራ ዝርከብ ውሽጢ ሚኒስተር ከምልክጠንተተካኢሉ አብዚ አብ ሽወደን ክልኩ ዜግ ነት ንክወሃበኒ፣ እንተዘይተካኢሉ አስመራ ብ አካል ተረኪበ ከምልክት እዩ።ካብኡ ኤርትራዊ ጠበቃ ጌረ አብ 27 አመት ጀሚሩ ኢትዮጵያ መንግስቲ ዝተቀበሎ ሃፍቲ ግደይ ንክወሃበኒ።ካብቲ ዝወሃበኒ ናይ ነብሲ ወከፍ ሃፍቲ 30% አነን ጠበቃየን ተካፊልና ዝተረፈ 70%ናብ መንግስቲ ኤሪትርያ ክክፈል ምግራብ።
አብ ሽወደን ነባሪ ዝኮነ አይተ ብርሃነ ዝበሃል 2018 ምሳይ ዘ እለልናዮ፣አነ ዝብለካ ብርሃነ ኤርትራዊ ክከውን እየ ዝደሊ ኤምባሲ ከይደ ፓስፖርት ክረክብ እደሊ እየ እንዳበልኩ እሽግሮ ኒይረ።ብርሃነ ካብ ዝሃበኒ ሃበሬታ ኤሪትራዊ ኮይኑ እዩ ዝሰመአኒ ኢልካ ኒምባሲ ንገሮም ይብለኒ ነይሩ።አን ንብረት ዘለኒ ምኳኑ መረጋገጺ፣አብ ኤትዮጵያ ዝርከብ ሽወደን ኤምባሲ ቆንጽላ ማሪያ ዝተባህለት ብ 2016 ስልኪ ደዊለ መምለሲ ቲኬት ናብ ሽወደን የብለይን እሞ ተሃባበርኒ ሽወደን ምስ በጸሀኩ ክመልሰልኪ ኢለ እንተ እልላ ንሳ ዝሃበትኒ መልሲ ዳነ ኤል ናይ መንግስቲ ካዝናና ባዶ አትሪፍካዮ ካዝናና ባዶ እዮ ወዴካዮ ኢላትኒ።ብተወሳኪ ተስፋይ ነጋ ዝተባህለ በ አልቤት ሃፍተይ ብረይ ኪዳነማርያም ድህሪ 30 አመት አብ አዲስ አበባ ፈለማ እንትንራከብ ካብ ዘ እለለኒ ዳነ ኤል ናካ እተባህለ ኩሉ ናብ ካሎት ተገልቢጡ ኢሉኒ።እዚ ህቶ አብውሽጠይ አቢጠዮ ንዘበናት ዝጸና እኩዎ መዛርብቲ ሲነሉ እቲ ናይ ውሽጠይ ዝተአበጠ ነገር ካብ ካሌ ሰብ ሰሚ እዮ እየ።

2023071819:54

ለብዙ አመታት እኔ መድሃኒት አልወስድም ስል ሃኪም አዞን ነው ብለው ሲቭል ፖሊሶች አስገድደው በሲቪል መኪና ወደ ሆስፒታል ሲወስዱኝ ሆስፒታል እንደገባሁኝ እግሬና እጆቼ አልጋ ላይ ታስሬ መርፌ ይወጉኛል።ከግዜ በኋላ ተጠያቂነት እንዳይኖራቸው አንድ ሴክሽን ሙሉ ኢትዮጵያውያን የሚሰሩበት ዘንድ አስገብተው ሃበሾቹ ሲያዋክቡኝ፣ጉልበት እኔ ላይ ሲጠቀሙ ተጠያቂነቱ ስዊድኖቹ ዘንድ ሳይሆን ኢትዮጵያውያን ሰራተኞች ላይ ይጥሉታል።

ሁሉም አይነት ስፖርት ሲኖር በስፖርቶቹ አሸናፊና ጥሩ ውጤት የማመጣ መሆኔን ሰዎች ሲያውቁ ሆስፒታሉ ውስጥ የሚሰሩ ሃበሾች አውቀው ቀይተው፣በቅርቡ በተፈጠረው ግጭት በስፖርት አሸናፊ መሆኔን ቀድመው አውቀው ቀኝ እግሬን እኔ በማላውቀው ሁናቴ ሲመቱኝ ፣ ቀኝ እግሬ ካነከስኩኝ አራት አመት ሞልቶታል።ለዚህም እንዳላሸንፋቸው እንዳልቀድማቸው ቀኝ እግሬ መተውኝ እስከ አሁን አነከሳሎው።ሃቁ እንደ ህወሃት ሳይሆን እንደ ለተቀሩት 3 የኢሃዴግ ግምባሮች መሆኔ ባለመቀበል እግሬን እንዳነክስ አድርጓል።ሰራተኞቹ በወር 50 ሺህ

ይከፈላቸዋል።ልክ እንደ ዶክተር ወርሃዊ ደመወዝ።የቋንቋ ችሎታ የሌላቸው የአዲስ አበባ ድሩየዎች ናቸው።ሁሌ ግጭቱ በኔና ሃበሻ ሰራተኞቹ ሆኖ ስዊድኖቹ ገለል ብለው ይመለከታሉ። በሃይለማርያም ደሳለኝ ዘመን ኢትዮጵያ በቃ ትፈርሳለች የሚል ፖለቲካዊ አስተሳሰብ ኖረዋቸው እኔ በበኩሌ ቪዝን እንደነበረኝ ና ሳረጋጋቸው ነበር።ቀኝ እግሬ በጣም ያመኝ ስለነበር አሁንም እያመመኝ ይገኛል።የሆኑ ድሩየዎች ስራውን ለመቀጠር ብለው አንዱ የውሸቱን ኢትዮጵያ እያለው ዶክተር ነበርኩ ብሎ ኢንተርቪው አድርጎ የተቀጠረ ነው።እኔን ትግሬ መሆኔን እንጂ ኢትዮጵያዊ እንዳልሆንኩ አድርገው የገመቱኝ ስለሆነ ይህ ትግሬ እንዳይበልጠን ብለው እሌክትሪክ ሾክ ያደረጉብኛል። የኢትዮጵያ ፓስፖርቴን ላወጣ ኢትዮጵያ ኤምባሲ ዘንድ ስሄድ አቶ ተሾመ የተባሉ የኤምባሲው ሰራተኛ ጋር ቃል ስንለዋወጥ እኔ ለዘመናት አገሬን ያገለከልኩኝ ማለት ኢህወዴግን ያገለገልኩ ሲሆን ከኢሃዴግ አንዱ ክፍል መቀሌ ቢገባም ቀጣዩ አብሮነቴ ከተቀሩት 3 ፓርቲዎች ነው ብዮ አቶ ተሾመን አስተያየቴ ሰጥቼአቸዋሎው።ከዛ በኋላ አበሾቹ የሆስፒታሉ ሰራተኞች እኔን ወያኔ ነው ብለው እግሬን እስከማነክስ አድርገውኛል። አንድ ቀን በህልሜ አብይ አህመድ ሲያስታምመኝ አድሯል።

2023080103:29

የአለም ሃገራት አሰላለፍ በኔ እይታ።

አመሪካዊ ብሆን ሪፒብሊካን መስመር ስይዝ፣ጆርጅ ቡሽ ጁንየር እንዲመረጥ ስሮጥ ማለት በቀን የጅም ውሎዮ ፕራክቲስ አደርግ ነበር።ጆርጅ ቡሽ ጁንየር ተመረጠ።እኔም ደስ አለኝ።ብዙም አልቆየም ኢራቅ ላይ ጦርነት ተከሰተ።ምእራባውያን አመሪካ ኢራቅ መግባትዎ አልደገፉትም። ለዚህም ውጊያው ቀጥሎ መጨረሻ አላገኘም።ለዚህም በኔ እይታ ኢራቃውያን ጦርነት ከአመሪካ እንዲከሰት ካደረጉት ዋናው ምክንያት፣ምእራባውያን በመቃወማቸው ኢራቃውያን አመሪካ ላይ ፕሮተስት ሊያደርጉ ችሏል።ልክ ጆርጅ ቡሽ ሲንየር ቀደም ብሎ ኢራቅ ኩዌትን በወረረች ግዜ ሁሉም ምእራባውያን ከአመሪካ ጎን በመሰለፋቸው ጦርነቱ በአጭር ግዜ ልቋጭ ችሏል።

ጆርጅ ቡሽ ጁንየር ምእራብውያንን ሲላቸው የነበረ፣ሁሉም ኢሮፕያን ዩንየን ሲቀላቀሉ ራሽያም ትቀላቀል ብሎ ሲነግራቸው አልሰሙትም።የፕረዚደንት ግዜው ሊገባደድ ሲል አውሮፓ መጥቶ የትም አገር ሳይሄድ ስሎቪንያ ብቻ በመሄድ ተሰናበተ።

እስቲ ሰው ይፍረድ ራሽያም አውሮፓ ዩንየን ትቀላቀል ማለቱ አንጀቴን ነበር የበላው። በኢንተርናሽናል አነጋገር ጠላትህን ካጠገብክ አድርግ እንደሚባለው፣ስዊድኖች ራሽያ እንዳታጠቃቸው ሁሌ ስጋት ሲኖራቸው ከትውልድ እስከ ትውልድ ስጋቱና ፍራቻው እያወረሱ ቆይተዋል አሁንም ስጋቱና ፍራቻው እንዳለ ሆኖ፣ እኔ ጠላትክን ከጎንክ አድርግ የሚለውን አምንበታለሁ።በ 2016 ኢትዮጵያ ነበርኩኝና ደብዳቤ ጽፌ ኢትዮጵያ ያለው የስዊድን ኤምባሲ ከተትኩ። የደብዳቤው ፍሬ ነገር እንደሚከተለው ይሆናል።

ደብዳቤው የተጻፈው በወቅቱ ለነበሩት የውጭ ጉዳይ ሚኒስተር ማርጎት ዋልስትሩም ነበር። እሱም ራሽያ ከሚያጎራብቱ ሃገራት ምንም አይነት የዛቻ የፉከራ ወይም ወረራ እንዳታካሂድ

ለ100 አመታት ካጎራባች ሃገራት የዛቻ ሆነ የወረራ ነገር እንዳታደርግ ቢያንስ ለ 100 አመታት ስምምነት ፈርማ።ከዛ በኋላ የውጭጉዳይ ሚንስትርዋ ብራስለስ ሄደው ራሽያ ከአውሮፓ ዩንየን እንድትቀላቀል ያደርጉ ዘንድ የሚል ነበር።እውነት ነው ሁላቸውም ሃገራት አውሮፓ ዩንየን ሲቀላቀሉ ለምን ራሽያ ብቻ፣ ራሽያን የምታዋስናቸው ሃገራት ስጋት ካላቸው ልክ ሰጥቶ መቀበል እንደሚሉት፣ የስዊድን ውጭ ጉዳይ ሚኒስተር ብራስል ሄደው ራሽያም አውሮፓ ዩንየን ትቀላቀል የሚል ደብዳቤ ካስገቡ በኋላ፣በራሽያን አጎራባች አገራት የ 100 አመት ስምምነት ያለዛቻና ማስፈራራትለ 100 አመት እንዲፈራረሙ ማድረግ የሚል ፕሮግራም የያዘ ደብዳቤ ነበር።

2023080106:44

ሰሞኑ ካጋጠሙኝ ነገሮች አንዱ፣

ሰፈራችን አንድ የማውቀው ኢትዮጵያዊ የሚሰራው ለ 3 ሺ የባንክ ሰራተኞች ምሳ ማስተናገድ ሲሆን፣ስራ ጨርሶ ሲመጣ ከተረፈው ምግብ ፓክ አድርጎ ወደ ቤቱ ይመጣል።አንድ ቀን ትፈልጋለክ ወይ ላምጣልክ ሲለኝ እምቢ አላልኩትም ከአንድ ሁለት ሰወስቴ ይዞልኝ መጣ። በዋጋ አንድ ትሪ ምሳ ከ 100/150 ክራውን ያወጣል።ቀምሼው ውሃና ጨው ብቻ ነው ጣእሙ። አዘንኩ፣ተበሳጮሁ፣ተናደድኩኝ።እኔ ከምታወቅባቸው ነገሮች አንዱ የሚጥም ምግብ በመስራት ነው።ልጁ ያመጣልኝ ምግብ ፍርጅ ወስጥ ነበርና አውጥቼ ጣልኩት ለልጁም እንዳያመጣልኝ ልነግረው ወሰንኩትኝ።እኔ ከምታወቅባቸው ነገሮች መካከል ዩኒቨርሲቲ ሆነ የትኛውም ትምህርት ቤት ማስተማር እንደምችል፣አቅም ያነሰው መርዳትና ከጉልበተኞች መከላከል ሲሆን ፣ጣእም ያለው ምግብ መስራት ጥቂቶቹ ናቸው ። ።ግን ቆይ የኔ በጣም ከምደነቅባቸውና በጣም ሰዎች ቀምሰው ከሚያደንቁኝ የምግብ አይነቶች ሁለት አይነት የምግብ አይነት ሲኖሩ፣ እነኚህ ሁለት የምግብ አይነቶች በሳምንት ሁለት የምሳ ሰአቶች ሰርቼ ማስተናገድ እችላሎው ስልና ማድረግ ባለመቻሌ አበድኩ አዘንኩ ተበሳጭሁ።አልፎም እንቅልፍ እምቢ ብሎኝ አነጋሁት ።ነብሱን ይማረው ጓደኛዮ ጋሹ ወልደህይወት ስለኔ ከሌሎች ጋር ሲያወራ፣ዳነኤል ሁሉንም ነገር መስራት እየቻለ አንድ ነገር እንዲሰራ አላደረጉትም። ይል ነበር።

2023080500:00

Fight or Flight Helps Us To Avoid Stressfull Events. daki (የሆነ ነገር ለመተግበር ስዘጋጅ በቅድሚያ አብሰለስልና ይህን ላደርገው የተዘጋጀሁትኝ ትክክል ነው ወይስ ትክክል አደለም እላሎው።ትክክል ነው ወይስ አደለም ብዮ ራሴን ስጠይቅ I Start To Dig.ቆይ! አባቴ እንደዚ ያደርገው ነበር ብዮ ወደኋላ ሳስብ በርግጥ አባቴ እንዳሰብኩት ያደርገዋል። አባቴ ሲያደርገው የነበረ ትክክል ሳይሆን ከቀረ እኔ ማድረግ እንዳሌለብኝ ራሴን እመክራሎው ። ሳይንስ በተሞላበት ድርጊቱን ላለመተግበር I send Antigens.

Stress ካለህ፣የደም ስብ ወይም ፋት ኮሎስትሮል እንዲሁም የደም ግፊት ተጋላጭ ትሆናለክ። እኔ ስትረስ ከሆንኩኝ ሃገር ቤት በመሄድ ቀኖቼና ወራቶቼ በደስታ ሳሳልፍ የስኳር በሽታ ፣የደም ግፊት እንዲሆም ኮሎስትሮል ወይም ደም ውስጥ የመሳሰሉት ይጠፋሉ።ስለዚ ፋይት ወይም ፍላይት መጠቀም የግድ ይላል።

2023080515:46

There Are Two Types Of Motivation......

1-Intrinsic Motivation

2-Extrinsic Motivation

People Motivated Intrenisticlly and Extrenisticlly. Both are Effective. But Extrenistic Motivation is Not As Effective as Intrinsic Motivation. Because Extrenistic Motivated People relay on Drugs and Alcohol. If WE take an Example ኢሱ*ወዲ አፎም* is motivated Intrensticlly. Intrinsic Motivated People They pay 100% of their capacity, Energy, willingness, and everything...and Then They sacced and Hit The Target of their plan. Intrinsic Motivated People, we Call Them weasel Blowers or The Flow. The Existential Power Has One Challenge. i.e., weasel blower. Weasel Blower can Resist The Existential Power Against His Value and Overwhelming Peers.

2023080516:12

እኔን ለ30 አመታት የአእምሮ በሽታ አለብህ ብለው ሲያጉሩኝ፣ያጎሩኝን ሆስፒታል ተከፍሎአቸው የሚሰሩ ጋር ለጅም ወይም ለውድድር ሲዳርጉኝ።እኔ አይከፈለኝም እነርሱ እንደ ዋርድ አሲስታንስ ተቀጥረው እስከ 50 ሺህ ክሮነር በወር እየተከፈላቸው ሲወዳደሩ ከኔው ጋር ፊይር አይደለም።አንድ ታሪክ ልንገራቹህ፣

እኔ የተዘጋሁበት ሆስፒታል አንድ ሞሮካዊ አክመድ የተባለ ሰራተኛ እንደቀልድ አፍሪካኖች በበረዶ ላይ ስኪይንግ ስፖርት ሲሰሩ አይተን አናውቅም ሲል።እኔን መንካቱ ነው። በፈረንጅ 1998 Nöme የተባለች የኖርወይ ትንሽ ቀበሌ አይደር እና አዲግራት ሲመታ በቁጣ ያዙኝ

ልቀቁኝ ስል ከሰራኋቸው የጅም ስፖርቶች፣ስፖርተኞች በበረዶ ስኪይንግ የሚያደርጉበት በ እንጨት የተሰራ አቀበት ላይ በመውጣት በረዶ ስላልነበር ተንከባልዮ ሰወስት አራት ግዜ ከላይ ከአቀበት ወደ ታች ተንከባልዮ ወረድኩትኝ። ።ይህ የሰራሁት ስፖርት ፍሪዝ ተደርጎ ለሁለት አመታት ያክል ከዛ በኋላ ኢትዮጵያ ኤሪትራ ላይ ጥቃት ስታደርግ የኢትዮጵያ ሰራዊት እሱን በመሞርከዝ ኮምባት ፈጸመ ።ኢትዮጵያ ጥቃት የፈጽመችው ከሁለት አመታት በኋላ ቢሆንም እኔ የሰራሁት ስፖርት june1998 ነበር ኢትዮጵያ ማጥቃት የፈጸመችው ከሁለት አመት በኋላ ቢሆንም ፎልክ ፓርቲ መሪ የሆነ ሰውየ ላርሽ ላዮንበሪ የተባለ አድቨርታይዝ ያደርገው ነበር። ልክ አዲሱ ለገሰ እንደተናገረው፣ሰራዊቱ እንደ አንድ ሰው ሆኖ ነው ግዴታው የተወጣው ብሏል። አንዳንድ የፊዩውዳል አስተሳሰብ ያላቸው እንደሚሉት አደለም ብሏል። ግዳጁ የተወጣው የእኔ እንደ ፉት ሶልጀር ሆኜ ማለት ነው።ፉት ሶልጀር ማለት አንድ መንግስት ሊሰራው የሚገባው ሳይሰራው ሲቀር በምትኩ አንድ ግለሰብ ሳይገደድ በራሱ የመንግስት ስራ ሲሰራው፣ ያ ግለሰብ ፉት ሶልጀር ይባላል።ሲሳይ አጌና ሲተነትን አንድ ጦርነት በወትሃደር እርምጃ ነው የሚለካው የሚለው Its none sense.እና አከመድ ሞሮኮው አፍሪካኖች ብበሮዶ ላይ ስኪይንግ ሲያደርጉ አይተን አናውቅም ሲለኝ።እኔ ደግሞ ፓሪስ ቲያትር ላይ ለተደረገው ሆሞሳይድ ስሜ መሃመድ አደለም አከመድ ነው አልኩትኝ።እኔ የሰራሁት ሹክ ሲሉት እርሱ አከመድ የሰራው ደግሞ ሹክ ስላሉን ነው።ይህ ያልኩበት የኔ ስራ ለአከመድ ሹክ ሲሉት አከመድ የሰራው ደግሞ ለኔ ሹክ ብለውኛል።አይ ባቢሎን።አንድ የዴንማርክ ስአሊ እየሱስ ብሎ አፍንጫው ትልቅ አድርጎ ሲጋራ ሲያጨስ ሲስለው መሃመድን ደግሞ ሴቶች ሲሚግጥ ስሏል። ለዚህም ብዙ ትችት እና ማስፈራርያ ደርሶበታል።አከመድ ሴቶች በየግዜው እንደሚሚግጥ እናቃለን።እኔ ደግሞ ሴቶችን መሚገጤ ሳይሆን ሁሌ በነርሱ ሰበብ በሽተኛ ነክ ሲሉኝና በግድ መድሃኒት ሲሰጡኝ በንዴት ሲጋራውን ነበር እማጨሰው።በሃገርቤትም ፊልም ተሰርቶበታል። ስገልጸው ሰውየውን ሊገድሉት ፈልገው በሲጋራ ገደሉት ይላል።ይህ ዴንማርካዊው ከመሞቱ አንድ ቀን ቀደም ብሎ አንዲት ሞሮካዊት ወጣት ካንተ ጋር ካላደርኩ ብላ ዋይን ግዛልኝ ብላኝ ገዝቼላት አብረን ያመሸን ምሽት ተጨዋውተን ልንተኛ ስንል ሶፋ ላይ ተኛች እኔ አልጋዬ ላይ ጋደም አልኩኝ።ሞሮካዊትዋ አንድ ቃል ስትናገር ሰሙኋት፣እሡም እመጣሎው ካንተ ጋር ስትለኝ፣አልመጣችም።ነጋ ከዛ በኋላ ቁርስ ሰርቼ በላን እሷን ከመሸኘቴ በፊጥኝ አንድ ቃል ጣል አደረግኩላት እሱም እኔ ዲሲፒሊን ያለኝ ሰው ነኝ ።ሌላ ቢሆን ወሲባዊ ጥቃት ያወርድብሽ ነበር አልኳት ።በንጋታው ዜና ስከታተል እየሱስ ሲጋራ ሲያጨስና መሃመድ ሴቶች ሲማግጥ የሳለው ስአሊ በመኪና አደጋ ከዚህ አለም በሞት ተለየ። ። በተጨማሪም አንዲት የ እድሜ ባለጸጋ *ሊልባብስ*የተባለች ስዊድናዊት ተዋናይ እሱማ ጨስ ስትል ባ አንድ ቲቪ ፕሮግራም ላይ የፊልሙ ይዘት የኔን የመሰለ መስሎ ታይቶኝ በሃዘን ስወጣ ትንሽ አልቆየችም ወራት ባልበለጠ አምላክ ወሰዳት ።

ሌላም ከጓደኛዮ ይትባረክ የተባለ ስልክ ስናወራ የሚሰጡህ መርፌ ሲወጉህ ምን የሰማሃል ሲለኝ ጭንቅላቴ ያቅለሸልሸኛል ስለው፣ምን ልታዘዝ የሚል የሃገርቤት ፊልም ላይ ጭንቅላቴ አቅለሸለሸኝ አለ።ዳኪ*ወይ ጉድ*ተወርቶ አያልቅም።ሌላም ልበላቹ፣በሃበሻ 1980 እስጢፋኖስ ሼል ስሠራ በቀን 2000 ሺ ብር በቀን አገኝ ነበር።ታታሪ ሰራተኛም ነበርኩኝ።ከምሰራቸው ስራዎች በብዛት ካሼሪ ሲሆን በሳምንት ሁለት ግዜ ቡታ ጋዝ የጫነ አይሱዙ እናራግፍ ነበር ። እስካሁን እጅ መዳፌ ላይ ምልክት አለው፣።እና በ2020 ኢንግሊሽ ፓርክ በተባለ ቦታ ቁጭ ብየ

ቡታ ጋዝ በማውረድ በተፈጠረብኝ ምልክት እጄ ላይ ላለው ቡጉር ነገር ላስለቅቅ ስሞክር በኋላ ቤት መጥቼ ሬድዮ ስከፍት ፔ3 በተባለው የሬድዮ ስርጭት ላይ በ እጁ መጸዳዳት*ብልትን መጸዳዳት * ከማብዛቱ የተነሳ ብጉር አወጣ እያሉ ሬድዮ ኤፍ ኤም ሲሳለቁብኝ ሰማሁኝ። እንደሚጠሉኝ አቃሎው።ስዊድኖች የአርኖልድ ሺዋዚነገር ተርሚኔተር አይወዱትም። በፈረንጆቹ 90ዎቹ ሃበሻዎች ተርሚኔተር የሚል ስም አውጥተውልኝ ነበር።

2023080519:37

ፍትህ አይደለም።

ወደ ስዊድን የመጣን ብዛት ያለን ሃበሾች መሃከል አንዱ ዳዊት የተባለ የአማራ ተወላጅ ትግሬ ጠል ከአምስት አመት በኋላ ወደ ሃገርቤት ተመልሶ እዛው ሃገርቤት ኑሮውን ቀጥለዋል።ትግሬ ጠል ቢሆንም የጠየቀው ማንም ሰው የለም።እዛው ሃገርቤት በሾፌር ይሄዳል።ልክ ደስታ አስመላሽ ፍራሽ አዳሽ እንዳለው አንበሳ ቤት ሰርቶ ከየት አመጣው ቢባል ተበድሮ ሲሉ መልሰው ከየት አምጥቶ ሊከፍለው ነው ሲሉ መልሱ ማን ጠይቆት አሉ ብሏል።እንደነ ዳዊት ትግሬ ጠል ሆነው ሳለ ማንም ሳይጠይቃቸው ተንደላቅቀው ሲኖሩ እኔን ዳነኤል ፉት ሶልጀር ሆኜ የሃገር ሏላዊነት አክብሬ እያሎው እኔን ወደ ቃሊቲ፣አልፎም ወያኔ ፖሊሶች ብትር ሲያወርዱብኝ ኖሯል።ከትግሬ ሌላ ብሄር የሆኑ እስረኞች ትግሬ በመሆኔ የመወጣቻ ዱላቸው አሳርፈውብኛል።

ዛሬ ጥዋት ስዊድን ስቶክሆልም የሰፈሬ ልጅ የሆነ አንድ ሃበሻ ሰላም ተባብለን ጥቂት ወሬአችን ስንቀጥል፣ኢትዮጵያ ደርሶ መምጣቱ አውቄ እኔ እስካሁን ኢትዮፐ፣ያ አለመሄዴን በቁጭት ስነግረው፣ኢትዮጵያ አውሮፕላን ማረፍያ ስደርስ አክም ናጉማ ፈያ እያልኩኝ ኦሮሞዎቹ ዘንድ ስጨባበጥ አሁንም ፈያ አካም ናጉማ እያልኩኝ ኦሮሞዎቹ ጋር ኤርፖርቱ ጋር እየተመላለስኩኝ እጅ ተጨባበጥኩኝ። ገርሞአቸው ባለስልጥን ነክ መሰለኝ እስኪሉ ድረስ ብሎ ጉራውን እንደመንዛት ሲል፣ቆየት ብሎ።እንደ ኦሮሞ እንስሳ የለም ኋላ ቀር ናቸው። ቀጠል አድርጎ ህጻን ለጅ ከነፍሰጡር ቀደው የሚበሉ እያለ ሲናገር በትንሽ ደቂቃዎች በፊት ቦሌ ኤርፖርት ያደረገው ተናግሮ ሲያበቃ እንዴት እንደጀተኒ ተገለባብጦ ሌላ ነገር ሊያወራልኝ ሲዳዳ፣መጨርሻ ላይ ቻውቻው ተባብለን ተለያየን።ብቻዬ ሳስብ እሱ ነበር ስጋት እኔማ አልሳደብ ሰው አክባሪ ለዛውም ኦሮምኛ ቋንቋ በራሴ ዲክሽነሪ ተውሼ አፋን ኦሮሞአ የም ማር ስጋት እንዳልሆንኩኝ ነፍሴን ነገርኳጣሁን አብይ የአሁኑ ግዚያት ሁናቴ ከተወጣው መመለሻ አይኖረውም ስልጣኑን የሚቀማ አይገኝም።ጎ አቢይ ጎ።፣

እኔ ብዙ ግዜ ወደ ኢትዮጵያ ተመላልሼ ያየሁት የኔ ንብረት መላው ኢትዮጵያ ላይ በመፍሰሱ አውቄ ውስጤ አምቄ በ እራሮት ስኖር ቆይቼ።በአንድ ወቅት ከ30 አመት በኋላ ያገኘሁት የ እህቴ ባል፣እንዳጋጣሚ ሆኖ በሩን ሳንኳኳ እሱ ከፍቶልኝ ከመቅጽበት ያለኝ አንታ ዳነኤል ነአካ ዝተባህለ ኩሉ ናብ ካሎት ተገልቢጡ አለኝ።የውስጤ ሳልናገር አምቄ የያዝኩትኝ የ እህቴ ባል የውስጤን ነገረኝ።

2023080802:24

ዳነኤል ኪዳነማርያም መኮነን በስዊድኖች አይን።

ስዊድኖች እኔን ፣ የወላጆችን ሃላፊነት የወሰደ ነው።ስዊድኖች እኔን፣ ለስለስ ያለ ብዙ የሚያውቅ ነው።ይሉኛል።እኛ እንደማህበረሰብ የማዳመጥ ሚናችን በጣም ትንሽ ስለሆነ፣እናም ብዙ የሚለው ስላለ እድሉን ከፍተን ማዳመጥ አለብን ብለው የራሳቸው ሰዎችን ይመክራሉ።አንድ የታወቀች ደራሲ፣ካሚላ ሊክበርግ የጻፈችው መጽሃፍ በብዛት የተሸጠላት የሸጠችው መጽሃፍ 500 ሜትር የሚሆን፣ርዝመት የሚሆን እንዲሁም እንግሊዞች መጽሃፍዋን ፊልም እያደረጉት የሚገኙ ስትናገር ልጆቻችን እኛን አይሰሙንም የኛን ማለት የወላጆች ሚና ወስዶታል።ብላ አስተያየትዋን ሰጥታለች ።
በእርግጥ የሳይኮሎጂ መጽሃፍ እንደሚለው ኢንተሊጀንት ሰው ካጋጠመህ እሱን ለመስማት አትዳዳ ሪስፔክት አድርገህው ብቻ እለፍ ይላል።

ይትባረክ የተባለ ጓደኛዮ ከኔ ጋር በቀን እስከ 4 ሰአት የሚያክል በስልክ ስናወራ፣ተገርሞ ያገኘህው ሰው የሚሰማህን፣የምታውቀውን ነገር ሁሉ ተናገረው ብሎኛል።

2023080803:32

Russia

እኔ የምኖርበት አከባቢ ሰግርጌት የሆነ ድሆች የሚኖሩበት አከባቢ ሲሆን፣ከፖላንድ የመጡ በአብዛኛው የሚኖሩበት ሲሆን ሰላምጽ የማንሰጣጥ የፖላንድ ዜጎች ሲያሙኝ ፑቲን ነው ይሉኛል።ይህ እውነታ ሊኖርበት ይችላል።በ90ቹ እኔን እንደራሽያዊ ሂፕኖታይዝ አድርገው የራሽያ Foot Soldger አድርገው ልክ Nadya MUrad and Dennis Mackwage ለኖብል ሽልማት ከካቢቃቸው ስለ ወሲብን የጦርነት እና ግጭት መፍትሄ አድርገው ለሚወስዱ የጻፉት ሲሆን፣ እኔን እንደ ራሽያ ፉት ሶልጀር የድሮ ፍቅረኛዮን እንደ ቸቸኒያ ፉት ሶልጀር አድርገው በመውሰድ ቸቸኒያዎች በፕሬዚደንት ቦሪስ የልሲን ግዜ ጦሩነቱ አድቫንስድ አድርገው ነበር ማለት ፍቅረኛዮን።ጄሊ አህመድ aka ጃለኒ ጣይብ አባጆኢር በፈረንጆች 1995 ከኢትዮጵያ ወደ አመሪካ ጆርጂያ ነዋሪነትዋ ያደረገች ።

ስዊድን እየኖርኩ ስዊድናዊ የማልሆንበት 33 አመት ስዊድን ኖሬ ለ ሁለት ሳምንት ብቻ በመስራቴ እውቀቴና ጉልበቴ ለ30 አመት ያክል በቢልዮን የሚቆት፣ገንዘብ ለራሴ የሚገባ ገንዘብ እኔ እጅ ሳይገባ ለኢትዮጵያ በመስጠትና ድህነት አረንቋ ውስጥ በመክተታቸው ነው።

እኔ አመሪካዊ ብሆን የሪፐብሊካንን መስመር የምይዝና America First የሚል እይታ

ይኖረኛል።ዲሞክራትስ በአንጻሩ የዩሮፐ የሆሊዉድ መርሲነሪ ናቸው
የሚል እይታ አለኝ።

2023080806:24ሲጨፍር

ስለ ራሴ በውስጤ አምቄ ለሰው ሳላካፍል ያስቀመጥኩዋቸው ነገሮች ሻሞን የተባለ የኢራቅ ክርስትያናዊ እና የ እህቴ ባል ተስፋይ ነጋ የተናገሩኝን።

አንድ ሻሞን የተባለ ክርስትያን ሃይማኖቱ ኢራቃዊ፣ብዙም ቅርርብ ያሌለን ኝ በመንገድ ሰላም ሳንባባል የማንተላለፍ አንድ ቀን ቁጭ ብለን ጸሃይ ስንሞቅ።ሻሞን ምን አለኝበፈረንጅ 2007 አንተ ነህ የንግስቲትዋ ልጅ ትክክለኛ ፐሪንስ ብሎ ተናገረኝ፣እኔ ደነገጥኩና ምንም መልስ አልመለስኩለትም። እኔ
እዚህ አገር ለስደት የመጣሁት ፐሪንስ ለመሆን ባይሆንም፣በፈረንጆች 90ዎቹ ያጋጠሙኝ ነገሮች ለፐሪንስነት አብቅተዋል።ይህ ሆኖ ሳለ በውስጤ ለሰው ሳላካፍል ከያዝኳቸው ነገሮች መሃከል ሲሆን ትክክለኛነቱና እውነታው የሚታወቀው ሌላ ሰው ሲናገርባቸው ነው።ሻሞን አሁን በህይወት የለም ራሱን አጥፍተዋል።ነፍስህ እግዚአብሄር በአጸደ ገነት ያኑረው።

ከ30 አመት በኋላ አዲስ አበባ *መገናኛ ያገኘሁት የእህቴ ባል አቶ ተስፋይ ነጋ ከመቅስፈት ተገናኝተን ከመቅጽበት የተናገረኝ፣አንት ዳንኤል ነአካ እተባህለ ናብ ካሌ ተገልቢጡ * አንተ ዳንኤል ለአንተ የተባለ ወደ ሌላ ሄድ ወይም ተገለበጠ።አልኝ ይህም በውስቴ ተይዞ የነበረ ለሌላ ሰው ሳልናገር ነበር።ትክክለኛነቱ የማረጋግጠው ሌላ ሰው ሲናገረው ነው።የነበረ የ27 መንግስት ንብረቴን ኢትዮጵያ ወስጥ ዘርቶት ሲያበቃ ድርሻውን አባክኖ፣አሁን እኩል የሆነ የሃብት ክፍፍል ብሎ እየተናገረ ይገኛል።ከየት የመጣ ሃብት ፣ከደደቢት ሆነ ቆላ ተምቤን የመጣ ሃብት የለም።

2023080806:47

ጠቅላይ ሚስተሩና ዳነኤል ከብረት ከተናገርዋቸው።

እኔ ተጸኖ ፈጣሪነቴ ያወቅኩትኝ በፈረንጆች ከ90ቹ ጀምሮ ነው።ዳን ኤል ክብረት ምን አለ፣ ሁለት ጀኞች ተወራርደው አንዲት ሴትዮ ውሃ በ እንስራ ተሸክማ ስትሄድ ፣እንስራው ውስጥ ያለው ወሃ እንዳይንቦጫቦጭና እንዳይፈስ የሚከላከል ላዩላይ የሆነ አንቀልባ ወይም ጣሳ እንስራው ላይ ይቀመጣል።አንዱ ጀኛ ምን ብሎ ተወራረደ።እንስራውን ለይቼ ላዩላይ ያለችውን አንቀልባ ወይም ጣሳ ከሩቅ እመታለው ብሎ ተወራርዶ መታ።ወሃውም ፈሰሰ ።ብሎ ስለ ሁለቱ ጀኞች ዳነኤል ክብረት ተናገረ።እና እኔን ያለ ፍትህ ያጠቁኝ ስለነበር ስዊድን ሳመር የሚባል አልነበረም ዝናብ ብቻ ነበር። space ላይም Nasa ,Mir የተባሉ መንኮራኩሮች አክቲቭ ነበሩ

።ሚር ከሰረ።መጨረሻ ላይ ሚር ማርሽ visa card አገኘሁ አለ። አብዛኛውን ግዜ ዲዛይን ማድረግ ጥሩ ነው ።አንዳንድ ግዜ ግን ሶሳይዳል ነው።በ90ዎቹ ሳመር ይዘንብ ነበር እንዳልኩት ሰዎቹ ቀይ፣ቢጫ፣አረንጓዴ ጃንጥላ ዲዛይን ማድረግ እልህ ይዞዎቸው፣ቀይ፣ቢጫ፣ሰማያዊ ማለት የሮማንያ ባንዲራ ያለው ጃንጥላ ስቶክሆልም ሞላው። ሃገሪትዋ የጎዳና ለማኝ ያልነበራት፣ ሮማናውያን ለማኞች ሃገሪትዋ ላይ ሞሉት ።

እኔ በፈረንጆች 1994/95/96/97/98 ስዊድን ሃገር የጾሃይ ወቅት አልነበረም ሳመሩ ሁሉ ዝናብ በዝናብ ነበር።ሲያዋክቡኝ ሳዋክባቸውና ሳሸንፋቸው።እንዲሁም ዳንስ እውድ እና ታዋቂ ዳንሰኛ ስለነበርኩኝ ፣ባዋከቡኝ ግዜ አዋክቤአቸው ማታ ላይ ጭፈራ ቤት ሄጄ እጨፍር ስለነበርኩትኝ ፣የራሽያ መሪ ቦሪስ የልሲን ሲጨፍሩ በቴሌቪሽን ይታዩ ነበር *Rip

እንዲሁም ሲያዋክቡኝ እያዋከብኩዋቸው፣ጣር ሲያስዩዙኝ ጣር ሳስይዛቸውና ቀኔን በአሸናፊነት ስወጣው ያላቸው መላ ሳቦታጅ ማድረግ ሲሆን።የማገኛትን
ቼክ ሳቦታጅ አድርገው ከአራት አምስት ቀን አገኛታለው።ለዚህም አንድ ታዋቂ የራሽያ ጀነራል *አለክሳንደር ለቭደ ቆይተው በሄሊኮፕተር አደጋ የሞቱ Rip ደመወዜ አልተሰጠኝም ብለው በቲቪ ሲናገሩ ነበር።

2023080812:20

ዛሬ ኢትዮጵያ ኤምባሲ ሄጄ ቦታው ቀይረው ዳንደሪድ በተባለ ቦታ ስፍሯል ።አምባሳደሩን ለማግኘት ነው የመጣሁት ። ብዮ አንዲት ቡና ስታፈላ ያገኘኋትየኤምባሲው ሰራተኛ ሳነጋግር ፣የዛሬ ሁለት ወር አምባሳደሩ ለማግ ኘትና ቀጠሮ ለመያዝ በጽሁፍ እንዲሁም ደውዮ ነበር ። መልስ ሳይሰጠኝ ሲቀር መጣሁትኝ ፣አምባሳድደሩ ማነጋገር እችላለው ወይ ብዮ ጥያቄ ሳቀርብላት፣ፎርሙ ላይ ስምህ እና አድራሻክ ጻፍና ኮንታክት እናደርግሃለን አለችኝ ። የአምባሳደሩ ሰክሬታሪዋ ማነጋገር ነበረብኝ ።ቡና የሚያፈሉ አስቸገሩ።ኢትዮጵያ ስሄድ ቡና የሚሸጡ ያስቸግሩኝ ነበር ።ወያኔ ከእናቴ ሸርኮና ወግኖ ከም ኖርበት ቤት ከማባረሩ በፊት ጥዋት ከእናቴ ጋር ነበር የምጠጣው።እናቴም ቡና መጠጣት ከዳነኤል ነው ብላ ለተቀሩት 7 እህትና ወንድሞቼ ተናግራቸዋለች ።
ታድያ እናቴ ጋር ቡና መጠጣት የለመድኩትኝ ፔንሲዮን ሲሆን ኑሮዮ ፣ከጎዳና ቡና ሻጮች ዘንድ ሲሆን እድሌ።ቡና ሻጮቹ ያስቸግሩኝ ነበር።ኤምባሲው ደጅ ሆኜ አንዲት ቡና ሻጭ በሌ ሩዋንዳ ሰፈር አንዷ ቡና ሻጭ ያለችው ትዝ አለኝ።እኔ ቁጭ ብዮ ቡና ለመጠጣት ሳይሆን ርቦኝ ሻይ በብስኩት ሳዝ ፣ይኮመጥጥብሃል አለችኝ አይ ግድ የለም ብስኩት እና ሻይ ስጪኝ ስላት ሁለቴ ደ ይኮመጥጥብሃል ብላኝ እኔም ግድ የለም ብያት ለዛውም ሁለት ብስኩት
ብያት አንድ ብቻ አቅርባልኝ፣ተቋደስኩት፣ትንሽ ከቆየን በኋላ ስልኳን አንስታ ወደ ደንበኞችዋ ደውላ ኑ ቡና ጠጡ አረንጓዴ ነው ስትል ሰማኋት።ከዛ በኋላ ስልኩን ዘጋችው። ከትንሽ ደቂቃ በኋላ ሰወስት ሰዎች መጡና ቦርጩማው ሳብ ሳብ አድርጋላቸው ሲቀመጡ አንዱ ምን አለ፣ያ የማይናደፈው ጉንዳን ነው ሲል,እኔ ልሰማው ነው፣ሌላ የማስብ መሰዮ ዝም ብዮ ስልኬን

እገለባብጣሎው።ይህን ትዝ ሲለኝ ቡና አፍይዎች አስቸገሩ እኮ ብዮ ኤምባሲው በጣም እሩቅ ስለነበር እየዘነበብኝ ሄጄ እየዘነበብኝ ሰፈሬ ደረስኩ።

2023080814:31

እኔ የሚቀርቡኝ ሆነ የማቀርባቸው ሰዎች ስገጤዎች ሲሆኑ፣የራሴ ጥፋት አይደለም።ሽረሪት እንደምታልመው።ነጮች ሆን ብለው ከስገጤዎች ዘንድ እንድቀርብ ያደርጋሉ።የኔ ጥፋት አይደለም።ከአገሬ ሰዎች እንዳልቀርብም ነጮች ያለሙት ሴራ ነው።bcaዮ ስሆን ውሎዮ ከታዋቂና አገር መሪዎች ነው።አንድ ያየሁት ፎቶግራፍ የ ኢትዮጵያ ጠቅላይ ሚንስቴርና የስዊድን ጠቅላይ ሚንስቴር አብረው የተነሱት ፎቶ ሆኖ ሳለ ፣የኢትዮጵያ ጠቅላይ ምኒስተር እጃቸው ኪሳቸው ውስጥ ከተው ሲሆን ከፎተው እንደተረዳሁት ከዛ ሁሉ የአለም መሪዎች መሃል ሁለቱ የሚያገናኛቸው ምክንያት ምንም ነገር የለም ለመነጋገር የቀረበው ደግሞ የስዊድኑ መሪ ሳይሆን የኢትዮጵያ መሪ መሆናቸው መገንዘብ ችያሎው ።በተጨማሪም የኢትዮጵያ ኤምባሲ አሁን የሰፈረው ከ አንድ የስዊድን ህይወት አድን ድርጅት መሆኑ የጥርጣሪዮና ግምቴ እውን የመሆኑ እድል ከፍ አድርጎታል።
የሚያሳስበኝ ነገር የራሽያ ግንኙነት ኢትዮጵያ ላይ ምን እንደሚሆን ሳስብ፣እንዲሁም እነ ፕሮፌሰር በየነ እና ብርሃኑ ነጋ ማኒፌስቶአቸው ላይ እንደ ስዊድን ሶሻል ዲሞክራቶች ነው አላማችን ማለታቸው እንዲሁ አሳሰቦኝ፣ይበልጥኑ የኢትዮጵያ ፖለቲከኞች እንዳሉት መራባውያን ገና በመለስ ዜናዊ ስርወመንግስት ጀምሮ ነው ሰርገው የገቡት ማለታቸው እና እንዲሁም እኔ ኢትዮጵያ ብዙ ግዜዎች ተመላልሼ ባገኘሁት እውቀት እና ልምድ መራባውያን ኮራፕት ያደረጉት የኢትዮጵያ መንግስት ብቻ ሳይሆን ህብረተሰቡን ጭምር ነው የሚል ድምዳሜ ሲኖረኝ ኢትዮጵያ ከመራባውያን እና ከራሽያ ፌደረሽን ያላት ፖሊሲ አንዱን መሳብ አለባት ነው The More You F**k People, The More Rich You Get! እንደሚባለውከሁሉም አቅጣጫ ከመጣ ጋር ውል እና ስምምነት። ማድረግ ኢንቬስተርን ጨምሮ ማስተናገድ ኢትዮጵያ ላይ ለተዳቀነው ሁኔታ ዋና መንስኤውና Chronic እየሆነ የመጣው።በአጠቃላይ ይህ ክሮኒክ ብልጦች ካገኘ የሚፈታ ነው የሚል ድምዳሜ ነው ያለኝ። daki(For Every Problem There Is a Solution).

አቶ አበይ ስልጣን ከመያዛቸው በፊት እኔ ስለ ስዊድን የጸጥታና ሰላም ሁናቴ ሳስበው ባጣም ይገርመኛል ከ ሃያ አመት በፊት ጀምሮ።ለምን ይፈራሉ ፣ፈርተውስ ለምን ለሚፈጠረው ትውልዳቸው ፍርሃት ያወርሳሉ።ጠላትህን ሁል ግዜ ካጠገብክ አድርገው የሚል አባባል ለምን አይጠቀሙበትም።ገፋ ቢል እንኳን የኢትይዮጵያ በረራ በሳምንት ሰባት ግዜ አለ ወትሃደርን ከኢትዮጵያ ማጥለቅለቅ ቻይላል የሚል አስተሳሰብ ከሃያ አመት በፊት ጀምሮ ይመጣብኝ ነበር ፣ይህን ሃሳብ ለማንም ሳላካፍል ያሰብኩትኝ ነበር ።አቶ አበይ ስልጣን ይዘው ኢትዮጵያውያን ወትሃደሮችን ወደ ሌላ አገር መላክ እንደሚፈልጉ ተናግሯል።ይህ እንደ *ዝናቡ*የተናገሩት ያወቅኩትኝ በፈረንጆች በ90ዎቹ ጀምሮ ነው።ልክ በ15 አመታቸው የጀነራል ሳሞራ ራሽን የቆረጠሙት ግዜ።

2023080820:57

Text Book Says "You Don`t Need To Change Environment To Be Succesful" Highly Educated Psychologists Interviewed Students Of Psychology From Slovenia, Albania And ChekRepublic and Students From All Three Countries Answered"We Need and Must Go To America and Weast Europe To Be Succesfull. The Highly Educated Psychologists leave Their Pen At The Desk and quit their Research without coming To an End.አሸናፊ ታዮ (If it doesn`t Become Succesfull Just Change your Identity.).

daki(ገንዘብ አገኘሁ ማለት አልፎልሃል ማለት አይደለም።ተማራማሪዎች ነገሩን ሳይቋጩ እስክርቢቶአቸው ጠረጴዛ ላይ አስቀምጠው የተዉት ምክንያት
እንዲያልፍልን ብለው ሃገራቸው ጥለው ወደ አመሪካ እና አውሮፓ የመጡትን ሲያስተውሉ የመጡበት አገር ሰርተው ደህና ከፍያ ካገኙና የተመኙትን ገንዘብ የማግኘት ዘመቻ ከተሳካላቸው በኋላ complain ሲያደርጉ እና ዲፕረሽን ውስጥ ገብተው ስደት ጥሩ አደለም ሲሉ ይገኛሉ።-

2023080900:29

በ 2015/16 አከባቢ ከ x-cones ወደ magnusladelasgatan መኖርያ ስቀይር፤በአዲሱ የሰፈርኩበት መጀመርያ ላይ ድርብ በአንድ ግዜ የሁለት ወር ኪራይ ክፈል ብለውኝ ከፍያ ለምግብ እና አንዳንድ ነገሮች ሳንቲም አጥሮብኝ፤የግድ እርዳታ አስፈልጎኝ ዌልፋር ሀሰልብይ የሚገኝ ዘንድ በመሄድ የምግብ
ኩፖን እንዲሰጡኝ ለመጠየቅ ከጥዋቱ 8 ሰአት ሄጄ ጠብቅ አንዷ ሶስዮነም መጥታ ታናግርሃለች ብለውኝ ቀኑን ሙሉ ስጠብቅ ውዖ ከሰአት በኋላ 17 ሰአት ሲዘጉ ቤቴ ሄድኩኝ።ቀኑን በሙሉ ለመጠበቅ በተግስት የቻልኩትኝ የሳይኮሎጂዮ መጽሃፍ እያነበብኩ ስለነበር ነው።በንጋታው ስመለስ እንዲሁ ማንም ሳያስተናግደኝ ከሰአት በኋላ 17 ሰአት ላይ መስርያቤቱ ሲዘጉ ማንም ሳያስተናግደኝ ተመለስኩ።ዘወትሮ ጉዳይከ የምትጨርሰው ወይም የሚያስተናግዱህ በ2 ሰአት ውስጥ ነበር።በነኚህ ሁለት ቀኖች በየቀኑ ከ 50 ያላነሱ ሰዎች መጥተው ተስተናግደው ሄዷል። እኔ መስርያቤቱ ስገኝ ከሁሉም ተስተናጋጆች ቀድሜ ስመለስ ሳልስተናገድ መጨረሻ የምሄደው እኔ ብቻ ነበር።ለካ የመስርያ ቤቱ አለቃ አንድ ሃበሻ ነበር።የሆነ ስፖርት እንበለው ወድድር ላይ እንደዳረጉኝ ገባኝ ።መጽሃፌ እያነበብኩትኝ ዘና ብዮ ነበር ሁለቱ ቀናት ያሳለፍኩትኝ።ሃበስሃ አለቃው የሰራተኞቹ መግቢያና መውቻ በር እየከፈተና እየዘጋ የሆኑ በር ሰሪዎች ሲያነጋግር አየው ነበር።እነኝህ ሰዎች የስራ ልብስ የለበሱ አናቲዎች መሰል እንደነበሩና ከኔው ቲም እንደሆኑ ሸተተኝ። በሰወስተኛው ቀን ግማሽ ቀን በኋላ አንዲት ናታልያ የተባለች እርጉዝ ሴሶኖም መጥታ አንተ መጽሃፍ የምታነበው ና ብላ ስትጣራ ቀረብ ብዮ ዳነኤል ኪዳነማርያም መኮነን ዶክቶራንድ ሳይኮሎጂ ኢንዳስትርያል ፕሮዳክሽን ኤንድ ኢንዳስትርያል ዲዛይን ብየ እጅ ስጨባበጣት፤የ200 ክሮነር ኩፖን ሰጥታኝ ተቀብየ ቲማቲም እና ቀይ ምስር ገዝቼ ሰርቼ በድርቆሽ በላሁትኝ።

ማታዉኑ ዜና ስከፍት Hans የተባለ Internationally knownበሳይኮሎጂ ተንታኝነት የሚታወቅ በድንገት አረፈ የሚል ሰማሁ።ከዛ በኋላ hans och dorren የሚባል ቲቪ ሾው ተፈጠረ።ስሜቴ ትንሽ ነካው።ከረጅም ግዜ በኋላ ዊልፋር መስርያቤት ስሄድ።የሰራተኞቹ መግቢያና መውጫ በር ክፍት አድርገውት እንዳፈለከ የምትገባና የምትወጣበት በር ሆኖ ቀረ።

2023080901:35 Steariotypes

When Some Of Them Diagnos Me,The Rest Of Them Use Steariotypes.Methadon ለማግኘት በጥዋት ከሚሰለፉት ጎን እኔ ጉዳት ያለው እንዲሁም ቦርጭ የሚያስወጣ መድሃኒት በግድ እንድወስድ ሃኪሞች ሲያስገድዱኝ።መትሃዶን የሚወስዱ ሄሮይኖች ቦርጫም ነህ ይሉኛል።

አንድ ቀን ታንቱ የተባለ የሳመር ጸሃይ መስጫ ቦታአንድ ልጅ ከሚሰራበት ቦታ ቀኑ ሳያልፍበት ምግብ የሚያድል ዘንድ ምግብ ለማምጣት ስሄድ ከምሄድበት አቅጣቻ በተጻራሪ አንዲት የእድሜ ባለጸጋ ሴትዮ ዌልቸር ላይ ተቀምጣ ትራፊክ ጭንቅንቅ መብራት ላይ ስንገናኝ ዌልቸሩ ማሽከርከር አልቻለችም ነበር ከእርጅናዋ ብዛት ።ያው የትራፊክ መብራቱ ቀይ ከማብራቱ በፊት እኔ ቀልጠፍ ብዮ ሴትዮዋ ዘንድ ሄጄ አቅጣጫዮን ቀይሬ ሴትዮዋን ለመግፋት ወሰኜ፣ወዴት ነሽ ስላት ምግብ ለመግዛት ወደ ሱፐርማርኬት ነኝ ብላኝ ሱፐርማርኬቱ ዘንድ ገፍቼ ወስጄ ምግብ ገዝታ ወደምትኖርበት ዘንዳ አደረስኳትና እኔ ወደ ምግብ የምትሻማበት ቦታ ድረስ ሄጄ ሻንጣዮን ስሞላ፣ፖሊሶች እዚህ ቦታ ሁለተኛ ግዜ እንዳታመጣ ብለው ልጁን ማስጠንቀቅያ ሲሰጡት፣ከፈለጋቹ ሳልቬሽን አርሚ በተባለ የረዴት ድርጅት ምግብ አለ ሂዱና ብሉ ብለው ሲያበቁ ሌላኛው ፖሊስ Han Spårar kompitens ችሎታውን አይጠቀምበትም ብሎ በአሽሙር ተናገረኝ።ለሴትዮዋ ያደረኩላት እገዛ እስከ 3000 ክራውን ያስከፍላል።ፖሊሶቹ ህኪም እንድሰራ ያልፈቀደልኝ መሆኑ አላወቁም።ኝ ጥሩ መስራቴ መከፈል ወይም መወደስ ሲገባ Steariotype ይሉሃል ይሄ ነው።

2024102217:13

ዱለት

በኢንጂነሪንግ የተመርቀ ስዊድን አገር ከገጠር ወደ ስቶክሆልም መጥቶ እኔን ሲያዋራኝ ስዊድን ቋንቋ በጣም በመናገር የነበረው መምህሬ ቶማስ ይመስክራል እያለ ይመካል። እኔው ን እሱ ላይ ያለኝን እይታ የወረደ በመሆኑ ብዙም ቦታ አልሰጠውም. ስቶክሆልም መጥቶ ስጋቤት ተያይዘን ስንሄድ እንጀራ ስ ጋ ከገዛ በኋላ ዱለት በስዊድን ኛ ምን ይባላል ብሎ ሲጠይቀኝ ላም ሞገን አልኩትኝ። ወቸው GOOD

2023081404:55

Yesterday, 20230813, I Had The Finest Dream In My Life, Which Makes Me How To Resolve My caustic Relationship With My Brothers, Sisters, Including My Mother, Who Live In Canada And the United States.

I Have Unresolved Probllem With The Swedish Aughterities Too.To begin With My Mother Including My SSister Acuesed Me Faulsly For Not Accepting To Go And Meet Thhe Ethhiopian Prist Who Has Conection With Countries Outside Ethiopia And Ethhiopia It Self.ዕናቴ እና እህቴ ፋና ከነበረው የ ሃያ ሰባት አመት መንግስት ቀድመው ጥቅም በመቀበል እኔን ቄስ ግርማ ዘንድ ሄጄ እንድለፋለፍ።I Am Not The Kind Of Person Who Babels About My Life ,Experiance and What Hapend To Me In The Past In Open Highway.I know Who I Am.I Move Consciously.I Am Always With The Sense Of Direction.ወንድም እና እህቶቼ ጋር ስገኝ ሰዉ ሁላ ትኩረቱ እኔ ላይ ስለሆነና እንሱ ዞር ብሎ Intention ስለማይሰጣቸው ከዚህ ውርደት ለመውጣት እነርሱ ባሉበት እንድገኝ አይፈልጉም።እንዲሁም

አባቴ ከልጆቹ ሁሉ ቱከረት ሰጥቶና አቀማጥሎ ስላሳደገኝና እናቴን Abiuse ያደርጋት ስለነበር እኔ ላይ karma ሊፈጽሙ ስለሚፈልጉ ነው።በኔ ስም እና በኔው የቴና ቀውስ ሰበብ ከመንግስት ጥቅም ተቀብላ እኔን ቄስ ግርማ ዘንድ እንድሄድ ከነበረው መንግስት ተስማምታ እኔ አልሄድም ማለቴ የተቀበለችው ጥቅም መርጣ በሃሰት ከታናሽዋ እህቴ ጋራሸርባ አብሬአቸው ከምኖረው የመንግስት ቤት ከፖሊስ ጋር ተስማምታ በ2016 ፖሊስ እቤት ሁለተኛ እንዳልደርስ ማድረጉና እኔ ከሰባት አመት በፊት ጀምሮ በየፔንሲዮኑ ስንከራተት ልቤ ተሰባብሮ ጸጉሬ ያኔ ነበር የሸበተው።ትርሃስ እና ኤልሳ የልጅነት ጓደኞቻቸው የሆነች ልታገባ እና ሰርጓ ላይ ለመገኘት ልጆቻቸው ይዘው ከካናዳ አክሱም ሲመጡ እንደ አጋጣሚ ሆኖ እኔም ከስዊድን አክሱም ስሄድ መምጣቴ ሰምተው ወድያውኑ ልጆቻቸው ይዘው በፍጥነት ወደ አዲሳባባ ሲመለሱ ።የነኝህ ሁለት እህቶቼ ተግባር ይመችኛል እኔን ማግኘትኝ ሆነ ማናገር አለመፈለጋቸው ይስማማኛል። I Respect ፋና እና እናቴ ዊድ ሁሉ ያጨሳል ብለው የኔን ከፉ ተመኝተው አደጋ ሊያደርሱብኝ ተቃጥተው ሲያበቁ ፋና አብራ ላበረችው ፖሊስ ከስዊድን አልመጣም ከሩስያ ነው ብላዋለች ። እኔ ቤት እንዳልደርስ ካደረጉ በኋላ ቤቱ ሊቦች ገብተው 10 ሺህ ዶላር ሲዘርፍዋቸው ሌቦቹን እንድይዝ

አያፍሩም ጥያቄ አቅርበውብኛል።እናቴም በኔ ምክኛት ባገኘችው ጥቅም ባለ አንድ ፎቅ ቤት አክሱም ጎንደር ሰፈር በተባለው እኔ እንዳላውቅ በሚስጢር አሰርታ ስታበቃና ቤቱ ተገንብቶ ሲያበቃ ሰዎች ነግረውኛል።

የአቶ ሃይለመለኮት ልጅ ዘመዳችን ካናዳ የሚኖር እኔ በ1997 ካናዳ ሄጄ ሳሎው አግኝቼው በጣም የበሰለ ሰው መሆኑን ስለተገነዘብኩትኝ ስዊድን የምትኖረው የአክሱም ልጅ ተክለወይኒ ታደሰን ደውየ የአቶ ሃይለመለኮት ልጅ ስልክ ቁጥሩን እንድጸጠን አድርጌ ልጁን ካናዳ ደውዮ ያለውን የቢተሰብ ቢዛር

አናግሬው ለመላው ወንድም እና እህት እናቴን ጨምሮ መንገዶ ላይ ስለቆሙና በኔ ስም ጥቅም ስለወሰዱ ጉዳቸው እንደደረስኩበት እንዲያውቁ አደርጋሎው።በተለይ ሰገድ እና ሌሎቹ ጉሮራቸው ከመያዜ በፊት ከዚች አለም እንድለይ ትልቅ ፍላጎታቸው መሆኑ ስለደረስኩበት መግቢያ መውጫ መንገዳቸው ያግኙ።ሰገድ እኔ ይህ ሁሉ ጉድ ሳላውቅ በመቅረቴ በስልክ ባገኘሁት ግዜ ይጨቀችቀኝ ና ስልኩ ይዘጋብኝ ነበር።ለብዙ ግዜዎጭ በ2019
ሃገርቤት እሄዳሎው ብዮው 200 ብር በየወሩ እልካሎው ብሎኝ ሳይልክ ሲቀር ለ40 ቀናት ያህል ሳይልክልኝ ቀርቶ 40 ቀናት በችግር አሳልፌዋሎው።ሁል ግዜ ደስታዮን ይወስድብኛል
Shakesper said "I Am Happy!Becouse I Dont Expect Any Thing!
አርቲስቱና የአክሱም ልጅ ብርሃኔ ሃይለ ከአመሪካ ወደ ስዊድን መጥቶ በርሱ በኩል 500ብር ሲልክልኝ ከ6 ወር በኋላ ነው እንደገና የምልክልህ ብሎ ቃል ገብቶ እኔን አቢኡስ ለማድረግ ድምጹ አጥፍተዋል።ከእንግዲህ በኋላ ምንም ነገር ከማንም አልጠብቅም።የኔን ፕሮፐርቲ ለወሰዱ ማምለጫቸው ያኝዩ አልለቃቸውም።ሰገድ ከኔ የማይሻል ስታብርን ሰው ነው።ብርሃኔ ሃይሌን ሰገድ እንዴት ነው፣ብዮ ስጠይቀው ዝም ብሎ ይበሳጫል ሲለኝ ልቤ ተሰብሯል።ሰገድ ኝ በኔ ተጠቅሞብኝ ከየሺ ገብረመድህን ጋር አብሮ ወደ መቀሌ ኪድናፕ ለያደርገኝ ሞክሯል።7 ወይም 9 የሚሆኑ መኪናዎች አስገብቶ ለሰዎች አድሏል።እኔስ መኪና አልፈልግም።ይገርማል። በ ፈረንጆች 2001 የ200 ብር የእግር ኳሶች ገዝቼ ለአክሱም የድሮ ትምህርትቤቴ ሰሰጥ የኔን አይቶ በ2019 አክሱም እያሎው የገባልኝን ቃል በመተው ለአክሱም ታዳጊዎች የስፖርት ልብስ ልኳል።አዎ ይገባኛል ፖርትላን ኦረጎን አብሮ ከሚውላቸው ሃበሾች ያዘዙት በቀን ከ200 እስከ 300 ብር ከፍሎ ጠረጴዛውን እንደሚጠርግ አቃሎው።ማንም የሚረባ የለም እኔ በቅቤና አዋዜ የታሸ ዳቦቆሎ ከሃገር ቤት ሳመጣ እነሱም እንደዛው።እኔ ሳምቡሳ ለቁርስ ስለምወድ ገዝቼ ስበላ እንeሱም እንደኔ እኔ ከስዊድን ምስር ይዤ ኢትዮጵያ ስሄድ እነርሱም ከካንዳ ምስር ይዘው Mother F***rs.

2023091205:26
place;-stkm (Sweden)

Ormänsgatan
26
16556 Hässelby
አባቴ ፣አቶ ኪዳነማርያም፣መኮነን፣ምራጭ፣አጽመይ፣እንቁይ በልዩ ከሁሉም ልጆጩማለት 20 ዎልዷል ከ20ያዎቹ እኔን በልዩ አቀማጥሎ ነበር ያሳደገኝ ከዚህ የተነሳ እኔ ከትምህርት ቤት መጥቼ እርሱ ስራ እሄዳሎው የከሳሽና አቃቤህግ ምስክር በለው ግፍ የሰራ ሰው እስከ ተላላኪ ምስክሮች ከመመስከራቸው በፊት በትክክል እንደሚመሰክሩ ቃለ መሃላ ተላላኪ ስያሳልማቸው፣
ከም ጉንዲ የንቅጸኒ
kእም አውዲ ይኮስትረኒ ብለው ቃለመሃላ ሲሰጡ ማየትና መስማት አግዳሚ ወንበር ላይ እግሬ የመስርያቤቱ ወለል ሳይነካ ተንጠልጥሎ ሁሉን አይቼ ስራ 4 ስአት ሲያበቃ ሆቴል ሁለት ከበዛም

ሰወስት ቢራ ነበር የሚፈቀድልኝ ጠጅ ከሆን ወሰን የለውም።እንዳፈሎከ ነበር የምጠጣው። አንዳንዴ ጣፈጥ ያለ ብርዚ የሚባል አንዳንዴ እኔ ነው የሚባል ጠንካራ ብርሌ ያዝልኛል።እኔ በጽጋ እጠጣሎው።እኔና አባቴ እንደ አባትና ልጅ ብቻ ሳይሆን እንደ ጓደኛሞች እንተያያለን። አስተዳደጌ ለዚህ አሁን ያለሁበት ሁናቴ በጣም አስተዋጾ አለው።አድርገዋል።

More Or Less ,,,It Makes Me To Be "Determin"!

ወላጅ አባቴ፣ ይፈራ፣ይጠላ፣ይከበር እና ይወደድ ነበር።እኔም እንደአባቴ እፈራሎው፣እጠላሎአ፣ እከበራሎው፣ እወደዳሎው! It's Gene

እናቴ የሃብታሙ አያሌው አድናቂ ናት እናቴ፣ስለሃብታሙ አያሌው የኢትዮ 360 ይህ ነው የሚያውቀው ትላለች ሃብታሙ አያሌው። እኔም የሃብታሙ አያሌው አድናቂ መሆኔ፣ It's gene

Hans Eysnck 1967 Viewed Two Dimensions Factor Model Of Personality Trite.

UNSTABLE	vs	STABLE	INTROVERT	vs	EXTRAVERT
modesty		touchy	passive		sociable
anxious		restless	careful		outgoing
rigged		aggression	thoughtful		talkative
sober		excitable	peaceful		responsive
pessimistic		changeable	controlled		easy going
reserved		impulsive	Relatable		lively
unsocial		optimistic	even-tempered		carefree
quite		active	culm		leadership

Raymond Cattell 1965 Compared 16 Personality traits between Olympic Athletes and Famous Artists.

Olympic Athletes	Famous Artists
Reserved	Ooutgoing
Less Intelligent	More Intelligent
Affected By Feelings	Emotionally Stable
Submissive	Dominant
Serious	Happy-Go-Lucky
Expedient	Consciousness
Timed	Venturesome
Tough-Minded	Sensitive
Trusty	Suspicious
Practical	Imaginative
Forthright	Shrewd
Self-Assured	Apprehensive
Conservative	Experimental
Group Dependent	Self-Sufficient
Uncontrolled	Controlled
Relaxed	Tense

The Big Five(OCEAN) Personality Trits.
By MaCcrey and Costa 2008

Trait	Facets

Openness vs. Closeness for Experience	Ideas, Fantasy, Aesthetic, Actions, Feelings, Value
Conscientiousness vs. Lack of Direction	Competence, Order, Dutifulness, Achievement Striving, Self-Discipline, Deliberation
Extraversion vs. Introversion	Sociable, Assertiveness, Activity, Excitement Seeking, Positive Emotion, Warmth
Agreeableness vs. Antagonism	Trust, Straightforwardness, Altruism, Compliance, Modesty, Tender-Minded
Neuroticism vs. Emotionally Stable	Anxious, Angry, Depression, Shy, Impulsive, Vulnerability

2023100607:31

በነጮች 1994 ስለ አውሮፓ ዩን ዮን ምርጫ ላይ በተደረገብኝ ኤክስፐሪመንት ለምን ናይ ፎር ለአውሮፓ ዩን ዮን።እስኪ ከቻለው ለብቻውን እንየው ብሎ ካርል ቢልት የተባለ የቀድሞው ጠቅላይ ሚኒስተር ከጓደኞቹ ሲነጥለኝ ግዜ ፣ይሄው ብቻዮን ቻልኩትኝ ።እነኛ የነበሩኝን ጓደኞቼ የት እንዳሉ አይታወቅም ግማሾችም በህይወት የሉም።

202310100336

ቀኝ እግሬ ከታመምኩ ከ 2020 ሲሆን ለዚህም ቀኝ እግሬ ልታመም የቻልኩት ኤሌክትሪክ ሾክ ተሰጥቶኝ ነው። ይህ የሆነው አልጋ ላይ ጋደም ባልኩ ግዜ አያሌው ሽፈራው በተባለ ኢትዮጵያዊ ዋርድ አሲስታንስ 69 በተባለ የህክምና ሴክሽን ነበር።ኤሌክትሪክ ሾክ የሰጠኝ። ከዚህ ኤሌክትሪክ ሽክ በተነሳ ቀኝ እግሬ አሁንም ያመኛል አንክሳሎው።

ከብዙ ግዜ ማሰላሰል የቀኝ እግሬ መታመም የበቃሁት ትግሬ ነው በማለትና እኔ ላይ ትልቅ ፍርሃትና ስጋት አድሮባቸው የካቲት 2020 ነበር እኔ ላይ ጉዳት ያደረሰው አያሌው ሺፈራው።

የሰሜን ጦርነት ትጀምሮ ተኝቼ በህልሜ አቢይ አህመድ ሲያስታምመኝ ነበር ህልም ያለምኩት ።

2023101418:39

A book called *It Takes a Village* by Hillary Rodham Clinton and *Man's Search for Meaning* by Viktor Frankl—both go hand in hand. *Thinking, Fast and Slow* by Daniel Kahneman. ላይ የኔ ገጸ ባህሪ System Two ይባላል።

2023102806:23

ምእራባውያን ድሮ ኮነሬል መንግስቱ ሃይለማርያምን ከጠየቅዎቸው መጠይቅ፣ ሰው እየተራበ ለኢሰፓ ምስረታ በአል መአት ውስኪ አወረድክ ብለው ጠይቀዋል።አሁንስ ምእራባውያን ኢትዮጵያ ላይ ለሚያፈሱት ገንዘብ ለምን ድሮን ገዛህበት ብለው ለምን አይጠይቁም።ወገኔ ሆይ

ለኛው እልቂት ሰበብ ዋናዎቹ እነርሱ ም እራባውያን እንደሆኑ ዘንግተሀዋል መሰለኝ።

I am an **Ethiopian-born, Russian-American (Republican) Jew** who has lived in Sweden for 33 years.

I have a background in **industrial design and industrial production**, as well as a **doctorate in psychology** and **space water studies**.

I speak **four languages** and can play with many more.

During my 33 years in Sweden, since 1994, I was invited for what they called a **"neglected towel."** They labeled me **"illes Jew"** and associated me with the **"half wheats,"** trying to make me believe that I was weak.

But I am **not weak**. I am very **unique**.

Bear-Jew. Proud to be born in December

2023042122:14

በግድ የምወጋው መርፌ ከተሰጠኝ በኋላ የሚሰማኝ ስሜት፣ልክ እንደ አውቲዝም poor communication skill,rigid behaviour,repititive,unresponsiv to others.ሃገር ቤት ስሄድ መርፌው ስላሌለ የዱሮው Original Daniel እሆንና ለነገሮች ቀልጣፋ
ከሰዎች ጋር ሳወራ ብጽሞና እያደመጡኝ ከመጠን በላይ ተመስጠው ይሰሙኛል በጣም ደስተኛም እሆናሎ

ሌክቸረር አሸናፊ ታዮ በሶሻል ሚድያ እንደገለጸው የአንድ ሁናቴ ውጤት ላይ አታትኩር። መነሻው ላይ እንዴት ሆነ ብለክ አስበክ መነሻውን ለማወቅ ሞክር
በሃገር ቤት እኔ ውጤታማ እንዳልሆን የሚያደርገው እኔን ማንገላታት መኖርያ ማሳጣት ድርሻየን መከዳት የመሳሰሉትን የነበረው የ27 አመት መንግስት ሴራ ሲሆን በጥሼ መውጣት አለብኝ ካልኩትኝ ሁለት አስርታት አመት ሆኖታል። ።በተጨማሪም ሞከሬ ሞከሬ እምፈልገው ደረጃ ስላልደረኩ I have to change my identity. Source:-(Ashenafi Taye 2023).

2023062702:25

ከላይ የተጠቀሰው፣በማያያዝ ኪዳነ የሚል ስም እጠራሎው። ይህ አጠራር በትላልቅ ኤርትራውያን ሲሆን፣ምእራባውያን During the 90th!
ኢትዮጵያ የገቡትና ማህበረሰብ ኮራፐት ዝገበርዎ ከሙውን ንመንግስቲ ኢትዮፕጵያ ኮራፐት ከገብሩዎም እንተለዉ ናይ ህጂ 26 አመት፣ ብወገን ኤርትራ ዝነበረ ፖለቲካ ናይ ህጂ26 አመት ኤርትራ ጋዜጣ አንቢበ ካፍቲ ዝረአኩዎ ስእሊ አብቲ ናይ ኤርትራ ጋዜጣ ናይ ህዚ 26 አመት፣
Place:-(Kultur Huset)

Sergelstorg
Stockholm
ካብቲ ዝረአኩዎ ስእላዊ ምስል As Follows....

አጼ/ሃይለስላሴ ከታች ሆኖው ኢሃዴጎችን ብቻቸው ተሸከመው ሲሄዱ የሚያሳይ ምስል።በኤርትራ ጋዜጣ ላይ የዛሬ26 አመት አይቻሎው።

2023060705:41
I borrow my books from Karolinska Institute University. One day, I think it was 2016-17 went to the library (Culture House)and asked to borrow one of the books I already had.....the librarian looked at the data and asked me the book's name. I answered," The science of mind and behavior..edition 5." he looked at it on the data. And gave me an answer. We dont have some; one has borrowed it, and there are three others in the queue. If you want to borrow it, you will be four in the queue! He said, and I responded, "it's ok! When I left the reception a few yards away, he whispered to his colleague the book he asked for was updated at the theater.(boken han frågar är på utställning!.daki 2023010620:49 jag är den försvunen skatt och talande tavla).Folks Used To Say...

202104161135

በ ዳነኤል ኪዳነማርያም መኮነን ምራጭ እንቆይ አጽመይ።
ከዛና አክሱም ተምቤን ዳባት አዲስ አበባ ስዊድን።
ከራስ አሉላ አባ ነጋ ትውልድ ሃረግ ።
የነበረው የሃያ ሰባት አመት መንግስት ገና በጥዋቱ ወርቅ አገኘሁ ብሎ ገና ሜዳ ላይ፣ ለወጠኝ ለጨው ለስኳር በጥዋት፣ ።እንዲሁም ዩቱብ ላይ ዳነኤል ኪዳነማርያም ተብሎ ከተገባ

ስለ ወርቅን ለጨው ለስኳር አቀያየር የሚያመላክት ሽለላ ማዳመጥ ይቻላል።በ 33አመት የስዊድን ንሮዮ ወደ መቶ ግዜ የሚሆን ወደ ኢትዮጵያ ጉዞ ሳደርግ ካጋጠሙኝ ሁናቴዎች አንዱ የምሄድበት ታክሲ ለሰአታት አዲስ አበባ ቀበርቾ አከባቢ ብዙ መኪኖች ቆሟል ፣ ረዳቱን ለምን ሾፌሩ አይነካውምብዮ ጥያቄ ሳቀርብለት ፣የመኪና መሄጃው አስፋልት እየቆፈሩ ነው ሲለኝ ፣ለምን ስለው መአድን አለ ብለው ነው የሚቆፍሩት ብሎ መለሰልኝ። ። ይህ ካጋጠሙኝ አንዱ ሁናቴ ነበር ።ምን ቢቆፍሩ ምሳ ይዘውበት የመጡ የ 25 ሳንቲም ፌስታል ነው የሚያገኙት ።ስል ታክሲ ወስጥ የነበረው ሳቅ በሳቅ።

በለውጡ ግዜ 3 ግዜ ብሄድም አልተስተናገድኩም።ለለውጡ እንዲመጣ ታታሪ ሆኜ ብሰራም ዞር ብሎ ያየኝ የለም። ዲያስፖራዎች በግሩፕ ተደራጅተው፣
ልክ ሃገር ቤት በጉሩፖቹ ብዛት ወኪል አላቸው።እኔ ያረግኩትኝ ብሄራውዊ ቲያትር ሲሰሩበት ሲጋራ እያጨሱ ሳይቀር ትያትር ሲሰሩ፣ብቅኔ አባባል ገና ሊደርስ አከባቢ ፣አንዷ ተዋናይ አባቴ" ገናና ዳኒ "ይባላል ስትል፣ሌላው ወንድ ተዋናይ ደግሞ አንተ ጉድ የተሰራከው ነጩን በሬ ያባረርክ ግዜ ነው ይላል። ደስ ብሎኝ ስሄድ ያ ወደድኩህ ወደድኩህ ሲባልልኝ የነበረ ሃገር ቤት ስሄድ ማስተናገድ የለም።መወደዱንም አላገኘሁትም።።በሁለተኛውና ሶስተኛ ጉዞዮ ከኢምባሲ የትብብር ደብዳቤ ቢሰጠኝም የምኖርበት ቤት ሊያስረክቡኝ አልቻሉም ለዚህም ነው አልተስተናገድኩኝም የምለው።በመጨረሻ ጉዞዮ ለቤት ጉዳይ እንዲፈጸምልኝ ከኤምባሲ ወደ ዲያስፖራ ዳይሬክቶርየት ወስጄ የተሰጠኝ መልስ ኢትዮጵያዊ አደለከም የሚል ነበር።በጣም ያሳዝናል።

ከላይ የተጠቀሱትን መሰናክሎች ደርሶውብኛል። በተጨማሪም ተንቀሳቃሽ
እና ተንቀሳቃሽ ያልሆነ ንብረት ሃገር ቤት እንዳለኝ ሲነገርልኝ ሃገርቤት ስገባ ከእርዳታው ፣ ብድሩ ባሻገር ፣ኢትዮጵያ ላይ ብዙ ሃገራት ከጎን ይሰለፋሉ፣የባለስልጣናት ጉብኝት የተሞላበት ይሆናል። በ፣ አንድ የህግ ባለሞያ ሳይሆን የህግ ባልደረባ በሬድዮ ኤፍ ኤም እንደአጋጣሚ ቃለመጠይቅ ሲያደርግ እንደሰማሁት ፣ተንቀሳቃሽ እና ተንቀሳቃሽ ያልሆነ ንብረት አለው ። እንዲሁም አንድ ሰው ፣ የጸሃይ ቁራጭ(east astroid) አመጣሎው ካለ የህሊና ቀውስ አለው ማለት ነው።ስለዚ አይታሰርምም አይከሰስምም ብሏል።

ጦርነትና ግጭት ላይ ወሲብን እንደ መፍትሄ አድርገው እየወሰዱ ።ስለዚህ የሚገልጽ መጽሃፍ በሂሊሪ ክሊንተን It takes a village የሚል ሲሆን ከዚህ እኩል ለኩል የሚኬድ መጽሃፍ Mens search for meaning በ ቪክቶር ፍራንሲል መመልከት ይቻላል። የሁለት ጥንዶች የወሲብ ግኑኝነት ለግጭትና ጦርነት እንደ መፍትሄ አድርጎ መውሰድ ሆኖ ሳለ ኮንጎልዊው Dennis Makwagie and Nadya Murad from Iraq የተባሉ ሰዎች ላደረጉት
ትግልና አስተዋጽኦ የኖቤል ተሸላሚነት በቅቷል።

እንዲሁም የነበረው የሃያ ሰባት አመት መንግስት በመለስ ዜናዊ ግዜ፣አንድ ደብተራ ነጸብራቅ ወድቆ፣ደብተራው ነጸብራቁ የወደቀበት ቦታ በማመላከት አንድ

ሌላ ወጣት ሰውየን ሂድ አምጣልኝ ከወደቀበት ስፍራ ብለዉት ፣ሰውየው ሄዶ ነጸብራቁን አግኝቶ ይዞ ደብተራውን ከድቶአቸው ሱዳን ሄዶ ሸጠው።ሰውየው በጣም ሃብታም ሆነ ከሱዳን ኢትዮጵያ ቦርደር እቃ የጫኑ ከባባድ የጭነት መኪናዎች ያለ ቀረጥ ብዛት ያላቸው የጭነት መኪናዎች ያለፍተሻ ያስገባ ነበር። ።መለስ ዜናዊ ሱዳኖች በጣም ታዋቂ የሆኑትን ሠዎች የኛ ናቸው ይሉናል።ብሏል! ሱዳን የኢትዮጵያ መሬት መያዝዋን የሚያመላክተው ለከፈሉለት ነጸብራቅ ፣በነርሱ እጅ ካለመኖሩ የተነሳ ነው የሚል ድምዳሜ ነው ያለኝ። ሃቁ ነጸብራቅ የሚባል ቀዝቃዛ አየርና ሞቃታማ አየር ሲገናኝ ነጸብራቅ ይፈጠራል።በበኩሌ ቅኔ ስላለው ተአማኒነት አለው።

የብሄር ፖለቲካ "ሳይንስ" በተሞላበት መርህ መገለጽ አለበት ሲሉ እኔ በማህበራዊ ሚድያ የሃገሬ ሰው ህልውና ሳይንስ በተሞላበት ትንተና ካደርግኩትኝ ከሁሉም ዜጋ በቀዳሚነት እገኛሎው። ። ከሃያ ሰባት አመት መንግስት እያለ በጽሁፍ ማስታወሻ ላይ አስፍሬአለው።ለዚህም አንድ ሰው መመደብና መወጠን ያለበት በብሄሩ ቋንቋው ስሙ ሳይሆን በባህሪው ነው።ይህም በሳይነስ የተደገፈ ነው ማለት ነው።

Extravert እና Introvert ሳይንስ ሲለያቸው Extravert የሆኑ ሰዎች በአፍሪካ መካከለኛው ምስራቅ እና ኤስያ የሚኖሩ ህዝቦች ሲሆኑ Introvert ደግሞ ምእራባውያን ማለት ነው። ሰው የሚለካው በባህሪው ነው።

2016/2017 ይመስለኛል የምኖርበት ሃገር ስዊድን አንዷት የእድሜ ባለጸጋ ሴትዮ ልቤ አመመኝ አምቡላንስ ደውልልኝ ብለውኝ ደውዮ አምቡላንሱ እስኪመጣ የምኖርበት ሰባተኛ ፎቅ ድረስ በመወጣት ከላይ የሚለበስ ፣ ወንበር፣አንድ ብርጭቆ ውሃ ፣አምጥቼ፣ ወንበሩ ላይ ቁጭ ብለው ከላይ የሚለበስ በማልበስ ውሃ ስጥቼአቸው አምቡላሱ እስኪመጣ አብሬ ስጠብቅ፣አምቡላንሱ መጥቶ እኒ የእድሜ ባለጸጋ አምቡላንሱ ወሰዳቸው።ከጥቂት ቀናት በኋላ ሃገር ቤት ስሄድ የፍቅር ቀን የህጻናት ቀን የአዛውንቶች ቀን ተብሎ ሲከበር በአዛውንቶች ቀን ተብሎ ሲከበር አባ ገመዳ አንዲት አዛውንትን ከላይ የሚለበስ
ሲያለብሱዋቸው በቲቪ ይታያል።ማን ከምእራባውያን ጋር ቁርኝት እንዳለው ራሳቹ ተገንዘቡ።

በዚህ የ30 አመት ስደት ከ100 ግዜ ያላነሱ በረራ ሃገርቤት ስገበኝ፣ ከቆይታ በኋላ ለመመለስ ሳስብ ገንዘብ ለቲኬት ስላልነበረኝ ኢትዮጵያ የሚገኘው የስዊድን ኤምባሲ ደውዮ ማሪያ የተባለች የኢምባሲ ቆንስላ ችግሬን ሳናግር የ ኔው የወር ክፍያ አካውንት ሲገባ የምከፍለው ቲኬት ወደ ስዊድን አግዝኝ ስላት እንዲህ ብላ መለሰችለኝ፣ ዳነኤል ገንዘብ የለም የመንግስት ካዝናችን አራቆትከው ምንም ገንዘብ የለም አለችኝ።ኢትዮጵያ ውስጥ ንብረት እንዳለኝ ልዚህም በከፊል።ሌላም ከ 30 አመት ያገኘሁት የ እህቴ ባል ፣ ልጠይቀው መገናኛ ስሄድ እንደ አጋጣሚ እሱ ነበር በር የከፈተልኝ ሳንኳኳ፣ከመቅጽበት ሲያየኝ እንዲህ ብሎ ተናገረኝ።አንተ ዳኔል ነአካ ዝተባህለስ ናብ ካሎት ተገልቢጡ ። አንተ ዳነኤል ፣ላንተ የተባለውን ወደ ሌላ ተገለበጠ ። ይህን ሃሳብ ውስጤ አምቄ ለሌላ ሳላዋራ አምቄ ብይዘውም አጋጣሚ ሆኖ በሌላ ሰው ሰማሁት ።

2021060700:39

በፈረንጅ አቆጣጠር 1996 ካናዳ ደርሼ ስመለስ sun set park የተባለ ሂፕሆፕ አልበም ወጥቶ በዘፈኑ በጣም ተዝናንቼበታሎው ከዘፋኞቹ መሃልMc lite,mobb deep, Onyx ሌላም D.r Dree...keep theire head ringing
የሚለውን ሲወጣ ከሳምንት በኋላ ቶሮንቶ ስቶክሆልም በረርኩትኝ I do all kind of sport! ።እቤት ልጆች ትምህርት ሲሄዱ እናቴም ጭምር ።እኔ ቤት አጽድቼ ምግብ ሰርቼ እጠብቃቸው ነበር ።በተጨማሪምHumbergr ዳኒ በርግር ሰርቼ ጋበዝኳቸው።ዮርዳ ካናዳ ልጆች መኪናቸው ላይ ዳኒ በርግር የሚል መኪናቸው ላይ ይተጻፈ በ MMS ላከችልኝ።ካናዳዎች በጣም ይወዱኛል።ምስጋና ይገባቸዋል።ወንድም እህቶቼ እናቴ ጭምር ካናዳ ኗሪዎች ሲሆኑ እኔን በስልክ አያወሩኝም ሃገርቤት ስሄድም እነርሱም ሃገርቤት ካሉ ማኝየት አይፈልጉም።

እዚሁ ጽሁፍ በተደጋጋሚ ማስፈር የወደድኩት ስለ ኢንትሮቨርት እና እክስትራቨርት ሲሆን፣ ኢንትሮቨርት ማለት ባጭሩ ራስከን ሁን ሲል በፈረንጆች 1994 ኢዩሮፕያን ዩንዮን የተባለው የጀርሞኖች ሴራ ሆኖ ሳለ
ለዚህም ምክንያtት የሆነው ራሳቸው ከአደጋ ለመከላከል ብቁ ላልሆኑ ምእራባውያን ኢን ፌቨር ነው። በርግጥ ምእራባውያን ኢንትሮቨርት ሲሆኑ come out from the croud and be the self ።እኔ ታዋቂ ካደረጉኝ የመጀመርያዎቹ በ1994 ምርጫ No for EG(eu)በማለት 49 ፐርሰንቱን ስይዝ በወቅቱ የነበረው ጠቅላይ ሚንስተር 51 ፐርሰንት yes for EU በማለቱ ስዊድን ከሌሎች አውሮፓውያን ተቀላቀለች።ትምህርት ቤት ላይ ለሰጠሁት ማብራሪያ አንድ ሞናርኪ ስለሆኑ ከአውሮፓ ይልቅ ኖርዲክ ማለት ዳንማርክ ስዊድን ኖርወይ ፊንላንድ አይስላንድ ብዮ የያዝኩት ምርጫ ላይ 49 % ሲሆን ኤንቫር ካርልሶን 51% ያዘ።ከዛ በኋላ ካርል ቢልት የተባለ ጠቅላይ ሚኒስተር ሲሆን፣አንድ ነገር ተናግሯል እሱም እንዲህ የላል።ሁሉም አውሮፓ EU ሲሆኑ እኛ እንዴት ለብቻችን እንሆናለን፣No for EU ያለው ሰውየ እስቲ እንየው፣ ብቻውን ያለጓደኞቹ ከቻለው፣ ብሎ ሲናገር ጉደኞቼ ሲያገሉኝ ፣ችየው ብቻዮን ሆኜ ህይወት ዘለቅኩትኝ። ተመስገን ፈጣሪ እኔ እስካሁን ብቻዮን ዘልቄውሎው።በሃበሻ 1985 ጀምሮ የተለየሁዋቸው ጓዶኞቼ ደብዛቸው ጠፋ።እኔ መጽሃፍ እንደሚገልጠው ብቻዮን practical individualism (introver) ሆኜ እየኖርኩት እገኛሎው።

2021/05/11 08፣17

በ አቶ ሃይለማርያም ደሳለኝ አገዛዝ ወቅት 2014/15 ከዋናው ባንክ ቤት ወጥቼ በኢትዮጵያ ሆቴል አድርጌ መከላከያን ወደ ግራ ትቼ በፉል ውሃ ካዛንችስ ኡራኤል በደሳለኝ ህንጻ አድርጌ በአፓርታማ ገርጂ የምኖረው ቤት 1061

ስደርስ እንዳጋጣሚ መጀመርያ ላይ ኢትዮጵያ ሆቴል አከባቢ ያጋጠመኝን ልንገራቹ።ኢትዮጵያ ሆቴል አጠገብ ስሄድ ያጋጠምኝ ከኋላዮ በ4 ሜትር ባልበለጠ ርቀት አንድ እብድ እየተናገረ ይመጣል ድምጹ ጮክ ብሎ የሚናገር ሰው በመሆኑ

እብድ መሆኑ ተገነዘብኩ።ካላቸው ቃላት ሃገር አጋንንት ሲመርዋት ዳነ ኤል ተሸከማት ሲል ደንገጥ አልኩትኝና መራመዴ ትንሽ ዘላ አለና እብዱ አልፎኝ ሄደ። ወደ ጋንዲ ሆስፒታል መታጠፍያ አከባቢ በግምብ የታጠር ሲሆን አንዷት የ ቫይኪንግ ቀለበት ጣቴ

ላይ ነበረች አወለቅኩትኝና በአጥሩ ወረወርኳት ።ከሳምንት በኋላ በዛ አከባቢ ስሄድ በፍጥነት እቦታው ላይ ግንባታ ተያያዙት። ፍጥነታቸው ስቦኝ ሆን ብዮ በዛ ሳላልፍ አልቀርም። አንድ ሱፍ የለበሰ ሰውዮ ለግምበኞቹ ድንጋይ ሲያቀብል አያሎው።

በፍጥነት ተሰራ።በቅርቡ 2019 አዲስ አበባ እያሎክ ፎቁን አይቼ ከ22 ፎቅ በላይ ሲሆን አዲስ አበባ ካየሁዋቸው ፎቆች ርዝመት ያለው ይህ ቀለበቴን የወረወርኩበት ቦታ የተሰራ ፎቅ በርዝመት ቀዳሚ ያለው ይመስለኛል።

2021-05-17 01;56

ተለምኼ እንጂ ለምኼ መኖር አልነበረብኝም።

There are three kinds of People. Those who ask what happened, Those who expect what will happen, and Those who make things to happen. and I bech ya you are the one who makes things to happen

11-06-2021

ስለ ዲያስፖራ ያለኝን ትንታኔ ልክ ፐረዚደንት ትራምፐ እንዳሉት ስኔት ውስጥ ለሚሰሩ ሶማልያዎች ሃገራቹ ሂዱ ሲሉ ሁሉም ቅር አለው።በበኩሌ ትራምፐን እደግፋሎው።ኢትዮጵያ ከአለም ካርታ የጠፋች ናት ተብሎ ከተወራላት ብዙ አመታት ያስቆጠረ ሲሆን ለዚህም በመለስ ዜናዊ ጀምሮ ሲሆን መድሃኒትዋ የተሰደዱት ልጆችዋ ወደ ኢትዮጵያ በመመለስ ተቋማት ላይ ሃላፊነት በመውሰድ ሊያድኑዋት ይችላሉ የሚል እምነት አለኝ።

ምእራብያዋን አንድን ነገር ለመስራት ወላዋይ ናቸው ተብሎ በ ሳይነስ ሲወራ ያደጉ ሃገራት ላይ የሚኖሩ ኢትዮጵያውያን ሃገር ቤት ለመመለስ የወላዋይነት
ባህሪ ሲያሳዩ በሃይል እንዲመለሱ ቢደረግ ምንም ምርጫ ስላሌላቸው መመለሱ ይደግፉታል። ይህ ከሆነ የተሰደዱት ኢትዮጵያውያን ብዙ ያተርፋሉ።
ከሚያተርፉት ምእራባውያን ስደተኛ ይቀንስላቸዋል።ለዚህም ደስተኛ ይሆናሉ።ኢትዮጵያ መንግስትም ደስተኛ ይሆናል።አደብ የገዙ የተማሩ ዜጎችዋ ስለመጡላትና ከኮራፐሽን ያድኑዋታል።በመጨረሻም ዲያስፖራ ራሱ ደስተኛ ይሆናል።ሃገሩ ተመልሶ የቤቱ በር በዘበኛ ሲከፈትለት ያላገኘው ክብር ሲያገኝ
ደስተኛ ይሆነአል።ለማጠቃለል ያክል የሚያተርፉት ም እራባውያን ኢትዮጵያና የኢትዮጵያ ዲያስፖራዎች ማለት ነው።

ኮራፐሽን

ኢትዮጵያ ላይ ምእራባውያን በመለስ ዜናዊ ጀምረው ሰርገው የገቡት ለዚህም ዲያስፖራው ትልቅ ሚና ተጫውተዋል።
አንድ ካጋጠመኝ ነገር አንዱ ውጭ ሃገር የሚገኝ የሃበሻ ሬስቶራንት ሄጄ ቴክ አወይ የሃበሻ ምግብ ለመውሰድ ፈልጌ የምወስደው ምግብ ተሰርቶ እስኪያልቅ ቁጭ ብዮ ስጠባበቅ ሬስቶራንቱ ትልቅ ሲሆን ከሃያ ያላነሱ ጠረጴዛዎች ሲኖሩት ሃበሻ ሞልቶት ምግብ ይበላሉ። ሙብራት አልበራም።ሲበሉ ሻማ ነው በያንዳንዱ ጥረጴዛ የበራው ሻማ ነው። ።የተመጋቢዎቹ ፊት አይታይም።ሻማው ያበራው መግቡ ሲሆን አዳራሹ ላይ የሚሰማ ነገር የለም ሙዚቃም የለም። የምወስደው ምግብ ተሰርቶ እስኪያልቅ ድረስ ስጠባበቅ ድረስ እያነበብኩ ቁጭ ብዮ ስጠባበቅ ከጎኔ ካለው ጠረጴዛ አራት ሃበሾች ጠረጴዛ ላይ ከበው
ምግብ እየበሉ ሲያወሩ ወሬአቸው ስለ ሃገር ቤት ነበር።ከዚህም የተረዳሁት ነገር ቢኖር ኢትዮጵያ ውስጥ ወኪሎች እንዳላቸውና ኢትዮጵያ ውስጥ ካሉት ወኪሎቻቸው ሲያወሩ አንዱ ሲናገር ,፣አይ ከኛዎቹ የሞተ የለም ሲል ጀሮዮ ስምተዋል ይህም በሃይለማርያም ደሳለኝ ግዜ ነበር።

202303271649

ከቤተሰቦቼ ጋር እስከዚህም ግንኙነት ከተቋረጠ ሶስት አስርት አመታት ቢያስቆጥርም ከምወዳት እህቴ ዮርዳኖስ ኪዳነማርያም አንዳንዴ እናወራለን
በቸገረኝ ግዜም እሷ ትደርስልኛለች ምስጋናም ይገባታል።

ስሜቴ ነክቶ ካሳሰበኝ አንዱ ዮርዳዮ ከተናገረችኝ፣ዳነኤል ብዙም አታወራም ዝም ነው የምትለው ብላ አስተያየትዋን ስትሰጠኝ።በዛን ሰአት መልስ አልነበረኝም.።ከማውቀው ነገር አንዱ ስዊድኖች በግድ የሚሰጡኝን መርፌ ዝም እንደሚያሰኘኝ አውቅ ነበር።አሁን ግን በረቀቀ መልኩ ለዝምታዮ
ዋነኛ ምክንያት ቤተሰቦቼን እንዲያውቁልኝ እፍፈልጋሎው።

መርፌ ስወስድ በግድ ነው።ይህም በፈረንጅ አቆጣጠር 1994 ጀምሮ እስከ አሁን እየቀጠለ ይገኛል sicodinol diepot የተባለ ሲሆን ይህም በየ ሁለት ሳምንት ነው።አልወስድም ካልኩኝ ሲቪል ፖሊስ ሃኪም አዞን ነው ብለው በሲቪል መኪና ወስደው ሜንታል ሆሥፒታል ያስረክቡኝና ሁለት እግሬ ሁለት እጄ
ለ24 ሰአት ያክል ስትረቸር ላይ ታስሬ እቆይና መርፌው ይወጉኛል።አልጋ ላይ ለ24 ሰአታት ታስሮ መቆየቱ በጣም የሚመር ቢሆንም ሽንት እንኳን ልሽና ብል
ሳልፈታ ፖፖ ያቀርቡልኛል።

እጅና እግሬ መታሰሩ ላይ ፎቢ ሥለያዘኝ ከመታሰር ራሴውኑ ህጄ በገዛ ፈቃዴ መርፌው ብወጋ ብዮ በሳምንት ሁለት ግዜ ማለት ማክሰኞን አርብ እንድመጣ አዘውኝ እሺ ብዮ እንዳልኩት በየሁለት ሳምንት ኢንተርቫል መርፌው ይወጉኛል።

አንድ ግዜ ሃሜታ ላይ አውቲስቲክ ነው ሲሉ ደንቅቼ በቀጥታ ወደ የምወደው የሳይኮሎጂ መጽሃፍ ስለ አውቲዝ ምለመጀመርያ ግዜ Leo Kanner 1943
የተባለ ሰውየ ነበር ስለ አውቲዝም የተመራመረው።አውቲዝም unrisponsive to others,poor comunication,Ripititive and Rigged Behavioour ብሎታል።እኔን የሚያደርገኝም ይህን ነው።ለዝምታዮና አለመግባባቴ መንሴው ወድሃኒቱ መሆኑን ወንድም እህትና እናቴ እንደምትረዱልኝ
ተሥፋ አደርጋሎው።ይቅርታ እንደምታደርጉልኝም ተስፋ አደርጋሎው። እናቴ ወንድም እህቶቼ ከካናዳ ኢትዮጵያ ሲመጡ እኔም ከስዊድን ሃገር ቤት ሄጄ ስንገናኝ ብዙም አላወራም በዚህ ቤተሰቦቼ ተጨናቀው በተለይ እናቴ ከቤታችን ቄስ ተመካክራ ግርማ የተባሉ እውቅ ቄስ ዘንድ እንዲወስዱኝ አቅደው እኔ ፊት ላይ የቤታችን ቄስ መጥተው እናቴ እንዲህ አልች፣ ከሁሉም ልጆቼ ይልቅ ዳነኤል ላይ ነበር ተስፋ የማደርገው ፣አለች ።

ሌላ ብጨምርም Teodor Aylan and Nathan Ezril 1968 a Book called Tooken Economy የተባለ መጽሃፍ ሲጽፉ የዚህ መጽሃፍ ይዘታው
ምእራባውያን ተቋማቸው ላይ የሚጠቀሙበት ነው። ።።አንድ ሰው 100፣000
ብር የሚያወጣ proformance ከሰራ የሚሰጠው 100፣000 ብር ሳይሆን smoll coin,slice pizza,cupon ነው የሚሰጡጥ በይበልጥ መጽሃፉን ማንበብ ወይም ጉግል ማድረግ ይቻላል።

እኔ ምርታማነቴ ቀርቶ አደለም እስካሁን በድህነት የምኖረው ኩፖን ቁራጭ ፒዛ ሣንቲም እየሰጡ ለምስራው ፕሮፎርማንስ የጠቀመው የኢትዮጵያ መንግስትና ኮራፕት የሆኑ የማህበረሰብ አካላት ነው።
lእ27 አመት የገዛው ።መንግስታችን የኔን አይቶ ኢትዮጵያውያን ወደ ውጭ ሃገር ይደልብ ነበር።ደልበዋልም።ይህንን ሃተታዮ ሊከብዳቹ ወይም ከሃዲድ እንደወጣች ባቡር የሆንኩ ከመሰላቹ ፉት ሶልጀር ጉግል ማድረግ ይቻላል።ፉት ሶልጀር ነበርኩኝ የኢትዮ ኤሪትራ ጦርነት ላይ።ፉት ሶልጀር ማለት የአንድ ሃገር መንግስት በጣም አስፈላጊ የሆነ ስራ ሳይሰራው ሲቀርና ስራው በአንድ ግለሰብ ብቻ ሲሰራ የመንግስት ሃላፊነትን የተወጣው ግለሰብ ፉት ሶልጀር ይባላል።
በ 1998 ባድመ ኤርትራ ስትወር እኔ ኖርወይ ነበርኩ ።ኤርትራውያኖቹ ስፖርት ሲሰሩና ሲሮጡ እኔም I did All kind of sports. የኢትዮጵያ
መንግስት የኔን ፕሮፎርማንስ የተገበረው ከሁለት አመት በኋላ ነበር።ከሰረኋቸው ስፖርቶች skining ኢትዮ ኤርትራ መጀመርያው ጁን1998 ነበር።በረዶ ስላልነበርና ሳመር ስለነበር ስኪይንግ መስርያው ዘንድ በመሰላል ወጥቼ ላይ ድረስ ተንከባለልኩ።ሊላም ስልክ እንጨት ላይ በመውጣት ልክ አክሱም ፍቃዳ ስናደርገው እንደነበር ካልሲዮን አውጥቼ ድንጋይ በማስገባት ጥምጥም የተባለው ጫዋታ ተጫወትኩ።የነበርኩበት ቦታ ትንሽ መንደር ስለነበረች ሁሉም ነገር
yእተሞላባት ነበር።ስፖርቱን ለ3 ቀን በተከታታይ ሰርቼው የተጠቀምኩበት ታክቲክ ልክ Doom and doom2 scarborough(cannada)ቤዝመንት ላይ ስጫወት በአጭር ግዜ ውስጥየጌሙ ዲፓርትመንቶች አንድም ሳልረሳ ቁልፎችንም ሳልረሳ ጨዋታውን መጨረስ ነበር። .doom ስጫወት ግዜ ለመቆጠብና ሁሉንም ቁልፎች አግኝቼ በአጭር ግዜ ወስጥ ግራ ግራክን ይዘክ ስትኬድ ነው።ከ 13 አመት በኋላ እኔ የተጠቀምኩበት ዘይቤ ማለት ታክቲክ አንድ የኖርዎይ ቤተሰብ ደኩመንት በመስራት የኖብል ተሸላሚ እንዲሆኑ በቅቷል።

ፕሮፌሰሩ አዝናኝ ተስፋሁን ከበደ ደጋግሞ እንደሚናገረው ፍራሽህን አድስ እና አልጋህን ብርሃን ከሚታይበት ቦታ አስጠጋ ሲል አልጋቸው ብርሃን ከማይገባበት ቦታ ያስጠጋሉ።ስለ አልጋው ወደ ብርሃን ያለበት ቦታ ዘንድ አለማኖር ተስፋሁን ከበደ ደጋግሞ ቢነገርም ሰዉ አይገባውም። እና ከዚህ በተያያዘ ሱቅ ስትሄድ ግራ ግራክን ይዘህ ሂድ you will find everything hidden.move consciouslly

ይህን ላነበበ ሱቅ ስትሄዱ ገና መግብያው በር ስትደርሱ ወደ ግራችሁን ይዛቹ ከሄዳቹ በትንሽ

ሰአት ወስጥ ሁሉም ሴክሽን ተደርሳላቹ Treasures ታገኛላቹ።ይህን ስልት ያወቅኩት ካናዳ ስካርብሩ 1996 ሲኮን ስልቱ የደገምኩበት 1998 nöme (nöme)የተባለች የኖርወይ ትንሽ የስደተኞች ጣብያ ነበር።በ 2011 አንድ የኖርወይ ፋሚሊ ስልቱን በቪድዮ ቅንጅት ደኩመንታሪ ሰርተው ኖብል ፐራይስ አገኙ። ስኪይንግ መስርያው ላይ ወጥቼ ከላይ ስንከባለል ከፍታ ስላለው ላቲቲዩድ ስላለው አለምፒክ ወርቅ መዳልያ ያስገኛል።ለማነኛውም ይህን የምጽፈው ለቤተሰቦቼም ጭምር ስለሆነ።Aggression እንዴት ህጋዊ በሆነ መንገድ እንደምትተገብረው የሚገልጽ Psychology.The Science of Mind and Behaviour Edition 5 page 668 ማየት ይቻላል።

መእራባውያን በመለስ ዜናዊ አገዛዝ ጀምሮ ሰርገው ገብተው ነበር። መንግስትም ማህበረሰቡንም ኮራፐት አድርገውታል።ከስፖርት ዜና መግቢያ ሙዚቃ በስዊድንኛ ነው። እነ ፕሮፌሰር በየነ ጴጥሮስ የስዊድን ሶሻል ዲሞክራት ነን ማለቱ ፕሮፌሰር ብርሃኑ ነጋ ከአመሪካ ስዊድን ድረስ መጥተው ስብሰባ ማድረግ የስዊድን ሶሻል ዲሞክራት ነን ማለት እና እያንዳንዱ ቤት ኮራፐት እስከማድረግ።እኔን ካዝናችን አራቆትከው ተብሎ መነገሩ።ከራሽያ ና ኢትዮጵያ ያላቸው ግኑኙነት አይጋጭም ወይ። እኔን አካታች አለማድረግ ሁናቴው ውስብስብ ያደርገዋል።እንቅፋት ሳይሆን መፍትሄው እኔ ብቻ ነኝ።ሃገርቤት ስሄድ እኔን አለማስተናደግ ፤ይስከፍላል።

ሳይካትሪስቱ ያደነኝ ልክ ቤተሰቦቼ ካናዳ እንደገቡ ነበር።በ1994 መጨረሻ አከባቢ ፎልክዩኒቨርሲቲ ስማር አንድ
ተርሚን ከጨረስኩትኝ በኋላ ፍቅረኛዮ ለመጎብኘት ጃለኒ ጣይብ አባጀቢር AKA ጄሊ አህመድ አዲስ አባባ ለመሄ ሳስብ
ትምህርትቤት ላይ አንድ አስተማሪ በጥላቻ ያየኝ ስለነበርና በዛን ግዜ ክላስ ወስጥ ለምመልሳቸው ጥያቄዎች ታቡ
ወይም ክልክል ስለነበር በዛን ግዜ 1994 የአስተማሪው ጥላቻ እየከረረ መጣ።ቡሊድ አደረገኝ። በጣም የከረረ ቡሊድ ሲመጣ የምታሳያቸው ምልክቶች ሲኮስ ነው።ልክ ማሪዋና አጭሶ ሰው ሲኮስ እንደሆንኩኝ ።ለ6 ወር ማለሮል የተባለ መድሃኒት ሲሰጡኝ ሆስፒታሉ ውስጥ የቸቸንያ እና ራሽያ ጦርነት ላይ እኔን ራሽያ ፉት ሶልጀር ሲያደርጉ ጃለኒን የቸቸንያ ማለት የመራባውያን ፉት ሶልጀር አደረጉዋት ።ለቸቸንያ ተዋጊዎች ከምእራብ በሚልዮን የሚቆጠ ዶላር ሲዘንብላቸው ጦርነቱን አድቫንስ ያደርጉ ነበር።ጄሊ በዛን ግዜ አዲስ አባባ ስለነበረች ከሆስፒታሉ ስደውልላት ይከታተሉ ነበር።ያም ሆነ ይህ1995 ከስድስት ወር ሆስፒታል ቆይታ በኋላ ቤቴ ስሄድ ሙሉውን 1995 በዲፕረሽን አሳለፍኩት ጄሊ አህመድም አመሪካ ገባች 1996 ሰገድ ወንድሜ ሊጠይቀኝ መጣ እኔም ለጉብኘት ካናዳ ሄድኩኝ።It Takes a Village የተባለ መጽሃፍ ሂለሪ ክሊንተን ስትለቅ መጽሃፉን አልወደድኩትም ምክንያቱም ጄሊን ወሰዱብኝ።ይህን በተመለከተ ታዋቂ ዘፈን ወጣ።
አመሪካ ዩሮፕ አንደኛ ሂት ሊስት ...All She Want is Another Baby...She is going tomorrow..
boy all she want is another baby . Ice of Base.ልቤ ብዙ ቦታ ላይ ተሰባበረ።ለዚህም ሂፕኖታይዝ አድርገው እኔን እንደ ራሽያ።ጄሊን እንደ ቸቸንያ ማለት መእራባዊት ያሆነ ማለት

ነው።ሂልሪ የጻፈችው መጽሃፍ በአሁኑ ግዜ ስር እንደሰደደ ይነገርለታል።ከመጽሃፉ ጎን ለጎን የሚሄድ By

Victor Fransil"Mens Search for Meaning"

2016 የ አመሪካ ፕረዚደንታዊ ምርጫ ለማካኤድ ሲጀማምር ሲያሚሙቁት ስቶክሆልም ከተማ ውስጥ ሶደርማልም የተባለ ቦታ እየሄድኩኝ መንገድ ላይ ሁለት አመሪካውያን ስለምርጫው እያወሩ ሲሄዱ ተጠገኳቸውና ሂልሪ ክሊንተን ካሸነፈች አንድ የአመሪካ ባንዲራ ያለበት ፎጣዮን አልጠቀምበትም ስለው አንዱን ሌላኛው ለምን ብሎ ጥያቄ ሲጠይቀኝ ..couse She Took My Village!ተባብለን ተለያየን።ትንሽ ወራቶች በኋላ ምርጫው ሲካሄድ እከታተለው ነበር።ሂልሪ እየመራችህ ነበር ።ራሴን አመመኝ። ዮርዳኖስ እህቴ ደወለችልኝ።ምን እያደረክ ነው ስትለኝ አይ የአምሪካ ምርጫ እየተከታተልኩኝ ነው ዩቺ ሴትዮ ዋይትሃውስ ልትገባ ነው መሰለኝ ብየ በሃዘኔታ ስመልስላት ትንሽ ናፕ ልወስድ ነው ዮርዳ ብያት ወሬአችን ጨረስን።በዛን ግዜ ማለት 2016 የምኖርበት ቤት ራሽያውያን ነበሩ(x-cones)
በሃላፊነት ተወከለው የሚያከራዩት እንደ ግሩፕ ሃውስ ማለት ነው ።45 ደቂቃም አልወሰደም ከ እንቅልፌ ስባንን
ትራምፕ አሸነፈ ሲሉ ቤቱን በደስታ ጩሀት ቀውጢ አደረኩትኝ።ካርማ ማለት ይሄ ነው። ሂልሪም እስካሁን መግብያ መውጫ አጥታለች ። She is Indited on Minority Sex.ተብሎላታል።የሂልሪ ክሊንተን መጽሐፍ ኢት ቴክስ ኤ ቪለጅ የሚለው በ 90ዎቹ የወጣ ሲሆን ስር እንደሰደደ ይነገርላታል።በዚህም በተመሳሳይ Macwage and Nadia Murad የተባሉ ወሲብን ጦርነት እና ግጭት ላይ እንደ መፍትሄ አድረገው ለሚወስዱ ላይ ያላሰለሰ አድርጓል።ለዚህም የኖብል ሽልማት አኝይተዋልእንዲሁም ለኖብል ፕራይስ ያበቃቸው Sexualism in war and conflicts.

202303272235

አንድ አንድ ግዜ ብቻዮ ቁጭ ብዮ ሳስብ እንዴት እስካሁን በህይወት ልኖር ቻልኩኝ ስል መልሱ የሳይኮሎጂ መጽሃፍ እንደሚገልጸው Intelligent
People have easy way of servaiving from Brain Damage .እድሜዮ ልክ ሰዎች ሲያደንቁኝ ነው የሚኖሩት ።ይህ ሁናቴ በታታሪነት
እንድቀጥልበት አድርጎኛል።ራሴን ከማደንቀው ስራ ስደት ያለሁበት አገር አእምሮ በሽተኛ ነክ ሲሉኝ ባለመቀበል ስለ የአእምሮ ህመም አካሚዎችና
ታካሚዎች ላይ ብዙ ጥናት ላደርግ ችያሎው።በሳይንስ Neurotists ተብለው ሲጠሩ They Avoid Danger Due to Adaptive Competetivnes.
on the other side Neurotism Shortens Life span Neurotism can be a Pillar of Strength in Time of Crises.(Pillar for Governments)ይላል።እኔ ላይ ልዩ የሚያደርገው ወንድሜ ዳዊት ኪዳነማርያም እንደሚለው ጠርጣራ ነክ።ግን ጥሩ ነው። ያልጠረጠረ ተመነጠረ ይባላል።። ።ሃኪሞች ሲያዋክቡኝ የሃኪሞች መጽሃፍ በማንበብ ቻለንጅ ላደርጋቸው ችያሎው። ሃገርቤት ሆነ በስደት ኑሮዮ Whistle Blower(The Flow) የሚባል ስም አለኝ።

daki *ነኝም።*
ይህን ያውቁ ኖሯል

Neuroticism is not as horrible as people think. Neurotics can avoid danger due to adaptive competitiveness. Mostly, governments use them as a pillar of strength in times of crisis. Whistleblowers can challenge the existential power. Whistleblowers can resist the existential power against their values and overwhelming peers. *Daki* 2016 U.S. Election voted as American Conservative. All Europeans are Hollywood and Democrats.

በ2016 ከአዲስ አበባ ስቶክሆልም ስበር አውሮፕላንዋ በቪየና አድርጋ ነበር የበረረችው።ቪየና ተሳፋሪዎች ለመጫን ስታርፍ ወድያውኑ የመጣልኝ
ታዋቂው Psaychoanalist Sigmon Froud አውስትሪያዊ መሆኑ ስላወቅኩኝና ለምን ወርጄ ኤግዛምኔሽን አላደርግም ብዮ ወድያውኑ አውሮፕላንዋ ቪየና ስታርፍ በቀጥታ ወርጄ ለምርመራ ሆስፒታል ፍለጋ ሳደርግ የመረመረኝ ሃኪም እንዲህ አለኝ።አንተ የአ እምሮ በሽተኛ አደለክም ።በ 10 ደቂቃ ውስጥ ከሆስፒታሉ ኮምፓውንድ ካልለቀክ ፓሊስ እንጥራብካለን አለኝ። በንጋታው ስዊድን ስበር ተቀብለው ከኤርፖርት ወደ ሆስፒታል ሲወስዱኝ ከሃኪሞቹ ለአንድ ወር ያክል ስከራከር ነበርኩ።ድያጉኖስ ከጀመረ መብቂያው እንዳለ እውነታ ነው።ለምሳሌ ትርፍ አንጀት ካለብክ ኦፐሬሽን ታደርግና ዲያጉኖሱ ያቆማል።ካንሰር አለብክ ተብለክ ቆይቶ ሃሰት መሆኑ ሲነገርክ በደስታ ትቦርቃለክ።ዳኪ *ሻምፔን ትከፍታለክ።*ሃኪም በስህተት የአእምሮ በሽታ አለብክ ካለክ
ወይም ሃኪም እውነታ ባልተሞላው የአእምሮ በሽታ አለብክ ብሎ ዲያግኖስ ማድረግ ትልቅ አደጋ ያመጣል። ይህም አንድ ዶክተር በስህተት የአእምሮ በሽታ አለብክ ካለክ ሃሰት መሆኑ ቢረዳም አቋሙን አይቀይርም።ይህ ሊሆን የሚችለው አንድ ዶክተር በዶክተርነቱ ስለሚመካ አንዴ የተናገረው መቀየር ስለማይፈልግ ማለት ነው።

በዶክተርነቱ ስለሚመካ ሃሳቡን አይቀይርም።Rosenhan(The Problem is Not with the Physician, Nurse, or Ward assistance.

The Problem is not integrating the patient with the whole hospital environment.

202303281636

- **Authoritative Parents** are demanding and warm.
- **Authoritarian Parents** are demanding but not warm.
- **Indulgent Parents** are warm but lack a sense of direction toward their children.
- **Neglectful Parents** are neglectful toward their children.

202304061354

እኔ ትንሽ ኦሮሚኛ እቃሎው።ይህ ማለት በትንሹም መግባባትን ፈጥሬ እንደ ኦሮሞ መኖር ስችል።አቢይ አህመድ እንደ ትግሬ ሆኖ መኖር ይችላል።በፐርሰንት ልዩነት አለው። 2020 ልዩ ሃይል ያተባሉት በመከላከያ ስር እንዲዋቀሩ ብያሎው።
ሌላም አበይ አህመድን ወረድ ማለቱ አይገባኝም።ከወረደ ህይወቱ አጠያያቂ ደረጃ ላይ ስለሚደርስ አይወርድም።ሌላም እንደ ጋዳፊ እጣ ፈንታ ይደርስካል ማለቱ እንዳይወርድ እንጂ እንዲወርድ አያደርግም።አፍሪካ ሃገራት የሰባዊ ሙብት ትንሽ ዋጋ ስላለው የአፍሪካ መሪዎች በተመሳሰለ ሁናቴ የመሪነት ቦታቸው ያበቃል።
ሌላም ሳይንስ እንደሚለው አንድ ኅበዝ ተማሪ ጉብዝናውን ካከተመ ታጽናናዋለከ ትደግፈዋለከ። አብይን ከሞያሌ እስከ አስመራ ሰዉ አጨብጭቦለት ማበረታታትን ነው እንጂ። ።ልክ እንደ የሩስያ ፕረዚደንት ቦሪስ የልሲን ህዝባቸው ራሳቸው ስልጣናቸው እስኪለቁ ድረስ ትቃቁሞዋቸዋል።(Part of Mindfulness..ACT:-just Notice, Focus and even Embrase the Unwanted once.)

ዳኪ* አብይ እንበል ከስልጣን ወርዶ አደጋ ሳይኖሮው መኖር ከቀጠለ ለማህበረሰብ ትምህርት እና እድገት ያስገኛል።እንደ አብይ ያሉ ብዙ እንዳሉ በማስታወስ ከ አብይነታቸው ወርደው ተራ ሰዎች ሲሆኑ ለሚያሳዩት *ባህሪ* ማህበረሰብ ይማርበታል እንዲሁም መቻቻልን ይፈጥራል። የሰባዊ ሙብት አከባበር በኢትዮጵያ እንደ ምእራባውያን ይሆናል.።በይበልጥም ዴሞክራሲ ፕራክቲስ ማድረግ ከቀሩት አፍሪካውያን በልጠን እንገኛለን። 202304060l440

ከላይ የተጠቀሰው በኢንትሮቨርት ሲሆን በ ኤክስትራቨርት ማለት በ ኤትዮጵያ አነጋገር * አብይን እንነግድበት ።ከስራው ቢወርድ እንኳን ህይወቱ አ።ተያያቂ መሆን የለበትም ።ልክ እንደ ሃይለማርያም ደሳለኝ መኖር ማድረግ ማለት ሰዎች ይማሩበታል።ይህን ኢትዮጵያ ዴሞክራሲን ኤክስርሳይስ ማድረግ ን ያሳያል።

202304132:51

Voice ወይም ድምጽ
እና
ከውስጥህ የሚመጣ ሃሳብ የመለየት ታክቲክ።

በአደጉት ሃገራት ቮይስ የሚሉት በሃገራችን ደግሞ ድምጽ ወይም ግድግዳ ተናገረ የሚባለው
እና
ከውስጥህ የፈለቀ ሃሳብ ወይም ውስጣዊ ስሜት እንዴት እንደምትለያቸው

ዝም ብለክ እቤት ብቻክን ተቀመጥ።
ምንም አይነት ውጫዊ ድምጽ እንደ ሬድዮ ወይም ጫጫታ የሌለበት ይሁን።
የሚመጣልክን ሃሳብ ወዲያውኑ አጠር ባለ ቃል ውይም ኮድ ሰአትና ደቂቃ ማስታወሻ ላይ ጻፍ።
ከላይ የተጠቀሰው ለ 45 ደቂቃ ይሆናል ብቻክን ቤት ቁጭ ብለክ ሳታወራ የመጣልክን ሃሳብ ማስታወሻ ላይ የምታሰፍረው።
የጻፍክበት ማስታወሻ እጠፍና ለሌላ 45 ደቂቃ ሌላ ስራ መስራት ከሰው ጋር መገናኘት ማውራት ወይም ውጫዊ ድምጽ መጠቀም ማድረግ።
ማስታወሻክን ግለጥና የጻፍከው ተመልከት ማስታወሻው ላይ ተመራመር።
ማስታወሻ ላይ የጻፍከውን ተመልክተህ ሁናቴዎቹ ካላመንክባቸው ድምጽ ወይም Voice ናቸው ማለት ነው።
ማስታወሻህ ላይ ከጻፍከው ካመንክባቸው ሁሌ ከሰአታት ቅናት ሳምንታት ሆነ ወራት ሃሳቦቹ የሚመጡብህ ከሆነ እውነታን የተላበሱ የውስጥህ ስሜት ናቸው ማለት ነው።

2023041514:06

ስዊድን የሚኖሩ ዳነኤል ተብለው የሚጠሩ ስዊድናውያን ለማየት ገጥሞኝ ስታዘባቸው ባህሪያቸው ተመሳሳይና አንድ አይነት ነው እሱም የኔን ባህሪ የተላበሱ ናቸው ።በተመሳሳይ የሚሰሙት ሙዚቃ ስጠይቃቸው እኔው የማዳምጠው አርቲስት ነው የሚሰሙጥ ወዳጄ እጅጋየሁ ሺባባው እንዳለችው እኔን ሊያመነምን ከብቶቹን ሊያረባ አለች ።

የራሴውኑ የሆኑ የግሌ ንብረት ሳይቀር ወስደውብኛል።ሌላ ሳይቀር carhartt የተባለ የአመሪካ ብራንድ ያለው ጃኬትና ቡትስ ከአመሪካ በግሌ አስልኬ የገዛሁትኝ መስርያቤት የሚሰሩ ሰርቀውኛል።Physical Bulling is not Just Hiting,Slaping or Pushing. Physical Bulling is also takeing Some ones Belonging and Extorting Money.
ለዚሁ ከላይ የተጠቀሰው ድርጊቱን ለፈጸሙት በአለማቀፍ እግ እንደሚያስከሣቸውና ካሳ

እንደሚገባኝ ይገልጻል።

በተጨማሪም እኔ በግሌ ከማነባቸው አረእስቶች እንዲሁም ያነበብኩትን እንዳልረሳ በስልክ ከጓደኛዮ ስገናኝ እገልጽለታሎህ ምን እንዳነበብኩኝ።ይህም ያነበብከው ሜሞራይዝ ለማድረግ ስታወራ ያነበብከውን በጣም ጥሩ ደረጃ የሚባለው ሜሞራይዝ ወይም ማስታወስ ትችላለክ። እጅግ በጣም ጥሩ የሜሞሪ ደረጃ የሚሰጥ ደግሞ አረፍተነገሩን ወይም ሃሳቡን ስትተነትን ይሆናል።ደብዘዝ ያለ ደረጃ የሚሰጥ ደግሞ በምስል የምትማረው ይሆናል
ማለት ነው።

ከላይ የተጠቀሰው ኮሌጅ ላይ ለተማሪዎች አዳራሽ ሰብስበው ስታጠኑ እንዲህ አድርጉ ይልዋቸዋል።የኔን ዘይቤ ሰርቀው ማለት ነው።

ይህ እና ይህ ከሌላ ጋር ተሰባስቦ እኔን በብዛት ስለሚያሳዝነኝና ስለሚያበሳጨኝ አገሩን ለቅቄ ኢትዮጵያ ስመጣ።ዲያስፖራ የወከሉዋቸው አላሳርፍ
አላስቀምጥ ብለውኝ መንግስትም ብድሩን ሆነ እርዳታው በቢልዮን ተቀብሎ እኔን ወደ ስደት እንድወጣ ያደርጋል።እና በአጭሩ እኔ ኢትዮጵያ ብኖር ሰላም ስለሚሆን በግልባጩ ስዊድን ስለቅ ጸጥታ ስለሚደፈርስባቸው የከፈሉትን ከፍለው ሆነ አማላጅ ልከው እኔ ወደ ስዊድን እንድመለስ ያደርጋሉ። የኢትዮጵያ መንግስትም ስለኔ ስለዜጋው ምንም መብት ሳያስከብር በገንዘብ ይቀይረኛል።መጨረሻ ላይ ኢትዮጵያ የነበርኩት ከ ጁላይ 29 /2019 እስከ አክቶበር 26
2019 ሲሆን በዚህ ግዜ የ ዴንማርክ ንጉስ ከንግስቱ ጋር አብረው ኢትዮጵያን ጎብኝተዋል።

2023041520:27 መቻቻል መከባበር እና አብሮነትን ለመፍጠር የሚያስችሉ ሃሳቦች
መለስ ዜናዊ ስልጣን ላይ እያለ ጀምሮ እኛ ኢትዮጵያኖች ማለቅያችን እንደሚመጣ ሁሉም ስጋት እንደነበረው ሳንረሳ ይሄው ሆነ።

Michel Wrong የተባለች የቢቢሲ ኮሮስፖንደንት "I Didn't Do It for You! በሚለው መጽሃፏ እንዳሰፈረችው ምስራቅ አፍሪካ ላይ ግጭትና
የሰዎች ፍልሰት እንደሚከናወን ገልጻለች ።ይህ መጽሃፍ መለስ ዜናዊ ስልጣን ላይ እያለ ሆኖ ሳለ ግጭቱና ፍልሰቱ እየሆነ ነው።
አሁን እኛ ኢትዮጵያውያን ግጭቱ በየመሃላችን ይሁን ወይስ ከሌላ?መልሱ እኛ ኢትዮጵያውያን ተባብረን ከባእድ አገር ከሚመጣብን የግጭት መስተንግዶ
መመከት
በኔ ግምት የኢትዮጵያ ግጭት ምእራባውያን የፈበረኩት ነው የሚል እምነት አለኝ።መንግስት ብቻ ሳይሆን በከፊል ማህበረሰቡ ኮራፕሽን ወስጥ እንደገባ አምናለው።እርሱም መእራባውያን ሰርገው ህዝቡን ኮራፕት ያደረጉት በመለስ ዜናዊ ስርወመንግስት ጀምሮ እንደሆነ ይነገርለታል።

ዛሬ ሱዳን ካርቱም ላይ ተክስ ጦፏል።ለዚህም ነው የምስራቅ አፍሪካ ትንበያ ላስታውስ

ያስገደደኝ።በተጨማሪም ልዩ ሃይል ያተእባለ ኢትዮጵያ ላይ አበቃለት ክልል የሚባል ደግሞ የሚያበቃለት ያሳየን።

እኔ የኢትዮጵያ አገልግያሎው አይቆጨኝም።ብዙ ሃብት ኢትዮጵያ ውስጥ እንዲፈስ አድርጌአሎው።ተዋናዮች ግለሰቦች ጭምር።በቀይ ምንጥፍ እየተራመዱ በሊሞዚን ሃመር እያገቡ በመቶዎች ሺ የሚቆጠር ሻምፓይን እያስከፈቱ እኔ ማታማታ ሽንት ቤት እይሮጥኩኝ የ ስዊድንና ዴንማርክ የሚያገናኝ ድልድይ የገነባሁት ሳይቀር ምንም ሽልማት ሆነ እውቅና አላገኘሁም። ቢሆንም ቅሉ It makes Me to Go Farther more..

Get off me!

የሰራሁት ብዙ የቀረኝ ጥቂት

49 አመት ሳድን እውቀት ።

2023041619፤13 እየበደሉና እየወነጀሉ ይጸጥታችን ሃላፊ ነህ ማለት

እንደ አይጥ ከሰላሳ አመት ሲጠቀሙብኝና በተጓዳኝ ቁጥር ያሌለው ገንዘብ ለኢትዮጵያ ሲሰጡ ። እኔ ህመም እንዳሌለብኝ ሳስመሰክር የሚይዙትና የሚጨብጡት ካጡ ሁለት አስርት አመታት አልፎታል።

በ 2014 ከ አዲስ አበባ ስቶክሆልም አውሮፕላን ስጓዝ አውሮፕላንዋ በ ቪየና አድርጋ ትበር ስለነበር፣መንገደኞች ለመጫን ቪየና ስታርፍ ግዜ፣እኔ ቪየና ወረድኩኝ።ለዚህም ዋና ምክንያት ስለ አእምሮ በሽታ የመጀመርያው ተመራማሪ ሲግሞንድ ፍራውድ በመሆኑና የአውስትርያ ተወላጅ መሆኑ መጽሃፍ ላይ ስላነበብኩትኝ ምርመራ ለማድረግ ነእር ወደ ስቶክሆልም መጓዜ ቀርቶ ቪየና የወረድኩትኝ።

ቪየና ሆስፒታል ሄጄ ምርመራ ሳደርግ፣ሃኪሙ የአእምሮ በሽታ የለብህም። ከሆስፒታላችን ዙርያ በ 10 ደቂቃ ውስጥ እንድትለቅ አለኝ።የሚቀጥለው ቀን ስቶክሆልም በረራ ሳደርግ ፖሊሶች ይዘውኝ ወደ ሆስፒታል አጎሩኝ።በሽታ የለብኝም አውስትርያ ምርመራ አድሪጌያሎው ስላቸው ምንም ሊሰሙ አልቻሉም።

እድሜ ልክህን መድሃኒት ትወስዳለክ ስዊድንም እንድትለቅ አንፈቅድልክም አሉኝ።መድሃኒቱ በግድ ሲሰጡኝ፣ከሚሰማኝ ስሜት like Autistic I start to have rigged behaviour,repititiv,unrisponsive to others and poor comunication.ሃገር ስኬድ መድሃኒቱ ስለማልወስደው ትክክለኛ እኔነቴን አገኛሎው።ቀልጣፋ።አከቲቭ እንዲሁም ድምጼ ጥሩ ይሆናል። ለዚህም ወድያውኑ ሃገር ቤት ስሄድ ሳይሆን የወሰድኩት መድሃኒት ከ ሰውነቴ እስኪወጣ ድረስ ከ አራት ሳምንት በኋላ ነው።መድሃኒቱ እንድናገርም አያደርገኝም። አለመናገሬ ተፈጥሮዮ ሳይሆን መድሃኒቱ ነው ዝም የሚያሰኘኝ።እንዲሁም አለመናገሬ ከቤተሰቦቼ ዘንድ ትልቅ ቅሬታመሃል ፈጥሯል።ለምን እድሜዮን ሙሉ መድሃኒት እውስዳሎው

When a diagnosis appears after treatment, the diagnosis ends. If the diagnosis is appendicitis, it ends after the operation. A wrong diagnosis of cancer leads to unnecessary procedures, while a wrong diagnosis of a mental problem has serious consequences.

This happens because the doctor who diagnoses you may have difficulty changing their decision 2023041921:09

First Impression

ለምሳሌ ስለ አንድን ሰው ስትናገር ፣1-He is Intelligent,Boreing,silly,shay
2-He is Shay,silly, Boreing ,Intelligent.
ፈረስት ኢምፐረሽን ላይ የሚመጣልክ በ 1ኛ ኤንተሊጀንት እንደሆነ በ 2ኛው አይነአፋር እንደሆነ ትናገራለክ።
ስለ አንድ ሰው ተነግሮክ እሱ በጣም ደባሪ አይነ አፋር ነው ከተባልክ ሰውየውን ስታገኘው ትርቀዋለክ።
በተጻራሪ እሱ በጣም አሪፍ ሰው ጠንካራ ሃሪፍ ነው ከሰማህ ወይም ከተባልክ ስታገኘው እራስክን ዝቅ ታደርጋለክ።

20233042001:02 Interesting.......!

If People With Big Heads have Big Brains, Does That Mean they are Smarter than People with Smaller heads?
100 years ago, Sir Francis Galton Proposed a link between brain size and intelligence.
Researchers, beginning with Galton, found that brain size is minimally related to intelligent.ለምሳሌ፣
የድሮ ሰዎች ኒያንደርታልስ የሚታወቁት በጭንቅላት ግዙፍነታቸውና በጣም አዋቂዎች መሆናቸው ይነገራል።
ሴቶች ከወንዶች ተመሳሳይ IQ ሲኖራቸው የሴቶች ጭንቅላት ኘ ከወንዶች ያንሳል።
አንድ የ ሚዞሪ ተመራማሪ አልበርት አንሽታይን በ 1955 ከሞተ በኋላ ጭንቅላቱን ተመራምሮ ብዙም ከኖርማል በቀር ግዙፍ አልነበረም።
In the case of Albert Einstein's brain, histological examination showed that his parietal lobes were densely packed with both neurons and glial cells, which produce nutrients for neurons and support them. As a result, his parietal lobes were about 15 percent wider than normal. Significantly, this area of the brain is involved in mathematical thinking and visuospatial function—precisely the abilities that seemed to underlie Einstein's creative genius (Jung & Haier, 2007; Witelson et al., 1999).
እንቅልፍ ዋና ጥቅሙ የተጎዱ ሴሎችን ይጠግናል።ሰው እድሜው እየጨመረ ሲመጣ የ

እንቅልፍ ሰአታት REM sleep ይቀንሳል።ለዚህም ነው የተጎዱ ሴሎች ለመጠገን የማይቻለው።አልፎም ተሎ የማረጅ ወይም የቆዳ መጨማመድ የሚያሳየው ።በሌላ በኩልም እንቅልፍ በሚልዮን የሚቆጠሩ ኒዩሮኖች የሚያመርተው።
የነዩሮኖች ጥቅም ጉልበት ወይም ለመስራት አቅም ሲሰጥ በፍጥነት ትምህርትን የመቀበል አቅም ይፈጥራል።

አንድ ሰው ካልተኛ ይነጫነጫል፣እውነታ ያለው አስተሳሰብ (logical thinking) ያስቸግረዋል። እንዲሁም ፣ሲናገር ቃላቶችን ይረሳል።

20233042005:52
Optimism is seeing the glass as half full.
Pessimism is seeing the glass as half empty.

Heritability ratio of the Big Five (OCEAN) personality traits:

- **Openness** – 0.57
- **Conscientiousness** – 0.49
- **Extraversion** – 0.54
- **Agreeableness** – 0.42
- **Neuroticism** – 0.48

source:-Hans Eysenic 1967

Sigmund Freud died at the age of 82. He was born in Austria and moved to England in 1938 after the Nazis occupied Austria. He passed away a year later. Freud had many children, and he was Jewish. Among his children, Anna Freud followed in his footsteps. Anna specialized in child psychoanalysis and made significant contributions to the field.

2023042019:12

Depression ያላቸው ሰዎች ጥሩ ነገር ለሌላ ሰው ሲሰሩ፣ጥሩ ያልሆነ ነገር ለራሳቸው ይሰራሉ።
Conflict በሶስት ሲከፈል እሱም

Approach Approach conflict.

Approach-Avoidance conflict and Avoidance-Avoidance conflict are terms used to describe different types of decision-making struggles.

Approach-Approach conflict occurs when a person must choose between two desirable options. In this type of conflict, choosing one means losing the other.

Avoidance- Avoidance conflict involves choosing between two undesirable options.

Approach-Avoidance conflict occurs when a person is drawn to a desirable option but also fears or dislikes aspects of it. For example, if you approach a pigeon to feed it, the pigeon may come closer but at the same time feel fear and try to back away. Similarly, a man who loves a woman may try to ask her out but simultaneously develops a fear of rejection.

source:(-Neal Miller 1944).

202305030047

ካጋጠሙኝ ክስተቶች በጥቂቱ

እኔ እስከ 12ኛ ክፍል የተማርኩት አክሱም ሲሆን በኢትዮጵያ አቆጣጠር 1979 ሲሆን እስከ 1983 አዲስ አበባ ስቆይ በቆይታዮ ግዜ ስራ እሰራ ነበር።
ስራው ቆንጆ ነበር በ 1979 እስከ 1983 ስራ ላይ በቀን እስከ 2000 ብር ይገኝበት ነበር። እድሜዮም 17 ፤18 ነበር አሉ የሚባሉ ቦታዎች ተዝናንቼሎው።
በ 1983 መጀመርያ ላይ ወጭ ስወጣ ከሰዎስት አመታት በኋል ሃገር ቤት ለጉብኝት ስሄድ ጄሊ መሃመድ አ፤ካ፤አ ጃለኒ ጣይብ አባጆቢር በተባለች ኢትዮጵያዊት ጋር ጓደኝነት አሳልፌ ወደምኖርበት ውጭ ሃገር ስመለስ ከምኖርበት ከተማ ወደ ዋናው ከተማ ስቀይር ሂፕ ሆፕ ሶል፣ አር ኤንድ ቢ መስማት ማዘወተር ጀመርኩኝ ይህም በፈረንጆች 1993 ሲሆን በዛን ግዜ ብዙ ራፐሮች ይዘፍኑ ስለነበር ሁል ግዜ መስማት ጀመርኩኝ።

ይህን ያየ ወያኔ መቀሌ ሁላ ራፐ ለዛውም እኔ የምሰማቸው መስማት መቀሌ ላይ ተስፋፋ። ወያኔን የምቃወመው ያለምክንያት አይደለም።

202305050056

በፈረንጅ 1998 ኖርወይ የሰራሁት ስፖርት ለምን አይደር ባድሜ ተደበደበ ብዮ በመቆጣት ነበር።ልዚህም አሎምፒክ መዳሊያ አገኘሁኝ።ይህም ሜዳሊያ

እንደተሰጠኝ ሳይሆን እንደተናገሩልኝ ሆኖ ሳለ፣ነጮች ከልጅ አንስቶ እስከ አዋቂ እበልጣቸዋሎው።የሚል እምነት አለኝ።ነጮች እኔን የሚበልቱት በዳታ ጌም ብቻ ነው የሚል እምነት ኖሮኝ።በዳታ ጌም ጨዋታ ለሚበልጡኝን ለመብለጥ የግድ ትክክል ወታደር መኮን አለብኝ ብዮ በ ፈረንጆች 2004 አዲስ አበባ ውጭ ጉዳይ ሚኒስቴር በመሄድ ወትሃደር ማስተማር እፈልጋሎው ብያቸው *በሪሁን*የተባለ ባልደረባ መቀሌ ጎበዛይ ወልደአረጋይ አንጋግር አለኝ።ጎበዛ ዘንድ ደውዮ ከአዲሳበባ መደወሌና ማኝይት እንደምፈልግ በስልክ ነግሬው መቀሌ ኒያላ ሲጋራ እና ብርድ ልብስ በመያዝ መቀሌ ሄድኩኝ።ጎበዛይ ቢሮው ሄጄ ወትሃደርን ማስተማር እፈልጋሎው አልኩትኝ።እኛ የምንቀጥረው እድሜው እስከ 24 አመት ብቻ ነው አለኝ።በዛን ግዜ እኔ 34 አመት ነበርኩ ።ጎበዛይም በኢንፎርሜሽን ቴክኖሎጂ አግዘን አለኝ። ያልኩትኝ ቢያደርግ ኖሮ ባጣም ትልቅ ሰው እሆን ነበር የሚል እምነት አለኝ።

202305050211

ካጋጠሙኝ ሁናቴዎች አንዱ

ስዊድን የምኖርበት አፓርታማ የምትኖር አንዲት የ እድሜ ባለጸጋ ስዊድናዊት ዜጋ ልቧ ታማ አምቡላንስ ደውልልኝ ብላኝ ።ከፎቁ ከሚገኘው መግቢያ በራፍ ነበረጨኔ አምቡላንስ ደውየ አምቡላንሱ እስኪመጣ 7ተኛ ፎቅ በመሄድ ወንበር ብርጭቆ ሙሉ ውሃ ብርድልብስ አምጥቸላት አንቡላንሱ እስኪመጣ ከሷ ጋር ቆሜ እጠብቃሎው ያለሁትኝ።አምቡላንሱ መጥቶ የሰጠኋት ብርድልብስ ትከናንባ ወሃ ይዝ ቁጭ ብላ wow አሉ።ብርድ ልብሱ ከኛው ይበልጥ ያሞቃል ብሏት እሷን አምቡላንስ ደግፌ አደረስኳት ።

ከትንሽ ግዜ በኋላ አዲስ አበባ ሂድኩ።እንዳጋጣሚ እኔ tv እያየሁኝ የሰፈርኩት ፔንሲዮን በኢትዮጵያ ቲቪ ዜና ይሰማል ። ያ አዛውንት ቀን ዛሬ ተከበረ።yls አባዱላ ገመዳ አንዲት ኢትዮጵያዊት አዛውንትን ጨርቅ ሲያለብሳቸው ይታያል።በውስቴ ይገርማል ነው ያልኩትኝ። እኔ social media ዘንድ ከጫንኩት ትንታኔ እዚህ ጽሁፍ ላይ ለማስፈር ብሞክር፣የሰሜኑ ጦርነት ከመጀመሩ በፊት፣ለትንታኔ ላቀረብኩት በጥቂቱ

1ኛ ልዮ ሃይል ወደ መከላእያ ተቀላቅሎ ለሃገር ጥቅምና ሏላዊነት ዘብ መቆም።

2ኛፌደራል መንግስት ህወሃትን ከትግራይ ህዝብ መነጠል የህወሃት ተጠያቂዎች ከህወሃት መነጠል።

3ኛ የትግራይ ምርጫ ህወሃት ከማድረጉ በፊት ለትግራይ ህዝብ ያስተላለፍኩት
1ኛ ለ27 አመት የተጠቀመ ወይም የበላ ህወሃትን መምረጥ ይችላል ያልተጠቀመ ህወሃትን እንዳይመርጥ።
2ኛ ልክ ከአዲሳበባ እንደተወገደ ከመቀሌም መወገዱ አይቀሬ ነው አልኩትኝ።

ግጭት ተፈጥሮ የተፈጠረው ግጭት የህወሃት ተጠያቂዎች መሆኑ ቀርቶ ሰላማዊ የትግራይ ህዝብ ተጥየቀ።ድርጊቱ እኔን አሥቀጣኝ።
አብይ ህወሃትን እንደጠየከው ባዴንና ኦሄደድ በድርሻቸው ጠይቅ አልኩትኝ።አዎን የኦሄደድ ተጠያቂ ከሚሆኑት አንዱ አባዱላ ጋመዳ WORD UP!!!!

2023052220:59
place:Hudinge sjukhus
plan5 avd#69(48)
I had been physically and emotionally harrased by 3 ethiopian origen አሰራት፣ አያሌው እና ዮናታን።ፖሊስ ባመለከትም ፖሊሶቹ ምንም ትኩረት አልሰጡትም።ህጻናት ልጆች ማን እና እንዴት ሊያውቁት እንደቻሉ ገርሞኛል።ህጻናቶቹ ወላጆቻቸውን ያስቸግራሉ።ንፋስ ለመውሰድ ውጭ ስወጣ ፣ያውና ይሄ ነው ይሉዋቸውና ህጻናቶቹ እኔን አይተው ይረጋጉና ይሄዳሉ።ከፍተኛ ኦፊሴሮች በየታዳጊዎች የሚነዱዋቸው አናሳ ብስክሌት ይመጡና ከሃላፊው ዶክተር ይነጋገራሉ።የሚያወሩት ባልሰማውም ስለኔ እንደሆነ ምንም ጥርጥር የለኝም።

2023052520:50

sport komentator som heter Daniel och David Batra i en show fick David Batra fråga vad daniel(sport komentatören görde...då David Batra svarade "han åt kebab"

Jag gillar kebeb sedan 90talet.inte bara kebeb jag brukar ficka kaffe med "mazaril"
De görde film en man på filmen äter massa mazaril.
det fans "kebebkungen" i odenplan (stockholm) .när de serverar de ger folk med paperstarlik med bild på en man i liende som ser ut mig..på bilden ser ut Daniel skötare från huddinge sjukhus plan5 avd 69 tidigare avd 48.
när jag var på resa hemifrån med taxi..frågade taxin om han kan stana någonstans för att köpa kebeb med bröd.då stanade i odenplan kebebkungen.det var mycket folk flesta var

svenskar..sedan plockade min beställning kebeb med bröd. i tillbringaren fans daniel från halv tanzanya halv svenskt i liende.vi liknar varandra jag och daniel skötaren.jag skratade mycket.när jag berettade till nagån om bilden från kebebkungen.senare efter två tre månader gick jag till odenplan bibliotek.när jag passerade förbi kebebkungen...det fans inte längre kebebkungen restaurant.

what goes on comes around.jag kan garantera Er det är jag som är känd om att äta kebeb.det är billigt och got.
de har gört en film.jag vill inte avslöja inhållet på filmen.men man kan se klip att skådisen äter fullt tarlik mazaril.det fans fulltup mazaril foljö på tarliken.

på avd 48 när jag var tvångvårdades....skötare etiopisk tigre yonatan prcis loggade på datörn och var glad.ledningen hade berättat att han fått medalj.skrek han "jag fick medalj"och komer mot mig och" jag fick medalj"Daniel"!du är hjälte" så han till mig på amarigna.

för det pristish jag görde,han fått medalj.och anan etiopisk man Ayalew hade sakt till sina kollegor att han jobade i etiopien som läkare.

jag aveck till etiopien på grund av all motgångar.ser man på film..två..poliser tittar på film...i filmen ser en man reser utomlands (det var Jag) då den ena polis så...
avvikelse! vänta!
ring fortioåtta!

2023052522:25
ከኔ ጋር የማያይዛቸው መጽሃፎች፣ፊልሞች እና ሙዚቃዎች ጥቂቶች

- *It Takes a Village* – by Hillary Clinton
- *Man's Search for Meaning* – by Viktor Frankl

- Nobel Prize winners: Denis Mukwege and Nadia Murad – their work on the involvement of sexual violence in war and conflicts
- A song by Ace of Base – *All That She Wants* ("She's going by tomorrow, boy, all she wants is another...")
- *Georgia* – by Louis Armstrong
- *Onyx* – Explicit lyrics ("Fk Jaleny! I used to love you, I can't love you no more! The only thing you got is tight and a... Don't trust that b**ch.")
- *A Beautiful Mind* – starring Russell Crowe
- *Terminator* – starring Arnold Schwarzenegger

2023052601:12
የ33 አመት ያከል የማውቀው ጓደኛዮ ጋሹ ሙሉጌታ ከዚህ አለም በሞት መለየቱ አሳዝኖኝ በጣም ለሚወዱት እናቱ መጽናናት እየተመኘሁኝ፣
ሳስታውስ ጋሹ ሁል ግዜ ደጋግሞ እንደሚናገረው፣ዳነኤል!ሁሉንም ነገር መስራት የሚችል ቢሆንም፣ነጮች አንድንም ነገር መስራት እንደማይችል አደረጉት ይል ነበር።ሬሲዝምን መቋቋም ሳልችል ስቀርና ወደ ሃገሬ ሳመራ፣ይህም ከ100 ያላነሱ ጉዞዎች ሳደርግ፣ነጮች ዲያስፖራዎችን ሲወክሉ በአንጻሩ ዲያስፖራዎች ሃገር ቤት ሃበሻ ወክለው እኔ ሃገር ቤት ስሄድ ያዋከቡኝና ወደ ስደት እንድመለስ ያደርጋሉ። ምእራባውያን መንግስትን ብቻ አይደለም ኮራፕት ያደረጉጥ።ተራ የሃገራችን ኗሪ ጭምር ነው።ከበበው ገዳ እንደሚለው ዲያስፖራ for good ብሎ ሃገርቤት ሲመጣ ወይ ጉድ ብሎ የመለሳል ብሎታል።

2023052606:48
perception አንድን ነገር አተረጓገሙ አንድ አይነት ሳይሆን ከቦታ ቦታ ይለያያል።ለመተንተን ብሞክር፣
ሁለት ጥንድ ነጮች ጃንግል ሄደው እንደአጋጣሚ ሲሳሳሙ በጃንግሉ የሚኖሩ ሰዎች አይተዋቸው አይ!እየተባሉ ናቸው አሉ።በሌላ ቦታ ማለት እተማ ሲሳሳሙ ያየ እየተባሉ እንዳልሆነ ያውቃሉ።አውሮፓውያን ቋንቋቸውፈጣን በመሆን ስትናገር ወይም በቋንቋቸው ስፀፍን ካዩ ይወዱሃል።ሌላ ግዜም ሲያዩህ ሊርቁህ አይፈልጉም። ይቀርቡሃል።

አማርኛ ሁለተኛ ቋንቋህ ሆኖ ቀልጣፋ ሆንክ ሰባብረክ ብትናገር፣ አማርኛ የመጀመርያ ቋንቋቸው የሆኑ ሰዎች ማድነቅ፣ማክበር ሲገባቸው ይኮሩብሃል።አማርኛ ሲናገር አፉ ይይዘዋል። ትባላለሕ።የዛሬ 20 አመት መሃሙድ አሕመድ ሊዘፍን መጥቶ በቲቪ ቃለ መጠይቅ ሲደረግለት ፣እኔ የምዘፍነው የኢትዮጵያ ትክክለኛ በሆነው አማርኛ ቋንቋ ነው አለ።እና አሁን ላለው የርስ በርስ ንትርክ መነሻው አንዳችን ሌላውን ለባእድ አሳልፈን መስጠት ነው የሚል እምነት አለኝ።

2023052806:28

Inför Facebook LIVE for aggressive video games and violent movies can make you aggressive.

Violent media is turning you out of your psychic thumb.psychic thumb ማለት ሳይኪክ አውራ ጣት ሲሆን ሳይኪክ ማለት እንደ ተሌፓቲ

To transmit or receive power supernaturally.

Psycic has three structures. (id, ego, supper ego). The opposite of psychic is hylic. Hylic, also called somatic. Somatic encoding means encoding, which is the greatest encoding by verifying or defining a statement.

Aggressive video games, Aggressive movies. You become aggressive media effects turn you into into psychic thumb. Mental health.verbal aggression.

መሳደብ፣ማንቋሸሽ፣ማስፈራራት የመሳሰሉጥ።

ልክ አንድ ፊልም ለማየት የሚፈቀደው ከተወሰነ እድሜ ያላቸው እንደሆና ካውሽን ማስጠንቀቅያ እንደሚሰጥው።ቫዮለንት መዲአ ማሳየት ግድ ካለ፣ህጻናት እንዳያዩ ለማድረግ አዋቂዎች ብቻ እንዲያዩ ማድረግ ይቻላል።ለሊት ሰው ከተኛ በኋላ ተነስቶ ቫዮለንት መዲአ መመልከት ይቻላል።

ከጓደኛዮ ጋር በስልክ ሳወራ ኢንጀክሽኑ ሲሰጡክ እንዴት ያደርግሓል ብሎ ሲጠይቀኝ ጭንቅላቴን ያቅለሸልሸዋል ስለው ግዜ ምን ልታዘዝ የሚል ትምህርት አዘል ኮመዲ ላይ አንዱ ተዋናይ ጭንቅላቴን አቅለሸለሸኝ አለ።ማንበብ ሙሉ ያደርጋል ሳይባል ያልተነገረለትን እንድትናገር ያደርግካል።ጭንቅላት ማቅለሸለሽ ፐራይመርሲ ከኔ የወጣ መሆኑን አውቄበት፣ የኔን ሰምተው ቲያትር መስራት ማለት መብቴ እንደተጋፉ ያመላክታል። አሁን ምን ልታዘዝ የሚል ኮመዲ አላየውም ቀረ ማለት ነው።ባን አደረግኩት ማለት ነው።

ሶሻል ሚድያ ቀረጽ ሳይደረግለት ብሄራዊ ትያትር ማሳየት ይችላሉ።

ቲቪ ላይ የማታገኘው ጋዜጣ ላይ ታገኝዋለክ።

ቲቪና ጋዜጣ ላይ የማታገኘው ማህበረሰብ ውስጥ አብዞርብ በማድረግ የምታገኘው ኢንፎርሜሽን ይኖራል።

2023053120:50

ትምህርት ቤት ውስጥ ምግብ የሚቀርብላቸው የዩኒቨርሲቲ ተማሪዎች ብቻ ናቸው።ለወደፊቱ የሆነውን የመጣ መንግስት ማኒፌስቶው ላይ ከ1ኛ ክፍል ተማሪዎች ጀምሮ ሁሉንም ተማሪ ትምህርት ቤት ውስጥ ወተት አቅርቦት መደረግ የሚል አስተያየት አለኝ።በእርግጥ የወተት አቅርቦት የማይቻል ሊሆን ይችላል።ኮረፌ እና ሻሜታ ወተትን የሚተኩ የገብስ ውጤቶችን

ማቅረብ ይቻላል።

2023053120:56

Professor Birhanu Nega ስለነጮች ኢትዮጵያ ህዝብ ላይ አስተያየት ሲሰጡ በጣም የሚያደንቁትን የሚገረሙበት ህዝብ መሆኑን ይናገራል።በእርግጥ የሳይኮሎጂ መጽሃፍ you fix complex problem in complex area. ይላል።ነጮች በኛ የሚገረሙና የሚያደንቁ መሆናቸው አልፎም የሚቀኑብን መሆናቸው እኔ እንደታዘብኩትኝ ለወገኔ በተለይ ለታዳጊ ወጣቶች ማበስር የምፈልገው ቢኖር እድሉ መጠቀም እንዳለብን ነው።

አንድ መንግስት ይመጣል ይሄዳል።ይህ እውን መሆኑ ከተረዳን Ethiopian Democracy Practicing (ከመእራብና ከራሳችን ባህል እሴት የተውጣጣ)
ብንለማመድ ጥሩ ነው። ለመተንተን ያህል አንድ የኢትዮጵያ መሪ ይመጣል ይሄዳል።የአፍሪካ መሪዎች እጣ ፈንታቸው አንድ አይነት የሚሆነው የዲሞክራሲ እጦት ነውን እናስታውስ።አንድ መሪ ካልፈለግነው ወይም ካልፈለገ ብዙ ምርጫዎች ተቀምጠውለት ራሱ ናቪጌት አድርጎ ሌላ ስራ እንዲሰራ ህዝብን እንዲቀላቀል ማድረግ ዲሞክራሲን ፕራክቲስ አድርገናል ማለት ነው። ይህ አባባል ታዳጊ ወጣቶች እንደሚስማሙበት አምናለው። daki(To forgive is passion). በተጨማሪም ለሌሎች ሐገራት በተለይ ለአፍሪካ ተምሳሌት ከመሆናችን አልፎ ነጮች በ እኛ የሚገረሙ ከሆነ ይበልጥኑ እኛ ላይ እንዲያደንቁ ማድረግ የበለጠ ይሆናል።

አንድ የሳጥን ምስል ውስጥ ግራ ቀኝ ግራ ቀኝ የሚል ጽሁፍ ተዘበራርቆ ሲቀመት ለማለት በሳጥኑ ምስል በስተቀኝ በኩል ግራ የሚል ጽሁፍ ሲኖር በሳጥኑ ምስል በስተግራ በኩል ቀኝ የሚል ጽሁፍ ሲሰፍር የሚያሳየው ያደጉ ሃገራት ላይ ለፍት ፓርቲ ውስጥ ራይት ዊንግ አለ ። ራይት ዊንግ ላይም ለፍቲ አለ።እና መንግስታቸው በዚህ መልኩ ስራውን እንዴት እንደሚሰራ ድብቅና ሰኪኡር ነው።
በኛ አገር የኦሮሞ ትግሬ የ አማራ ትግሬ ፣የትግሬ ኦሮሞ የትግሬ አማራ እንደመሆን ማለቴ ነው ። *ሰለሞን ተካልኝ ፣ታዮ ቦጋለ፣ሄርሜላ አረጋዊ የመሳሰሉትን በምሳሌነት መጥቀስ ይቻላል*ዳኪ202306011727

2023060211:54

ዛሬ በታክሲ ስጓዝ እንዳጋጣሚ ሾፌሩ አንድ ሃበሻ ትግርኛ ተናጋሪ ነበርና እኔ ፍቃደኛ ሳልኮን በግድ ሊያናግረኝ ሲጥር እኔም በቃ እሺ ብዮ ሳይንስ በተሞረኮዘ ሃሳብ ስተነትንለት አቋረጠኝና " እዚአ ትብላ ዘለካ ፅብቅቲ እምበር፣አየስተባሃልኩላን ኔረ ! " እኔ ደግሞ ምን ብል ጥሩ ነው፣ ይቺ ያልኩህን ያላስተዋልካት ስላላነበብክ ነው።እኔ ግን መጽሃፍ ስላነበብኩኝ፣መጽሃፍ ውስጥ አኝይቼ ነው አልኩትኝ።

በአጼ ሃይለስላሴ ያደገ ትውልድ አሁን ግዜው እንደዛ እንዲሆንላቸው ሲናፍቁና ሲመኙ፣

በኮነሬል መንግስቱ ሃይለማርያም ያደገ ትውልድ ያን ግዜ እንዲመጣለት ሲመኝ።
በ አቶ መለስ ዜናዊ ያደገ ትውልድ አሁን ያን ግዜ እንዲመጣለት ሲመኝ፣
የፖለቲካ ፓርቲዎች በብሄር በክልል ከሚዋቀሩ፣በጀነሬሽን እውነት፣ እውነት፣ እውነት ነው የምላቹህ ፣በጀነሬሽን የአጼ ሃይለስላሴ ፣የኮነሬል መንግስት ትውልድ
which is golden generation ፣የ አቶ መለስ ጀነሬሽን ተብሎ ቢዋቀር እውነት፣ እውነት፣ እውነት ነው የምላቹ ወዳጆቼ ቤተሰቦቼ ስብጥር ሆኖ ሁሉን የሚያቅፍ አካታች የሆነ አንድነት ለዛውም passion የተሞላበት ኑሮ ህዝባችን ይኖራል የሚል ሃሳብ አለኝ።ታዳጊ ወጣቶች አትርሱ ይህን አስቡበት ፊቸራቹህ ነውና አስተማሪ፣አባት እናት ጋር ተሚገቱ በአንድ እግራቸው እስቁሙዋቸው። like,share,subscribe

ሃብታሙ አያሌው አንዳንድ ግዜ መጽሃፍ ቅዱስ ስትተነትን አስተውላሎ፣ያሁኑ ሁናቴ ፣ታድያ ፣ ፈጣሪ ያመጣው ነው ለምን አትልም ወይስ አብይ አህመድ ነው ያመጣው lucas of controll:-lucas french word plural luci means place or location.Internal lucas of control.one can control once life..example civil right movement.ወይስ ሁለቱንም ነው መጠቀም ይሄማ ሳየንስ አይደግፈውም።ወይስ ልክ እንደ ማታ ቢራቢሮ ከተጠቀምክባት በኋላ ፊትክን ማዞር ።አትርሱ ብሊፍ ወደ ቫልዩ ሲወስድክ፣ኤክስፐሪያንስ ወደ ሳክሰስ ነው የሚያመጣው
External lucas of control fate, chance complaining about.source: Rotter 1966

2023060113:07

የሚጨስ ነገር ተቀባብለክ የምታጨስ ከሆነ salivery glands የምራቅ እጢ ከአንዱ ወደ አንዱ ሲተላለፍ ሳይንስ የሚለው nerv ላይ ጫና ይፈጥራል።
Aversive therapy የሚባል ደግሞ አንድ ተራፒስት ታካሚው ላይ የማይፈልገው ባህሪ ካየ የማይፈለገው stimuli ጭንቅላትን ወይም አንደበትክና አስተሳሰብክ የሚቀይር ነገር እንድትወስድ ያደርገሃል እንደ ኤሌክትሪክ ሾክ ከሚካል መውሰድ እንድትጀምር ያደርገሃል።

2023060212:55

እኔ ዳነኤል ኪዳነማርያም መኮነን ሶስት ነገሮች ለአሁኑ ማንሳት እፈልጋሎው

1] ስዊድን ኤምባሲ ቆንስላ የምትሰራ "Daniel የገንዘብ ካዝናችን አራቆትከው ገንዘብ የለንም! አለችኝ።

2]ስደት አገር የሚገኙ ታዋቂ የሃይማኖት ሰባኪዎች፣ሁልሉንም ካሉ በኋላ " የዳነኤል ድርሻ ስንት ፐርሰንት ነው! አለ።

3] አንድ ቤተሰብ ከ32 አመት በኋል አዲሳበባ ሳገኘው ከመቅጽፈት "Daniel ላንተ የተባለ ሃብት ወደ ሌላ ተገለበጠ ! አለኝ።

ሌላም በአቶ ሃይለማርያም ደሳለኝ ግዜ ከ ገርጂ በአፓርታማ ቦሌ ሩዋንዳ በአቋራጭ ስሄድ ፖሊሶች ይጠብቁኝ እንደነበርና አንድ ቀን ከገርጂ ብሄራዊ ትያትር ዋና ብሄራዊ ባንክ ተጠቅሜ ስመለስ ኢትዮጵያ ሆቴል ላይ አንድ ሰውዮ ምን ቢል ጥሩ ነው ? " ሃገር አጋንንት እየመሩዋት ዳነኤል ተሸከማት "

ከላይ የተጠቀሱ ሶስት አረፍተነገሮች ለሰው ሳላካፍል ወይም ለሰው ሳልናገር ፣ሰዉ የተናገሩኝንን ናቸው።እውነታም አላቸው።የምፈልገው ሃላፊነት ተሰጥቶኝ ሃገሬን በቅንነት ማገልገል ነው። እውቀት አለኝ ብዮ አልተናገርኩም።ስለ እውቀት አውሎ የሚያሳድር እውቀት አለኝ።እኔ በተደጋጋሚ የምለው ያለሁት ባለንብረት ስለሆንኩኝ የሃገር ሁናቴ እኔን አካታች ይሁን ነው እምለው ያለሁትኝ።

2023060221:14

ግልጽ ደብዳቤ ለኢትዮጵያ ህዝብ

ከዳነኤል ኪዳነማርያም መኮንን

የሃገር መሪ ለመሆን የግድ እውቀት መኖርህ ብዙም አስፈላጊ አይደለም።የሚያስፈልገው ምርጥ ተንኮለኛ መሆንህን ነው።

እናት ሃገር ዘንድ ሁሉም የውጭ አገራት ልኡካን ይመጣሉ።ሁሉም መጥቶ ሃገራችን ዘንድ መጥተው ይፈተፍታሉ ።አብይ እንግዳ አለመቀበሉና ለተከታዮቹ እንደ እነ ደመቀ መኮንን እንግዳ እንዲቀበሉ ማድረግ ብዙም ጉዳት ያለበት አይመስለኝም።ለምሳሌ ም እራባውያን እና ራሽያ ፈደረሽን አይግባቡም በጠላትነት ነው የሚተያዩዋ።ታድያ ሁሉንም ማስተናገድ ችግር አይነሮውም ብላቹ አትገምቱም, ።ይታሰብበት፣

2023060700:48 Monday morning.

በዚህ የ33 አመት የስደት ግዚኢኤዎች ወደ ሃገር ቤት ከ100 ያላነሱ በረራዎች አድርጌአለሁ። በአንድ ወቅት ቆይታዮ እንዳጋጣሚ ሆኖ አከሱም ነበርኩትኝና፣ያለማጋነን ሳይኮሎጂ እንደሚጠቅሰው Internal lucas of controll:-thos who belive one controlls some ones life.ex civil right movement.External lucas of controll:-those who belive in luckk,faith and happenes.እኔ ኢንተርናል ሉካስ ኦፍ ኮንትሮል ነኝ።ለዚህም ላብራራ፥
ጠላ ጠጥቼ ቢቢሲ ሳዳምጥ የጠጣሁት ሃሪፍ ኮኛክ እንደሆነ ቢቢሲ ተናጋሪው ነገረኝ።
ላልተወሰነ ግዜ ሴት ጓደኛ ስላልያዝኩ አንሽታይንም ብቸኛ ነበር ብሎ ያው ቢቢሲ ያጽናናኛል። ቀኑ ሙሉ ቢቢሲ ሰምቼ እንቅልፌ አሁንስ ብዮ ሳደግም ግድግዳው ይናገራል|ድምጽ መስማት ጀመርኩትኝ|
ድምጹ የሰማሁት ምን ነበር.
ያለሁት ከማርያም ቤተክርስትያን ቅጥር ግቢ 5 ሜትር ራቅ ብሎ ከሚገኘው ቤት 1ኛ ፎቅ ነኝ ያለሁት ተከናንቤ መተኛት ስፈልግ ድምጹ ምን ይለኛል፣ እርግብ ያዝና ስርተክ ብላት ይለኛል ድምጹ።
እኔ ደግሞ አልፈለኩም ደከሞኛል።ድምጹ ቀጠለ።እርግብ ያዝና ብላ ይለኛል።
አሁንም ፍላጎት የለኝም እዛው ከሰፈሩ እርግቦች አንዷን ይዞ መብላፕendaጋጣሚ ሽንት ቤት ወጣ ብሎ ስለሆነ ደርሼ ስመጣ ወደመኝታው ክፍሌ።
አንዲት እርግብ ተንከብክባ ውድቅ ብድግ ውድቅ ብድግ ስትል አይቼ በመያዝ አሮስቶ አደረግኳፕ አልበለኳትም ለድመት ሰጠኳፕ

ሳይኮሎጂ መጽሃፍ ላይ እንደሚለው አንድ ኤክስፐሪመንት ሁልት አይጦች ኬጅ ላይ ታደርጋቸውና when you electrify the cage,the rats start to fight.
ዳኪ (ኢትዮጵያ ሃገራችን ፣በመላው የኢትዮጵያ ክፍል ለሚደረገው ሁሉ ሰማይ ላይ ያለው Suppernatural Force የግጭት የሁከት የሰላም የፍቅር ያደርጋታል ።በየቦታው Electrify እያደረገ)

ሃገራችን የሁሉንም የውጭ ሃገራት የምትገናኝ ተገኛኝታም ወል የምትፈራረም ከሆነ በሌላ ይበልጥኑ አነጋገር የሁለትዮሽ ስምምነት ከአስር ሃገራት ካደረገች የአስር ሃገራት ቴሌስኮፖች ኤትዮጵያ ሰማይ ላይ ያንሰራሩና ኤለክትሪፋይ ሲያደርጉት ወገኖች እርስበርሳቸው ላይ ልክ እንደ አይጦቹ ያልሆነ ኢንፎርሜሽን ወይም የሚያጋጭ ድምጽ ያስተላልፋሉ።ይጣላሉ ።
ዳኪ2023060702:49 monday morrning temp.9ዲግሪ
እኔ ዳንኤል ኪዳነማርያም መኮነን lay detecter በሬኮርድ የሰበርኩ ነኝ።

202306120734
አቨርሲቭ ተራፒ därför att min therapist var inte glad på min atitude.Min attitud var när jag går till openvård mottagningen,ta jag t-bana från hässelbygård till

odenplan ,,,där efter byter jag i odenplan till flemingsberg.under resan sitter jag på en av stolarna ...en kommer och spotar sedan en anann keomer och spottar. flemingsberg rosar jag med university student sen omer jag till helix.då blir det mycket och visat kort stubin.dena gillar inte min läkare...därför substanc abiuse för att känna SKAM

2023061803:55

Internationally known being make change.ሃገር ቤት ስሄድ ጫዋታው አለማቀፍ ይሆንና፣ መጨረሻ ላይ ትግሬነቴ እንዲረጋገጥ ለሆነ ትግሬ ገንዘብ እንድሰጥ ያደርጉና ማለት በሲስተም ይለምኑኝና ገንዘብ ከሰጠሀኝ ትግሬነቴ ያረጋግጣሉ።አሸናፊ ታዮ የተባለ ምሁር እንዳለው succesfull ካልሆንክ change your identity.ገንዘብ ሰዎች ጠይቀውኝ ላለመስጠት ወሰንኩኝ።ችግር ላይ ናቸው ኝ ትንሽ ብሰጣቸው ተቸግሬ ትግሬነቴ ይረጋገጣል።በትግሬነቴ መታወቅ የለብኝም።ገንዘቤ ወስደው እነርሱ እኔን መከፈል ሲገባቸው የነርሱ ችግር የሚፋቀው እኔን የትግሬ አይደንቲቲ ማረጋገጥ ነው

በርግጥ የምርዳት የ9ኝ አመት ልጅ አክሱም አለች ትንሽ ገንዘብ ተቸግሬ እንኳን ከላኩላት በትግሬነቴ ስለሚመድብኝ ለማንም ገንዘብ መላክ እንደማልፈልግ ወሰኛሎው።

2023061922:07

እኔ ራስን የመተማመን ረገድ ወደ ታች የሚወርድበት ምክንያት ሰዎች ሳያውቁት እኔን ሲያሙ ማለት የሚያሙኝ ነጮች ሲሆኑ ሃሪፍ ልጅ ነህ ግን

self-esteem ወርደ\ል ይላሉ፣ይሉኝል።ግን ወደ ነበረበት ከፍተኛ ደረጃ የራስ መተማመን ለማምጣት ciquence = በጣም ትንሽ ፐርሰንት በዚሮ እና ዚሮ ነጥብ አምስት ባሉት ቁጥሮች ብቻ ነው የሚያስፈልገኝ።ለዚህም በየ ሁለት ሳምንት በግድ የሚሰጠኝ መርፌ ነው ሰበቡ። መርፌው ሰወጋ rigid behaviour,unresponsive to others,repitative,poor comunication የተባሉትኝ ያደርጋል።ልክ Autism እንዳለው ሰው።ምክሬው ሃገርቤት ስሄድ መርፌው ስላሌለ በራስ መተማመኑ እንደ ሮኬት ይወነጨፋል።ስናገርም ሰው ሁሉ ይገርመዋል። ነጮቹ ይህን ያደረጉ እንዳያስጠይቃቸው ሃገር ቤት መጥተው ሆነ ሰው ልከው የኢትዮጵያ መንግስት ሆነ ማህበረሰብ ኮራፕት አድርገው ወደ ውጭ እንደገና እንድመለስ ያለፈው 27 አመት ሆነ የአሁኑ መንግስት በዘዴ ወደ ስደት እንደመለስ ያደርጋሉ።ይባል የለ keep your enemy cloth to you! አሁን አሁን ጨዋታው አብቅተዋል። ልክ እንደ ኤርትራ ህዝብ 27 አመት ብቻውን እንደተሰቃየ ፣እኔን 30 years abanden አድርገውኛል።

ለመድገም ያህል ያለፍላጎቴ በግድ በየሁለት ሳምንቱ መርፌ ሲሰጡኝ፣እንዳጋጣሚ ሆኖ አንድ መርፌ ሳልወጋ ከቀሮህ ለነገሮች በጣም ፈጣን Active እሆናሎው።ስለ sexual vaiolence in war and conflict ከጻፉት Dennis macwage from kongo and Nadia Murad from Iraq ሁለቱም መጽሃፍ ጽፈው በ2018 Nobel price ተቀብሏል። ሴክሹዋል ቫዮለንስ ኢን ዋር

አንድ ቾንፍሊክት የሚፈጥሩት ራሳቸው ም እራባውያን ከአመሪካ ሆነው ሳለ ሰዎች ነቅተው መጽሃፍ ሲጽፉ በሌላ አነጋገር የምእራባውያንና አመሪካ ሴራ በመጽሃፍ እያጋለጡ እያጋለጡ እያለ ተሸላሚዎች ያደርጓቸዋል።መጽሃፉ ከኔ ህይወት ታሪክ ይመሳሰለዋል።በፈረንጆች 1993 እኔንና አንዲት ኢትዮጵያዊት በ 1995 ከአዲስ አበባ ወደ አመሪካ የሄደች አሁንም አመሪካ የምትኖር 47 አመት አብረን የነበርነው የ 24 እና የ22 እድሜ እያለን ነበር።ሌላም በእስራኤል አመሪካዊ የሆነ Daniel Kenneman የተባለ ምሁር "Thinking fast and slow" በተባለው መጽሃፉ እኔ ከምእራባውያን ያለኝን ግንኙነት የሚመሳሰል ይዞታ አለው። ዳነኤል ከነማን መራባውያን ስራቸውን በመጽሃፉ ሲያጋልጥ የኖቤል ፕራይስ ተሸላሚ እንዲሆን አድርጎታል። ኖበል ፓራይስ አንቀበልም የሚሉ ጥቂቶች አይደሉም።እኔንና የወጣትነት ፍቅረኛዮን

ለ sexual vaiolenc in ራሽያ/ቸቸንያ conflict ከዳረጉን አንደ ህሊሪ ክሊንተን ስትሆን በጻፈችው ወጽሃፍ "It takes a village" ሰፍሯል።ይህ መጽሃፍ በአሁኑ ግዜ ስር የሰደደ ስለመሆኑ psychology መጽሃፍ ይገልጻል። እኔም እንደ ተጽእኖ ፈጣሪ ህልሪ ክሊንተን በ2016 ለፕረዚደንትነት እንዳትመረጥ የብኩሌ ተጽእኖ አድርጌአሎው carma ይሉሃል ይሄ ነው። ብዙ የአመሪካ ተቋማትም ህሊሪ ክሊንተንን she is indited on minorities sex ብሎዋታል። ።

ከህልሪ ክሊንተን መጽሃፍ ጎን ለጎን የሚሄድ በ Victor francil የተጻፈ Mens search for meaning የሚለው መጽሃፍ ማንበብ ጠቃሚነት እንዳለው እገልጻሎው።

2023062014:02

የኮንጎ ተወላጅ የሆነ ደኒስ ማከዋጌ እና የኢራቅ ተወላጅ የሆነችው ናድያ ሙራድ ፣በ2018 ኖብል ፕራይስ ተሸላሚዎች የሆኑበት ግብረሰባዊነትን በጦርነትና ግጭቶች ላይ እንደመፍትሄ መጠቀም ላደረጉት ከፍተኛ ስራ እና አስተዋጽኦ ተሸላሚዎች ሆኗል።የኔ ህይወት ታሪክ ተመሳሳይነት ሲኖረው እኔ ከ ጃለኔ ጣይብ አባጀቢር aka ጂሊ አህመድ የጉራጌ ተወላጅ ፣ የሁለታችን ኙኝነት በ ቸቸኒያ ራሽያ ጦ ርነት ላይ እንደ መፍትሄ ተጠቅመውበታል። ውጭ አገር እኔ እሷ ደግሞ ኢትዮጵያ ተራርቀን ተነፋፍቀን አንዳንዴ በስልክ ስናወራ ጂሊ ለምን አትመጣም ትለኝ ነበር እኔም ኢትዮጵያ ለመሄድና ከጂሊ ጋር ለመዋሃድ ስዘጋጅ አድነው ሆስፒታል ዘጉኝ።ይህም ለ 6 ወር ነብር።ሆስፒታል የገባሁት ያምሃል ብለው ነው።እኔ የ አእምሮ ህክምና የገባሁት በፈረንጆች sep-oct 1994 ነበር

የገባሁ እለታ የቸቸኖና ራሽያ ግጭት ተጀመረ። በጣም ከባድ መድሃኒት ነበር።ሁሌ ለምን ዘጋችሁኝ ብዮ ከነርሱ ሆስፒታል ከሚሰሩ ጋር ስጣላ ነበር እነርሱም

አብሮ ለመስራት እሺ በል ነበር የቁጣ አነጋገራቸው።የ Russel craw beutiful mind መመልከት ይቻላል። እኔ የምፈልገው ግን ኢትዮጵያ መሄድና ጂሊን ማግኘት ነበር። የምፈልገው። ከስድስት ወር በኋላ የቀረው ግማሽ አመት april 1995 ሙሉዉን

ስድስት ወር ከባድ መድሃኒት በኋላ እስከ 1995 መጨረሻ በዲፕረሽን አሳለፍኩት ።ጂሊም 1995 USA ሄደች ።በአለም ላይ በአንደኛነት የወጣ ዘፈን

ice of base ...ohh all she want is another boy የሚለው ዘፈን እኔን የሚያመላክት መሆኑን እገነዘብ እበር። ከኔ ህይወት ታሪክ ጋር የተገናኘ መጽሃፍ የ hillry clintእን መጽሃፍ ሌላ

መጽሃፍም በ Daniel keneman የተባለ እስራኤል አመሪካዊ ለኖብል ሽልማት ያበቃው መጽሃፍ Thiking fast and slow የኔ ባህሪ የሚያመላክት መልእክት አለው። እኔና ጄሊ የተስማማነው እኔ አዲስ አበባ እንድመጣ ስለነበር ፤ለመሄድ ስዘጋጅ 7 ወንድም እህቶቼና እናቴ ወድያውኑ ካናዳ ሄዱ።ማን እንደላካቸው ባላውቅም የኔን አዲስ አበባ መሄድ ያልፈለጉ እንደልኳዋቸው ተገንዝቤአለው።

ሂሊሪ ክሊንተን እንዳትመረጥ አስተዋጾ አድርጌአለው።መጽሃፏን በአሁኑ ግዜ ክሮኖሳይድ ወይም ስር የሰደደ እንደመሆኑ የ psychology core-concept edition 7 ይገልጻል። እኔ ያለ ወይዘሪት ለምን ኖርኩ ብዮ አላዝንም አላስብም አልበሳጭም አልተክዝም። ልክ አስተማሪው አሸናፊ ታዮ እንዳለው።የአንድ ነገር መነሻ ካወቅክ ብርቱ ነበዝ ትሆናለክ ማለቱ ልክ ነው። እኔ ያለሁት መእራብ አውሮፓ እኔን እንደ መፍትሄ የወሰዱት በራሽያ በኩል፤ጄሊን ደግሞ ያለችው በቸቸኒያ በኩል አድርገው ጄሊ አሁን አመሪካ ስትኖር፤እኔ ስዊድን እየኖርኩትኝ የራሽያ አድርገው ሲያዩኝና ሲያሰልፉኝ ሲያበሳጩኝ ሆኖ ሲበዛ ወደ ኢትዮጵያ ስሄድ አብሮኝ የሚሄድ ሆኖ ከኋላዮ እኔን ተከትሎ አዲስ አበባ የሚመጣ ።መጥቶ ከኢትዮጵያ መንግስት የሚፈራረም ገንዘብ የሚሰጥ ፤

2023062023:28

What do I think about the war between Russia and Ukraine?

If I were the president of Ukraine, I would make a statement: **"No! No! No! Ukraine and Russia we are close families. As Ukraine, if we are going to be a member of the EU, Russia must also become a member of the European Union!"**

When George Bush Jr. was in power, he once said, **"Russia must also be a member of the European Union!"** His speech struck me. Let's talk realistically—why not Russia? The EU has always been Germany's agenda, just like climate change is related to China.

I have personally thought and strived to find a solution for the tensions between Sweden, where I live, and its neighbors regarding Russia. I even wrote to former Foreign Minister Margot Wallström, urging her to bring the issue of Russia to Brussels and appeal for Russia's membership in the European Union. The Swedish government should support Russia on one hand, while on the other hand, Sweden and its neighbors should make an agreement with

Russia to **respect the sovereignty of the Nordic countries** and establish a **100-year agreement** ensuring peace and stability.

2023062101:09
Using sexualized violence as a weapon in war and conflicts has devastated Somalia—both by its own people and outsiders—leaving the country without a functioning government for several decades. (*Daki 2023-06-21 01:13:13*)

2023062101:30:43
When you are 15-25 years old, find a good boss.
When you are 25-35, choose competence.
When you are 36-45, do what interests you.
When you are 45-65, help young people.

2023062102:26:41
Wednesday morning
When I am in the hood the b**f used to go away(daki).
አብይ ዝም ብሎ ነው እንጂ የሱ ጸጥታ አጠብቅለት ነበር። ይህን ስል ልክ lowrens kholberg (1964-1981) ባወጣው ሁለተኛው የ moral issue
doing infavour of some one for own interest.or If you scrach my back you scrach main.በሚለው መርህ ሳይሆን።አብይን የምደግፍበት ዋና ምክንያት።የሚታየኝ መሪ ስላሌለ አብይን ስልጣኑ እንዳለ ሆኖ በውስጥ ተዛዝና ምን መደረግ እንዳለበት የሚወስኑ አቋቁሞ ውሳኔና ተዛዝ በአብይ በኡል እንዲተላለፍ ማድረግ the only option.

የኔ አካታችነት ያሌለው መንግስት በሃያላን እጅ ያስቆጣል።የኔ አካታችነት ቲያትር ወይም ፊልም ላይ Its socidal.
የኔን አካታችነት ያሌለው መዋቅር አብይን ብቻ ሳይሆን ሃላፊነቱ የሚወስደው ሁሉም ብሄረሰብን ነው። የኔ ንብረት ሁሉም የኢትዮጵያ ዜጋ ዶርሶታልና።

2023062110:23

Long term memory

College Students Asked To Recall High School Events.The Less Grade They Had The Less Memory They Recall.Daki(ከ 20 ወንድም እና እህቶቼ በይበልጥ ተቆላምጬ ስላደኩ ለማለት I was Dads favorite.he was not only may Dad,he was just frien too.ወንድሞቼ እና እህቶቼ በጠቅላላ ቤተሰባችን አብረው ሲያወሩ።በጨዋታችህው መሃል የድሮውን ማስታወስ ካልቻሉ፣ዳነኤልን ጠይቁት!እሱ አይረሳም ይላሉ። እንዲሁም ከጠቅላላ ወንድም እና እህቶቼ ጎበዙ ተማሪ እኔ ነኝ።

ካናዳ ካለችው ኤልሳ እህቴ የዛሬ ሃያ አመት በስልክ ሳዋራት ከዩኒቨርሲቲ ተመርቃ ማለት ሁሉም ወንድሞችና እህቶቼ ከዩኒቨርሲቲ ተመርቋል። እና ኤልሳ በስልክ ስታዋራኝ" ዳነኤል! ለምን አትማርም? እኛ እንኳን ተምረን አለችኝ"።ያኔ ነበር ሆን ብየ ከዩኒቨርሲቲ ቤተመጻህፍት ተውሼ በራሴ ማጥናት የጀመርኩትኝ።
እስከ 7 edition አጥንቻሎው።አሁንም ከምን ግዜም በላይ ስራዮ ብዮ እያጠናሁ እገኛሎው። ብቻ አቢቾ soft ሆኖ ነው እንጂ አገርቤት ሄጄ ወገኖቼን ጠቅሜ ራሴን እጠቅም ነበር። ሰዎች ይገርሙኛል አንድ መሪ ሲመጣ ወደ ስልጣን፣ቆይተው ውረድ ይላሉ።ያሰቡት እና ያዘጋጁት መሪ ያለ ይመስል።

2023071806:35

Scapegoating

በጣም የሚያሳዝን ሁናቴ ካጋጠሙኝ
በ2017/18 ዛና ሄጄ ማለት የአባቴ ትውልድ ስፍራ ዛና ገጠሩ ስነበኝ፤።አንድ ፍየል በ1500 ገዝቼ አክሱም ስመጣ እናቴ ኪሮስ ገብረመድህን ፍየሉን አልፈልግም ብላኝ።አንድ አክሱም የምመገብበት ምግብ ቤት ፣ስሙ ባላስታውሰው ፍየሉን ግዙኝ ስላት ለምግብ ቤቱ አስተዳዳሪ ሴትዮ።በ800 ብር ነው የምገዛህ ብላኝ፣ያው ባለችኝ ዋጋ ሼጠላት ወደ አዲስ አባባ ሳቀና በዛውም ወደ ስዊድን ስመጣ፣ያው በ 2019 ወደ ኢትዮጵያ ስመጣ በዛውም አክሱም ሄጄያው ፍየሉን የሸጥኩላት ባለምግብ ቤት ሴትዮ ለምሳ ስገባ ያው ፍየሉን ዋጋ የተስማማንበት ግቢ ላይ ነበር።ከአንድ ሁለት አመት በኋላ ስመለስ ዋጋ ስንስማማበት የነበረው አጥር ግቢ እኔ ቆሜ ስዋዋልበት የነበረችው ቦታ ላይ የ እሳት ክሰል አመድ እኔ የቆምኩበት ቦታ ላይ አየሁትኝ።geባኝ ፍየሉን ያበሰሉበት እንበለው ፍየሉን የጠበሱበት ቦታ መጨረሻ ላይ የቆምኩበት ቦታ አየሁኝ። ይገርማል።ያሳዝናል።

ሌላም በ 2019 አመት በአል ማግስት አንድ የጭነት መኪና እኔ ቁጭ ባልኩበት ሻይቤት አጠገብ የጭነት መኪናው ቆሞ ሁለት ሰዎች ከመኪናው አንድ እኔ ነኝ ያለ ፍየል አውርደው የፍየሉን አንገት እኔ ላይ እንዲመለከት አንገቱን ቆልምመው ለሁለት ሰወስት ደቂቃ ፍየሉን እኔን እንዲመለከት አድርገዉት እኔ ሳላስበው ከ8/10 ሜትር ርቀት ላይ ሁለት ሰዎች የፍየሉን ራስ

ወደኔ እንዲመለከት ሲያደርጉ፣እኔ ጥሩ ስሜት አልሰጠኝም። በንጋታው አመት በአል ነበር እንደ አጋጣሚ ወደ ሻይ ቤት ስመጣ ልክ እኔ ቆሜበት የነበርው ቦታ ላይ እንስሳ ማረዳቸው ተገነዘብኩትኝ።የትላንትናው ፍየል ነው ብዮ ራሴን ነገርኩትኝ።ያው ቡና ለማዘዝ ስቃጣ ሰው የለም ተዘግተዋል። አንድ ሰውዮ አግኝቼ ስጠይቀው ፣መቀሌ ሄዱ አለኝ።አመት በአል ማግስት ወደ መቀሌ መሄድ ግራ ያጋባል።ኝ ነገሩ ገባኝ።ፍየሉ ታርዶ መቀሌ ስጋው ሊበላ እንደሆነ scapegoating ይሉሃል ይሄ ነው።አንዳንድ ግዜ ሳስበው ለራሴ ዳነኤል ክብረት የሚለው እንደዚህና እንደነዚህ የመሳሰሉትን ነገሮች ያውቅ ሆኗል የሚል ሃሳብ ይመጣብኛል።

2023071818:00

ሎሚ መአልቲ ምስ ጎረቤተይ ልኡል አቦ ክልተ ደቂ እላል ጌረ።እቲ ዘእለልናዮ ናብ ኢምባሲ ኤሪትርያ ክወስደኒ።ናይ ኤሪትርያ ዜግነት ንክወሃበኒ።ነዚ ናይ ዜግነት
ህቶ ዝምልስ ጉዳይ ውሽጢ ሃገር ኤሪትርያ እንትከውን ቪዛ ተዋሂቡኒ አስመራ ዝርከብ ውሽጢ ሚኒስተር ክምልክጠንተተካኢሉ አብዚ አብ ሽወደን ከልኩ ዜግ ነት ንክወሃበኒ፣ እንተዘይተካኢሉ አስመራ ብ አካል ተረኪበ ከምልክት እዩ።ካብኡ ኤርትራዊ ጠበቃ ጌረ አብ 27 አመት ጀሚሩ ኢትዮጵያ መንግስቲ ዝተቀበሎ ሃፍቲ ግደይ ንክወሃበኒ።ካብቲ ዝወሃበኒ ናይ ነብሲ ወከፍ ሃፍቲ 30% አነን ጠበቃየን ተካፊልና ዝተረፈ 70%ናብ መንግስቲ ኤሪትርያ ክክፈል ምግራብ።
አብ ሽወደን ነባሪ ዝኮነ አይተ ብርሃነ ዝበሃል 2018 ምሳይ ዘ እለልናዮ፣አነ ዝብለካ ብርሃነ ኤርትራዊ ክከውን እየ ዝደሊ. ኤምባሲ ክይደ ፓስፖርት ክረክብ እደሊ. እየ እንዳበልኩ እሽግሮ ኒይረ።ብርሃነ ካብ ዝሃበኒ ሃበሬታ ኤሪትራዊ ኮይኑ እዩ ዝስመአኒ ኢልካ ኒምባሲ ንገሮም ይብለኒ ነይሩ።አን ንብረት ዘለኒ ምኳኑ መረጋገጺ፣አብ ኤትዮጵያ ዝርከብ ሽወደን ኤምባሲ ቆንጽላ ማሪያ ዝተባህለት ብ 2016 ስልኪ ደዊለ መምለሲ ቲኬት ናብ ሽወደን የብለይን እሞ ተሃባበርኒ ሽወደን ምስ በጻህኩ ክመልሰልኪ ኢለ እንተ እልላ ንሳ ዝሃበትኒ መልሲ ዳነ ኤል ናይ መንግስቲ ካዝናና ባዶ አትሪፍካዮ ካዝናና ባዶ እዮ ወጼካዮ ኢላትኒ።ብተወሳኪ ተስፉይ ነጋ ዝተባህለ በ አልቤት ሃፍተይ ብረይ ኪዳነማርያም ድህሪ 30 አመት አብ አዲስ አበባ ፈለማ እንትንራከብ ካብ ዘ እለለኒ ዳነ ኤል ናካ እተባህለ ኩሉ ናብ ካሎት ተገልቢጡ ኢሉኒ።እዚ ህቶ አብውሽጠይ አቢጠዮ ንዘበናት ዝጸና እኩዎ መዛርብቲ ሲነሉ እቲ ናይ ውሽጠይ ዝተአበጠ ነገር ካብ ካሌ ሰብ ሰሚ እዮ እየ።

2023071819:54

ለብዙ አመታት እኔ መድሃኒት አልወስድም ስል ሃኪም አዞን ነው ብለው ሲቭል ፖሊሶች አስገድደው በሲቪል መኪና ወደ ሆስፒታል ሲወስዱኝ ሆስፒታል እንደገባሁኝ እግሬና እጆቼ አልጋ ላይ ታስሬ መርፌ ይወጉኛል።ከግዜ በኋላ ተጠያቂነት እንዳይኖራቸው አንድ ሴክሽን ሙሉ ኢትዮጵያውያን የሚሰሩበት ዘንድ አስገብተው ሃበሾቹ ሲያዋክቡኝ፣ጉልበት እኔ ላይ ሲጠቀሙ ተጠያቂነቱ ስዊድኖቹ ዘንድ ሳይሆን ኢትዮጵያውያን ሰራተኞች ላይ ይጥሉታል።

ሁሉም አይነት ስፖርት ሲኖር በስፖርቶቹ አሸናፊና ጥሩ ውጤት የማመጣ መሆኔን ሰዎች ሲያውቁ ሆስፒታሉ ውስጥ የሚሰሩ ሃበሾች አውቀው ቀይተው፣በቅርቡ በተፈጠረው ግጭት በስፖርት አሸናፊ መሆኔን ቀድመው አውቀው ቀኝ እግሬን እኔ በማላውቀው ሁናቴ ሲመቱኝ ፣ ቀኝ እግሬ ካነከስኩኝ አራት አመት ሞልቶታል።ለዚህም እንዳላሸንፋቸው እንዳልቀድማቸው ቀኝ እግሬ መተውኝ እስከ አሁን አነክሳሎው።ሃቁ እንደ ህወሃት ሳይሆን እንደ ለተቀሩት 3 የኢሃዴግ ግምባሮች መሆኔ ባለመቀበል እግሬን እንዳነክስ አድርጓል።ሰራተኞቹ በወር 50 ሺህ ይከፈላቸዋል።ልክ እንደ ዶክተር ወርሃዊ ደመወዝ።የቋንቋ ችሎታ የሌላቸው የአዲስ አበባ ድሩየዎች ናቸው።ሁሌ ግጭቱ በኔና ሃበሻ ሰራተኞቹ ሆኖ ስዊድኖቹ ገለል ብለው ይመለከታሉ። በሃይለማርያም ደሳለኝ ዘመን ኢትዮጵያ በቃ ትፈርሳለች የሚል ፖለቲካዊ አስተሳሰብ ኖረዋቸው እኔ በበኩሌ ቪዝን እንደነበረኝ ና ሳረጋጋቸው ነበር።ቀኝ እግሬ በጣም ያመኝ ስለነበር አሁንም እያመመኝ ይገኛል።የሆኑ ድሩየዎች ስራውን ለመቀጠር ብለው አንዱ የውሸቱን ኢትዮጵያ እያለው ዶክተር ነበርኩ ብሎ ኢንተርቪው አድርጎ የተቀጠረ ነው።እኔን ትግሬ መሆኔን እንጂ ኢትዮጵያዊ እንዳልሆንኩ አድርገው የገመቱኝ ስለሆነ ይህ ትግሬ እንዳይበልጠን ብለው እሌክትሪክ ሾክ ያደረጉብኛል። የኢትዮጵያ ፓስፖርቴን ላወጣ ኢትዮጵያ ኤምባሲ ዘንድ ስሄድ አቶ ተሾመ የተባሉ የኤምባሲው ሰራተኛ ጋር ቃል ስንለዋወጥ እኔ ለዘመናት አገሬን ያገለከልኩኝ ማለት ኢህወዴግን ያገለገልኩ ሲሆን ከኢሃዴግ አንዱ ክፍል መቀሌ ቢገባም ቀጣዩ አብሮነቱ ከተቀሩት 3 ፓርቲዎች ነው ብዮ አቶ ተሾመን አስተያየቴ ሰጥቼአቸዋሎው።ከዛ በኋላ አበሾቹ የሆስፒታሉ ሰራተኞች እኔን ወያኔ ነው ብለው እግሬን እስከማነክስ አድርገውኛል። አንድ ቀን በህልሜ አብይ አህመድ ሲያስታምመኝ አድሯል።

2023080103:29

የአለም ሃገራት አሰላለፍ በኔ እይታ።

አመሪካዊ ብሆን ሪፒብሊካን መስመር ስይዝ፣ጆርጅ ቡሽ ጁንየር እንዲመረጥ ስሮጥ ማለት በቀን የጅም ውሎዮ ፐራክቲስ አደርግ ነበር።ጆርጅ ቡሽ ጁንየር ተመረጠ።እኔም ደስ አለኝ።ብዙም አልቆየም ኢራቅ ላይ ጦርነት ተከሰተ።ምእራባውያን አመሪካ ኢራቅ መግባትዎ አልደገፉትም። ለዚህም ውጊያው ቀጥሎ መጨረሻ አላገኘም።ለዚህም በኔ እይታ ኢራቃውያን ጦርነት ከአመሪካ እንዲከሰት ካደረጉት ዋናው ምክንያት፣ምእራባውያን በመቃወማቸው ኢራቃውያን

አመሪካ ላይ ፕሮተስት ሲያደርጉ ችሏል።ልክ ጆርጅ ቡሽ ሲንየር ቀደም ብሎ ኢራቅ ኩዌትን በወረረች ግዜ ሁሉም ምእራባውያን ከአመሪካ ጎን በመሰለፋቸው ጦርነቱ በአጭር ግዜ ልቋጭ ችሏል።

ጆርጅ ቡሽ ጁንየር ምእራብውያንን ሲላቸው የነበረ፣ሁሉም ኢሮፓያን ዩንየን ሲቀላቀሉ ራሽያም ትቀላቀል ብሎ ሲነግራቸው አልሰሙትም።የፕረዚደንት ግዜው ሊገባደድ ሲል አውሮፓ መጥቶ የትም አገር ሳይሄድ ስሎቪንያ ብቻ በመሄድ ተሰናበተ።

እስቲ ሰው ይፍረድ ራሽያም አውሮፓ ዩንየን ትቀላቀል ማለቱ አንጀቴን ነበር የበላው። በኢንተርናሽናል አነጋገር ጠላትህን ካጠገብክ አድርግ እንደሚባለው፣ስዊድኖች ራሽያ እንዳታጠቃቸው ሁሌ ስጋት ሲኖራቸው ከትውልድ እስከ ትውልድ ስጋቱና ፍራቻው እያወረሱ ቆይተዋል አሁንም ስጋቱና ፍራቻው እንዳለ ሆኖ፣ እኔ ጠላትክን ከጎንክ አድርግ የሚለውን አምንበታሎው።በ 2016 ኢትዮጵያ ነበርኩኝና ደብዳቤ ጽፌ ኢትዮጵያ ያለው የስዊድን ኤምባሲ ከተትኩ። የደብዳቤው ፍሬ ነገር እንደሚከተለው ይሆናል።
ደብዳቤው የተጻፈው በወቅቱ ለነበሩት የውጭ ጉዳይ ሚኒስተር ማርጎት ዋልስትሩም ነበር። እሱም ራሽያ ከሚያጎራብቱ ሃገራት ምንም አይነት የዛቻ የፉከራ ወይም ወረራ እንዳታካሂድ ለ100 አመታት ካጎራባች ሃገራት የዛቻ ሆነ የወረራ ነገር እንዳታደርግ ቢያንስ ለ 100 አመታት ስምምነት ፈርማ።ከዛ በኋላ የውጭጉዳይ ሚንስትርዋ ብራስለስ ሄደው ራሽያ ከአውሮፓ ዩንየን እንድትቀላቀል ያደርጉ ዘንድ የሚል ነበር።እውነት ነው ሁላቸውም ሃገራት አውሮፓ ዩንየን ሲቀላቀሉ ለምን ራሽያ ብቻ፣ ራሽያን የምታዋስናቸው ሃገራት ስጋት ካላቸው ልክ ሰጥቶ መቀበል እንደሚሉት፣ የስዊድን ውጭ ጉዳይ ሚኒስተር ብራስል ሄደው ራሽያም አውሮፓ ዩንየን ትቀላቀል የሚል ደብዳቤ ካስገቡ በኋላ፣በራሽያን አጎራባች አገራት የ 100 አመት ስምምነት ያለዛቻና ማስፈራራትለ 100 አመት እንዲፈራረሙ ማድረግ የሚል ፕሮግራም የያዘ ደብዳቤ ነበር።

2023080106:44

ሰሞኑ ካጋጠሙኝ ነገሮች አንዱ፣

ሰፈራችን አንድ የማውቀው ኢትዮጵያዊ የሚሰራው ለ 3 ሺ የባንክ ሰራተኞች ምሳ ማስተናገድ ሲሆን፣ስራ ጨርሶ ሲመጣ ከተረፈው ምግብ ፓክ አድርጎ ወደ ቤቱ ይመጣል።አንድ ቀን ትፈልጋለክ ወይ ላምጣልክ ሲለኝ እምቢ አላልኩትም ከአንድ ሁለት ሰወስቴ ይዞልኝ መጣ። በዋጋ አንድ ትሪ ምሳ ከ 100/150 ከራውን ያወጣል።ቀምሼው ውሃና ጨው ብቻ ነው ጣእሙ። አዘንኩ፣ተበሳጭሁ፣ተናደድኩኝ።እኔ ከምታወቅባቸው ነገሮች አንዱ የሚጥም ምግብ በመስራት ነው።ልጁ ያመጣልኝ ምግብ ፍርጅ ወስጥ ነበርና አውጥቼ ጣልኩት ለልጁም እንዳያመጣልኝ ልነግረው ወሰንኩትኝ።እኔ ከምታወቅባቸው ነገሮች መካከል ዩኒቨርሲቲ ሆነ የትኛውም

ትምህርት ቤት ማስተማር እንደምችል፣አቅም ያነሰው መርዳትና ከጉልበተኞች መከላከል ሲሆን ፣ጣእም ያለው ምግብ መስራት ጥቂቶቹ ናቸው ። ።ግን ቆይ የኔ በጣም ከምደነቅባቸውና በጣም ሰዎች ቀምሰው ከሚያደንቁኝ የምግብ አይነቶች ሁለት አይነት የምግብ አይነት ሲኖሩ፣ እነኚህ ሁለት የምግብ አይነቶች በሳምንት ሁለት የምሳ ሰአቶች ሰርቼ ማስተናገድ እችላሎው ስልና ማድረግ ባለመቻሌ አበድኩ አዘንኩ ተበሳጭሁ።አልፎም እንቅልፍ እምቢ ብሎኝ አነጋሁት ።ነብሱን ይማረው ጓደኛዮ ጋሹ ወልደህይወት ስለኔ ከሌሎች ጋር ሲያወራ፣ዳንኤል ሁሉንም ነገር መስራት እየቻለ አንድ ነገር እንዲሰራ አላደረጉትም። ይል ነበር።

2023080500:00

Fight or Flight Helps Us To Avoid Stressfull Events. daki (የሆነ ነገር ለመተግበር ስዘጋጅ በቅድሚያ አብሰለስልና ይህን ላደርገው የተዘጋጀሁትኝ ትክክል ነው ወይስ ትክክል አደለም እላሎው።ትክክል ነው ወይስ አደለም ብዮ ራሴን ስጠይቅ I Start To Dig.ቆይ! አባቴ እንደዚ ያደርገው ነበር ብዮ ወደኋላ ሳስብ በርግጥ አባቴ እንዳሰብኩት ያደርገዋል። አባቴ ሲያደርገው የነበረ ትክክል ሳይሆን ከቀረ እኔ ማድረግ እንዳሌለብኝ ራሴን እመከራሎው ። ሳይንስ በተሞላበት ድርጊቱን ላለመተግበር I send Antigens.

Stress ካለህ፣የደም ስብ ወይም ፋት ኮሎስትሮል እንዲሁም የደም ግፊት ተጋላጭ ትሆናለክ። እኔ ስትረስ ከሆንኩኝ ሃገር ቤት በመሄድ ቀኖቼና ወራቶቼ በደስታ ሳሳልፍ የስኳር በሽታ ፣የደም ግፊት እንዲሆም ኮሎስትሮል ወይም ደም ውስጥ የመሳሰሉት ይጠፋሉ።ስለዚ ፋይት ወይም ፍላይት መጠቀም የግድ ይላል።

2023080515:46

There Are Two Types Of Motivation......

1-Intrinsic Motivation

2-Extrinsic Motivation

People Motivated Intrenisticlly and Extrenisticlly. Both are Effective. But Extrenistic Motivation is Not As Effective as Intrinsic Motivation. Because Extrenistic Motivated People relay on Drugs and Alcohol. If WE take an Example ኢሱ*ወዲ አሮም* is motivated Intrensticlly. Intrinsic Motivated People They pay 100% of their capacity, Energy, willingness, and everything...and Then They sacced and Hit The Target of their plan. Intrinsic Motivated People, we Call Them weasel Blowers or The Flow. The Existential Power Has One Challenge. i.e., weasel blower. Weasel Blower can Resist The Existential Power Against His Value and Overwhelming Peers.

2023080516:12

እኔን ለ30 አመታት የአእምሮ በሽታ አለብህ ብለው ሲያጉሩኝ፣ያጎሩኝን ሆስፒታል ተከፍሎአቸው የሚሰሩ ጋር ለጅም ወይም ለውድድር ሲዳርጉኝ።እኔ አይከፈለኝም እነርሱ እንደ ዋርድ አሲስታንስ ተቀጥረው እስከ 50 ሺህ ክሮነር በወር እየተከፈላቸው ሲወዳደሩ ከኔው ጋር ፈይር አይደለም።አንድ ታሪክ ልንገራቹህ፣

እኔ የተዘጋሁበት ሆስፒታል አንድ ሞሮካዊ አክመድ የተባለ ሰራተኛ እንደቀልድ አፍሪካኖች በበረዶ ላይ ስኪይንግ ስፖርት ሲሰሩ አይተን አናውቅም ሲል።እኔን መንካቱ ነው። በፈረንጅ 1998 Nöme የተባለች የኖርወይ ትንሽ ቀበሌ አይደር እና አዲግራት ሲመታ በቁጣ ያዙኝ ልቀቁኝ ስል ከሰራኋቸው የጅም ስፖርቶች፣ስፖርተኞች በበረዶ ስኪይንግ የሚያደርጉበት በ እንጨት የተሰራ አቀበት ላይ በመውጣት በረዶ ስላልነበር ተንከባልዮ ሰወስት አራት ግዜ ከላይ ከአቀበት ወደ ታች ተንከባልዮ ወረድኩትኝ። ።ይህ የሰራሁት ስፖርት ፍሪዝ ተደርጎ ለሁለት አመታት ያክል ከዛ በኋላ ኢትዮጵያ ኤሪትራ ላይ ጥቃት ስታደርግ የኢትዮጵያ ሰራዊት እሱን በመሞርከዝ ኮምባት ፈጸመ ።ኢትዮጵያ ጥቃት የፈጽመችው ከሁለት አመታት በኋላ ቢሆንም እኔ የሰራሁት ስፖርት june1998 ነበር ኢትዮጵያ ማጥቃት የፈጸመችው ከሁለት አመት በኋላ ቢሆንም ፎልክ ፓርቲ መሪ የሆነ ሰውየ ላርሽ ላዮንበሪ የተባለ አድቨርታይዝ ያደርገው ነበር። ልክ አዲሱ ለገሰ እንደተናገረው፣ሰራዊቱ እንደ አንድ ሰው ሆኖ ነው ግዴታው የተወጣው ብሏል። አንዳንድ የፊዩውዳል አስተሳሰብ ያላቸው እንደሚሉት አደለም ብሏል። ግዳጁ የተወጣው የእኔ እንደ ፉት ሶልጀር ሆኜ ማለት ነው።ፉት ሶልጀር ማለት አንድ መንግስት ሊሰራው የሚገባው ሳይሰራው ሲቀር በምትኩ አንድ ግለሰብ ሳይገደድ በራሱ የመንግስት ስራ ሲሰራው፣ ያ ግለሰብ ፉት ሶልጀር ይባላል።ሲሳይ አጌና ሲተነትን አንድ ጦርነት በወትሃደር እርምጃ ነው የሚለካው የሚለው Its none sense.እና አክመድ ሞሮኮው አፍሪካኖች ብበሮዶ ላይ ስኪይንግ ሲያደርጉ አይተን አናውቅም ሲለኝ።እኔ ደግሞ ፓሪስ ቲያትር ላይ ለተደረገው ሆሞሳይድ ስሜ መሃመድ አደለም አክመድ ነው አልኩትኝ።እኔ የሰራሁት ሹክ ሲሉት እርሱ አክመድ የሰራው ደግሞ ሹክ ስላሉን ነው።ይህ ያልኩበት የኔ ስራ ለአክመድ ሹክ ሲሉት አክመድ የሰራው ደግሞ ለኔ ሹክ ብለውኛል።አይ ባቢሎን።አንድ የዴንማርክ ሰአሊ እየሱስ ብሎ አፍንጫው ትልቅ አድርጎ ሲጋራ ሲያጨስ ሲስለው መሃመድን ደግሞ ሴቶች ሲሚግጥ ስሏል። ለዚህም ብዙ ትችት እና ማስፈራርያ ደርሶበታል።አክመድ ሴቶች በየግዜው እንደሚሚግጥ እናቃለን።እኔ ደግሞ ሴቶችን መሚገጤ ሳይሆን ሁሌ በነርሱ ሰበብ በሽተኛ ነክ ሲሉኝና በግድ መድሃኒት ሲሰጡኝ በንዴት ሲጋራውን ነበር እማጨሰው።በሃገርቤትም ፊልም ተሰርቶበታል። ስገልጸው ሰውየውን ሊገድሉት ፈልገው በሲጋራ ገደሉት ይላል።ይህ ዴንማርካዊው ከመሞቱ አንድ ቀን ቀደም ብሎ አንዲት ሞሮካዊት ወጣት ካንተ ጋር ካላደርኩ ብላ ዋይን ግዛልኝ ብላኝ ገዝቼላት አብረን ያመሸን ምሽት ተጨዋውተን ልንተኛ ስንል ሶፋ ላይ ተኛች እኔ አልጋዮ ላይ ጋደም አልኩኝ።ሞሮካዊትዋ አንድ ቃል ስትናገር ሰመኋት፣እሡም እመጣሎው ካንተ ጋር ስትለኝ፣አልመጣችም።ነጋ ከዛ በኋላ ቁርስ ሰርቼ በላን እሷን ከመሸኘቴ በፊጥኝ አንድ ቃል ጣል አደረግኩላት እሱም እኔ ዲሲፕሊን ያለኝ ሰው ነኝ ።ሌላ ቢሆን ወሲባዊ ጥቃት ያወርድብሽ ነበር አልኳት ።በንጋታው ዜና ስከታተል እየሱስ ሲጋራ ሲያጨስና መሃመድ ሴቶች ሲማግጥ የሳለው ሰአሊ በመኪና አደጋ ከዚህ አለም በሞት ተለየ። ። በተጨማሪም አንዲት የ እድሜ

ባለጸጋ *ሊልባብስ*የተባለች ስዊድናዊት ተዋናይ እሱማ ጨስ ስትል ባ አንድ ቲቪ ፕሮግራም ላይ የፊልሙ ይዘት የኔን የመሰለ መስሎ ታይቶኝ በሃዘን ስወጣ ትንሽ አልቆየችም ወራት ባልበለጠ አምላክ ወሰዳት ።
ሌላም ከጓደኛዮ ይትባረክ የተባለ ስልክ ስናወራ የሚሰጡህ መርፌ ሲወጉህ ምን የሰማሃል ሲለኝ ጭንቅላቴ ያቅለሸልሸኛል ስለው፣ምን ልታዘዝ የሚል የሃገርቤት ፊልም ላይ ጭንቅላቴ አቅለሸለሸኝ አለ።ዳኪ*ወይ ጉድ*ተወርቶ አያልቅም።ሌላም ልበላቹ፣በሃበሻ 1980 እስጢፋኖስ ሼል ስሠራ በቀን 2000 ሺ ብር በቀን አገኝ ነበር።ታታሪ ሰራተኛም ነበርኩኝ።ከምሰራቸው ስራዎች በብዛት ካሼሪ ሲሆን በሳምንት ሁለት ግዜ ቡታ ጋዝ የጫነ አይሱዙ እናራግፍ ነበር ። እስካሁን እጅ መዳፌ ላይ ምልክት አለው፤።እና በ2020 ኢንግሊሽ ፓርክ በተባለ ቦታ ቁጭ ብየ ቡታ ጋዝ በማውረድ በተፈጠረብኝ ምልክት እጄ ላይ ላለው ቡጉር ነገር ላስለቅቅ ስሞክር በኋላ ቤት መጥቼ ሬድዮ ስከፍት ፔ3 በተባለው የሬድዮ ስርጭት ላይ በ እጁ መጸዳዳት*ብልትን መጸዳዳት * ከማብዛቱ የተነሳ ብጉር አወጣ እያሉ ሬድዮ ኤፍ ኤም ሲሳለቁብኝ ሰማሁኝ። እንደሚጠሉኝ አቃሎው።ስዊድኖች የአርኖልድ ሺዋዚነገር ተርሚኔተር አይወዱትም። በፈረንጆቹ 90ዎቹ ሃበሻዎች ተርሚኔተር የሚል ስም አውጥተውልኝ ነበር።

2023080519:37

ፍትህ አይደለም።

ወደ ስዊድን የመጣን ብዛት ያለን ሃበሾች መሃከል አንዱ ዳዊት የተባለ የአማራ ተወላጅ ትግሬ ጠል ከአምስት አመት በኋላ ወደ ሃገርቤት ተመልሶ እዛው ሃገርቤት ኑሮውን ቀጥለዋል።ትግሬ ጠል ቢሆንም የጠየቀው ማንም ሰው የለም።እዛው ሃገርቤት በሾፌር ይሄዳል።ልክ ደስታ አስመላሽ ፍራሽ አዳሽ እንዳለው አንበሳ ቤት ሰርቶ ከየት አመጣው ቢባል ተበድሮ ሲሉ መልሰው ከየት አምጥቶ ሊከፍለው ነው ሲሉ መልሱ ማን ጠይቆት አሉ ብሏል።እንደነ ዳዊት ትግሬ ጠል ሆነው ሳለ ማንም ሳይጠይቃቸው ተንደላቅቀው ሲኖሩ እኔን ዳነኤል ፉት ሶልጀር ሆኜ የሃገር ኋላዊነት አከብሬ እያሎው እኔን ወደ ቃሊቲ፣አልፎም ወያኔ ፖሊሶች ብትር ሲያወርዱብኝ ኖሯል።ከትግሬ ሌላ ብሄር የሆኑ እስረኞች ትግሬ በመሆኔ የመወጣቻ ዱላቸው አሳርፈውብኛል።
ዛሬ ጥዋት ስዊድን ስቶክሆልም የሰፈሬ ልጅ የሆነ አንድ ሃበሻ ሰላም ተባብለን ጥቂት ወሬአችን ስንቀጥል፣ኢትዮጵያ ደርሶ መምጣቱ አውቄ እኔ እስካሁን ኢትዮጥ፣ያ አለመሄዴን በቁጭት ስነግረው፣ኢትዮጵያ አውሮፕላን ማረፍያ ስደርስ አከም ናጉማ ፈያ እያልኩኝ ኦሮሞዎቹ ዘንድ ስጨባበጥ አሁንም ፈያ አካም ናጉማ እያልኩኝ ኦሮሞዎቹ ጋር ኤርፖርቱ ጋር እየተመላለስኩኝ እጅ ተጨባበጥኩኝ። ገርሞአቸው ባለስልጥን ነከ መሰለኝ እስኪሉ ድረስ ብሎ ጉራውን እንደመንዛት ሲል፣ቆየት ብሎ።እንደ ኦሮሞ እንስሳ የለም ኋላ ቀር ናቸው። ቀጠል አድርጎ ህጻን ለጅ ከነፍሰጡር ቀደው የሚበሉ እያለ ሲናገር በትንሽ ደቂቃዎች በፊት ቦሌ ኤርፖርት ያደረገው ተናግሮ ሲያበቃ እንዴት እንደጀተኒ ተገለባብጦ ሌላ ነገር ሲያወራልኝ ሲዳዳ፣መጨርሻ ላይ

ቻውቻው ተባብለን ተለያየን።ብቻዮ ሳስብ እሱ ነበር ስጋት እኔማ አልሳደብ ሰው አክባሪ ለዛውም ኦሮምኛ ቋንቋ በራሴ ዲክሽነሪ ተውሼ አፋን ኦሮሞአ የም ማር ስጋት እንዳልሆንኩኝ ነፍሴን ነገርኳጣሁን አብይ የአሁኑ ግዚያት ሁናቴ ከተወጣው መመለሻ አይኖረውም ስልጣኑን የሚቀማ አይገኝም።ጎ አቢይ ጎ።፣

እኔ ብዙ ግዜ ወደ ኢትዮጵያ ተመላልሼ ያየሁት የኔ ንብረት መላው ኢትዮጵያ ላይ በመፍሰሱ አውቄ ውስጤ አምቄ በ እራሮት ስኖር ቆይቼ።በአንድ ወቅት ከ30 አመት በኋላ ያገኘሁት የ እህቴ ባል፣እንዳጋጣሚ ሆኖ በሩን ሳንኳኳ እሱ ከፍቶልኝ ከመቅጽበት ያለኝ አንታ ዳነኤል ነአካ ዝተባህለ ኩሉ ናብ ካሎት ተገልቢጡ አለኝ።የውስጤ ሳልናገር አምቄ የያዝኩትኝ የ እህቴ ባል የውስጤን ነገረኝ።

2023080802:24

ዳነኤል ኪዳነማርያም መኮነን በስዊድኖች አይን።

ስዊድኖች እኔን ፣ የወላጆችን ሃላፊነት የወሰደ ነው።ስዊድኖች እኔን፣ ለስለስ ያለ ብዙ የሚያውቅ ነው።ይሉኛል።እኛ እንደማህበረሰብ የማዳመጥ ሚናችን በጣም ትንሽ ስለሆነ፣እናም ብዙ የሚለው ስላለ እድሉን ከፍተን ማዳመጥ አለብን ብለው የራሳቸው ሰዎችን ይመክራሉ።አንድ የታወቀች ደራሲ፣ካሚላ ሊክበርግ የጻፈችው መጽሃፍ በብዛት የተሸጠላት የሸጠችው መጽሃፍ 500 ሜትር የሚሆን፣ርዝመት የሚሆን እንዲሁም እንግሊዞች መጽሃፍዋን ፊልም እያደረጉት የሚገኙ ስትናገር ልጆቻችን እኛን አይሰሙንም የኛን ማለት የወላጆች ሚና ወሰዶታል።ብላ አስተያየትዋን ሰጥታለች ።
በእርግጥ የሳይኮሎጂ መጽሃፍ እንደሚለው ኢንተሊጀንት ሰው ካጋጠመህ እሱን ለመስማት አትዳዳ ሪስፔክት አድርገህው ብቻ እለፍ ይላል።

ይትባረከ የተባለ ጓደኛዮ ከኔ ጋር በቀን እስከ 4 ሰአት የሚያክል በስልክ ስናወራ፣ተገርሞ ያገኘህው ሰው የሚሰማህን፣የምታውቀውን ነገር ሁሉ ተናገረው ብሎኛል።

2023080803:32

Russia

እኔ የምኖርበት አከባቢ ሰግርጌት የሆነ ድሆች የሚኖሩበት አከባቢ ሲሆን፣ከፖላንድ የመጡ በአብዛኛው የሚኖሩበት ሲሆን ሰላምጽ የማንሰጣጥ የፖላንድ ዜጎች ሲያሙኝ ፑቲን ነው ይሉኛል።ይህ እውነታ ሊኖርበት ይችላል።በ90ቹ እኔን እንደራሽያዊ ሂፕኖታይዝ አድርገው የራሽያ Foot Soldger አድርገው ልክ Nadya MUrad and Dennis Mackwage ለኖብል ሽልማት ከካበቃቸው ስለ ወሲብን የጦርነት እና ግጭት መፍትሄ አድርገው ለሚወስዱ የጻፉት ሲሆን፣ እኔን እንደ ራሽያ ፉት ሶልጀር የድሮ ፍቅረኛዮን እንደ ቸቸኒያ ፉት ሶልጀር አድርገው በመውሰድ ቸቸኒያዎች በፐረዚደንት ቦሪስ የልሲን ግዜ ጦሩነቱ አድቫንስድ አድርገው ነበር ማለት ፍቅረኛዮን።ጂሊ አህመድ aka ጃለኒ ጣይብ አባጆኢር በፈረንጆች 1995 ከኢትዮጵያ ወደ አመሪካ ጆርጂያ ነዋሪነትዋ ያደረገች ።

ስዊድን እየኖርኩ ስዊድናዊ የማልሆንበት 33 አመት ስዊድን ኖሬ ለ ሁለት ሳምንት ብቻ በመስራቴ እውቀቴና ጉልበቴ ለ30 አመት ያክል በቢልዮን የሚቆት፣ገንዘብ ለራሴ የሚገባ ገንዘብ እኔ እጅ ሳይገባ ለኢትዮጵያ በመስጠትና ድህነት አረንቋ ውስጥ በመከተታቸው ነው።

እኔ አመሪካዊ ብሆን የሪፐብሊካንን መስመር የምይዝና America First የሚል እይታ ይኖረኛል።ዲሞክራትስ በአንጻሩ የዩሮፐ የሆሊዉድ መርሲነሪ ናቸው
የሚል እይታ አለኝ።

2023080806:24ሲጨፍር

ስለ ራሴ በውስጤ አምቄ ለሰው ሳላካፍል ያስቀመጥኩዋቸው ነገሮች ሻሞን የተባለ የኢራቅ ክርስትያናዊ እና የ እህቴ ባል ተስፋይ ነጋ የተናገሩኝን።

አንድ ሻሞን የተባለ ክርስትያን ሃይማኖቱ ኢራቃዊ፣ብዙም ቅርርብ ያሌለን ኝ በመንገድ ሰላም ሳንባባል የማንተላለፍ አንድ ቀን ቁጭ ብለን ጸሃይ ስንሞቅ።ሻሞን ምን አለኝበፈረንጅ 2007 አንተ ነህ የንግስቲትዋ ልጅ ትክክለኛ ፕሪንስ ብሎ ተናገረኝ፣እኔ ደነገጥኩና ምንም መልስ አልመለስኩለትም። እኔ
እዚህ አገር ለስደት የመጣሁት ፕሪንስ ለመሆን ባይሆንም፣በፈረንጆች 90ዎቹ ያጋጠሙኝ ነገሮች ለፕሪንስነት አብቅተዋል።ይህ ሆኖ ሳለ በውስጤ ለሰው ሳላካፍል ከያዝኳቸው ነገሮች መሃከል ሲሆን ትክክለኛነቱና እውነታው የሚታወቀው ሌላ ሰው ሲናገርባቸው ነው።ሻሞን አሁን በህይወት የለም ራሱን አጥፍተዋል።ነፍስህ እግዚአብሄር በአጸደ ገነት ያኑረው።

ከ30 አመት በኋላ አዲስ አበባ *መገናኛ ያገኘሁት የእህቴ ባል አቶ ተስፋይ ነጋ ከመቅስፈት ተገናኝተን ከመቅጽበት የተናገረኝ፤አንታ ዳነኤል ነአካ እተባህለ ናብ ካሌ ተገልቢጡ * አንተ ዳነኤል ለአንተ የተባለ ወደ ሌላ ሄድ ወይም ተገለበጠ።አልኝ ይህም በውስቴ ተይዞ የነበረ ለሌላ ሰው ሳልናገር ነበር።ትክክለኛነቱ የማረጋግጠው ሌላ ሰው ሲናገረው ነው።የነበረ የ27 መንግስት ንብረቴን ኢትዮጵያ ወስጥ ዘርቶት ሲያበቃ ድርሻውን አባከኖ፤አሁን እኩል የሆነ የሃብት ክፍፍል ብሎ እየተናገረ ይገኛል።ከየት የመጣ ሃብት ፤ከደደቢት ሆነ ቆላ ተምቤን የመጣ ሃብት የለም።

2023080806:47

ጠቅላይ ሚስተሩና ዳነኤል ከብረት ከተናገርዋቸው።

እኔ ተጸኖ ፈጣሪነቴ ያወቅኩትኝ በፈረንጆች ከ90ቹ ጀምሮ ነው።ዳን ኤል ክብረት ምን አለ፤ ሁለት ጀኞች ተወራርደው አንዲት ሴትዮ ውሃ በ እንስራ ተሸክማ ስትሄድ ፤እንስራው ውስጥ ያለው ወሃ እንዳይንቦጫቦጭና እንዳይፈስ የሚከላከል ላዩላይ የሆነ አንቀልባ ወይም ጣሳ እንስራው ላይ ይቀመጣል።አንዱ ጀኛ ምን ብሎ ተወራረደ።እንስራውን ለይቼ ላዩላይ ያለችውን አንቀልባ ወይም ጣሳ ከሩቅ እመታሎው ብሎ ተወራርዶ መታ።ወሃውም ፈሰሰ ።ብሎ ስለ ሁለቱ ጀኞች ዳነኤል ክብረት ተናገረ።እና እኔን ያለ ፍትህ ያጠቁኝ ስለነበር ስዊድን ሳመር የሚባል አልነበረም ዝናብ ብቻ ነበር። space ላይም Nasa ,Mir የተባሉ መንኮራኩሮች አክቲቭ ነበሩ ።ሚር ከሰረ።መጨረሻ ላይ ሚር ማርሽ visa card አገኘሁ አለ። አብዛኛውን ግዜ ዲዛይን ማድረግ ጥሩ ነው ።አንዳንድ ግዜ ግን ሶሳይዳል ነው።በ90ዎቹ ሳመር ይዘንብ ነበር እንዳልኩት ሰዎቹ ቀይ፤ቢጫ፤አረንጓዴ ጃንጥላ ዲዛይን ማድረግ እልህ ይዞዎቸው፤ቀይ፤ቢጫ፤ሰመያዊ ማለት የሮማንያ ባንዲራ ያለው ጃንጥላ ስቶከሆልም ሞላው። ሃገሪትዋ የጎዳና ለማኝ ያልነበራት፤ ሮማናውያን ለማኞች ሃገሪትዋ ላይ ሞሉት ።

እኔ በፈረንጆች 1994/95/96/97/98 ስዊድን ሃገር የጸሃይ ወቅት አልነበረም ሳመሩ ሁሉ ዝናብ በዝናብ ነበር።ሲያዋከቡኝ ሳዋከባቸውና ሳሸንፋቸው።እንዲሁም ዳንስ እውድ እና ታዋቂ ዳንሰኛ ስለነበርኩኝ ፤ባዋከቡኝ ግዜ አዋከቤአቸው ማታ ላይ ጭፈራ ቤት ሄጄ እጨፍር ስለነበርኩትኝ ፤የራሽያ መሪ ቦሪስ የልሲን ሲጨፍሩ በቴሌቪሽን ይታዩ ነበር *Rip

እንዲሁም ሲያዋክቡኝ እያዋከብኩዋቸው፤ጣር ሲያስዩዙኝ ጣር ሳስይዛቸውና ቀኔን በአሸናፊነት ስወጣው ያላቸው መላ ሳቦታጅ ማድረግ ሲሆን።የማገኛትን
ቼክ ሳቦታጅ አድርገው ከአራት አምስት ቀን አገኛታሎው።ለዚህም አንድ ታዋቂ የራሽያ ጀነራል *አለክሳንደር ለቭደ ቆይተው በሄለኮፐተር አደጋ የሞቱ Rip ደመወዜ አልተሰጠኝም ብለው በቲቪ ሲናገሩ ነበር።

2023080812:20

ዛሬ ኢትዮጵያ ኤምባሲ ሄጄ ቦታው ቀይረው ዳንደሪድ በተባለ ቦታ ስፍሯል ።አምባሳደሩን ለማግኘት ነው የመጣሁት ። ብዮ አንዲት ቡና ስታፈላ ያገኘኋትየኤምባሲው ሰራተኛ ሳነጋግር ፤የዛሬ ሁለት ወር አምባሳደሩ ለማግ ኘትና ቀጠሮ ለመያዝ በጽሁፍ እንዲሁም ደውዮ ነበር ። መልስ ሳይሰጠኝ ሲቀር መጣሁትኝ ፤አምባሳድደሩ ማነጋገር እችላሎው ወይ ብዮ ጥያቄ ሳቀርብላት፤ፎርሙ ላይ ስምህ እና አድራሻክ ጻፍና ኮንታክት እናደርግሃለን አለችኝ ። የአምባሳደሩ ሰክሬታሪዋ ማነጋገር ነበረብኝ ።ቡና የሚያፈሉ አስቸገሩ።ኢትዮጵያ ስሄድ ቡና የሚሸጡ ያስቸግሩኝ ነበር ።ወያኔ ከእናቴ ሸርኮና ወግኖ ከም ኖርበት ቤት ከማባረሩ በፊት ጥዋት ከእናቴ ጋር ነበር የምጠጣው።እናቴም ቡና መጠጣት ከዳነኤል ነው ብላ ለተቀሩት 7 እህትና ወንድሞቼ ተናግራቸዋለች ።
ታድያ እናቴ ጋር ቡና መጠጣት የለመድኩትኝ ፔንሲዮን ሲሆን ኑሮዮ ፤ከጎዳና ቡና ሻጮች ዘንድ ሲሆን እድሌ።ቡና ሻጮቹ ያስቸግሩኝ ነበር።ኤምባሲው ደጅ ሆኜ አንዲት ቡና ሻጭ ቦሌ ሩዋንዳ ሰፈር አንዷ ቡና ሻጭ ያለችው ትዝ አለኝ።እኔ ቁጭ ብዮ ቡና ለመጠጣት ሳይሆን ርቦኝ ሻይ በብስኩት ሳዝ ፤ይኮመጥጥብሃል አለችኝ አይ ግድ የለም ብስኩት እና ሻይ ስጪኝ ስላት ሁለቴ ደ ይኮመጥጥብሃል ብላኝ እኔም ግድ የለም ብያት ለዛውም ሁለት ብስኩት
ብያት አንድ ብቻ አቅርባልኝ፣ተቋደስኩት፣ትንሽ ከቆየን በኋላ ስልኳን አንስታ ወደ ደንበኞችዋ ደውላ ኑ ቡና ጠጡ አረንጓዴ ነው ስትል ሰመኋት።ከዛ በኋላ ስልኩን ዘጋችው። ከትንሽ ደቂቃ በኋላ ሰወስት ሰዎች መጡና ቦርጬማው ሳብ ሳብ አድርጋላቸው ሲቀመጡ አንዱ ምን አለ፣ያ የማይናደፈው ጉንዳን ነው ሲል,እኔ ልሰማው ነው፣ሌላ የማስብ መስዮ ዝም ብዮ ስልኬን እገለባብጣሎው።ይህን ትዝ ሲለኝ ቡና አፍይዎች አስቸገሩ እኮ ብዮ ኤምባሲው በጣም እሩቅ ስለነበር እየዘነበብኝ ሄጄ እየዘነበብኝ ሰፈሬ ደረስኩ።

2023080814:31

እኔ የሚቀርቡኝ ሆነ የማቀርባቸው ሰዎች ሰገጤዎች ሲሆኑ፣የራሴ ጥፋት አይደለም።ሸረሪት እንደምታልመው።ነጮች ሆነ ብለው ከሰገጤዎች ዘንድ እንድቀርብ ያደርጋሉ።የኔ ጥፋት አይደለም።ከአገሬ ሰዎች እንዳልቀርብም ነጮች ያለሙት ሴራ ነው።bcaዮ ስሆን ውሎዮ ከታዋቂና አገር መሪዎች ነው።አንድ ያየሁት ፎቶግራፍ የ ኢትዮጵያ ጠቅላይ ሚንስቴርና የስዊድን ጠቅላይ ሚንስቴር አብረው የተነሱት ፎቶ ሆኖ ሳለ ፤የኢትዮጵያ ጠቅላይ ምኒስተር እጃቸው ኪሳቸው ውስጥ ከተው ሲሆን ከፎተው እንደተረዳሁት ከዛ ሁሉ የአለም መሪዎች መሃል ሁለቱ የሚያገናኛቸው ምክንያት ምንም ነገር የለም ለመነጋገር የቀረበው ደግሞ የስዊድኑ መሪ ሳይሆን የኢትዮጵያ መሪ መሆናቸው መገንዘብ ችያሎው ።በተጨማሪም የኢትዮጵያ ኤምባሲ አሁን የሰፈረው ከ አንድ የስዊድን ህይወት አድን ድርጅት መሆኑ የጥርጣሪዮና ግምቴ እውን የመሆኑ እድል ከፍ አድርጎታል።

የሚያሳስበኝ ነገር የራሽያ ግንኙነት ኢትዮጵያ ላይ ምን እንደሚሆን ሳስብ፣እንዲሁም እነ ፕሮፌሰር በየነ እና ብርሃኑ ነጋ ማኒፌስቶአቸው ላይ እንደ ስዊድን ሶሻል ዲሞክራቶች ነው አላማችን ማለታቸው እንዲሁ አሳስቦኝ፣ይበልጥኑ የኢትዮጵያ ፖለቲከኞች እንዳሉት መራባውያን ገና በመለስ ዜናዊ ስርወመንግስት ጀምሮ ነው ሰርገው የገቡት ማለታቸው እና እንዲሁም እኔ ኢትዮጵያ ብዙ ግዜዎች ተመላልሼ ባገኘሁት እውቀት እና ልምድ መራባውያን ኮራፕት ያደረጉት የኢትዮጵያ መንግስት ብቻ ሳይሆን ህብረተሰቡን ጭምር ነው የሚል ድምዳሜ ሲኖረኝ ኢትዮጵያ ከመራባውያን እና ከራሽያ ፌደረሽን ያላት ፖሊሲ እንዱን መሳብ አለባት ነው The More You F**k People, The More Rich You Get! እንደሚባለውከሁሉም አቅጣጫ ከመጣ ጋር ውል እና ስምምነት። ማድረግ ኢንቬስተርን ጨምሮ ማስተናገድ ኢትዮጵያ ላይ ለተዳቀነው ሁኔታ ዋና መንስኤውና Chronic እየሆነ የመጣው።በአጠቃላይ ይህ ክሮኒክ ብልጦች ካገኘ የሚፈታ ነው የሚል ድምዳሜ ነው ያለኝ። daki(For Every Problem There Is a Solution).

አቶ አበይ ስልጣን ከመያዛቸው በፊት እኔ ስለ ስዊድን የጸጥታና ሰላም ሁናቴ ሳስበው ባጣም ይገርመኛል ከ ሃያ አመት በፊት ጀምሮ።ለምን ይፈራሉ ፣ፈርተውስ ለምን ለሚፈጠረው ትውልዳቸው ፍርሃት ያወርሳሉ።ጠላትህን ሁል ግዜ ካጠገብክ አድርገው የሚል አባባል ለምን አይጠቀሙበትም።ገፋ ቢል እንኳን የኢትይዮጵያ በረራ በሳምንት ሰባት ግዜ አለ ወትሃደርን ከኢትዮጵያ ማጥለቅለቅ ቻይላል የሚል አስተሳሰብ ከሃያ አመት በፊት ጀምሮ ይመጣብኝ ነበር ፣ይህን ሃሳብ ለማንም ሳላካፍል ያሰብኩትኝ ነበር ።አቶ አበይ ስልጣን ይዘው ኢትዮጵያውያን ወትሃደሮችን ወደ ሌላ አገር መላክ እንደሚፈልጉ ተናግሯል።ይህ እንደ *ዝናቡ*የተናገሩት ያወቅኩትኝ በፈረንጆች በ90ዎቹ ጀምሮ ነው።ልክ በ15 አመታቸው የጀነራል ሳሞራ ራሽን የቆረጠሙት ግዜ።

2023080820:57

Text Book Says "You Don`t Need To Change Environment To Be Succesful" Highly Educated Psychologists Interviewed Students Of Psychology From Slovenia, Albania And ChekRepublic and Students From All Three Countries Answered"We Need and Must Go To America and Weast Europe To Be Succesfull. The Highly Educated Psychologists leave Their Pen At The Desk and quit their Research without coming To an End.አሸናፊ ታዮ (If it doesn`t Become Succesfull Just Change your Identity.).

daki(ገንዘብ አገኝሁ ማለት አልፎልሃል ማለት አይደለም።ተማራማሪዎች ነገሩን ሳይቋጩ እስከርቢቶአቸው ጠረጴዛ ላይ አስቀምጠው የተዉት ምክንያት
እንዲያልፍልን ብለው ሃገራቸው ጥለው ወደ አመሪካ እና አውሮፓ የመጡትን ሲያስተውሉ የመጡበት አገር ሰርተው ደህና ክፍያ ካገኙና የተመኙትን ገንዘብ የማግኘት ዘመቻ ከተሳካላቸው

በኋላ complain ሲያደርጉ እና ዲፕረሽን ውስጥ ገብተው ስደት ጥሩ አደለም ሲሉ ይገኛሉ።-

2023080900:29

በ 2015/16 አከባቢ ከ x-cones ወደ magnusladelasgatan መኖርያ ስቀይር፣በአዲሱ የሰፈርኩበት መጀመርያ ላይ ድርብ በአንድ ግዜ የሁለት ወር ኪራይ ከፈል ብለውኝ ከፍያ ለምግብ እና አንዳንድ ነገሮች ሳንቲም አጥሮብኝ፣የግድ እርዳታ አስፈልጎኝ ዌልፋር ሀሰልብይ የሚገኝ ዘንድ በመሄድ የምግብ
ኩፖን እንዲሰጡኝ ለመጠየቅ ከጥዋቱ 8 ሰአት ሄጄ ጠብቅ አንዱ ሶስዮነም መጥታ ታናግርሃለች ብለውኝ ቀኑን ሙሉ ስጠብቅ ውየ ከሰአት በኋላ 17 ሰአት ሲዘጉ ቤቴ ሄድኩኝ።ቀኑን በሙሉ ለመጠበቅ በተግስት የቻልኩትኝ የሳይኮሎጂዮ መጽሃፍ እያነበብኩ ስለነበር ነው።በንጋታው ስመለስ እንዲሁ ማንም ሳያስተናግደኝ ከሰአት በኋላ 17 ሰአት ላይ መስርያቤቱ ሲዘጉ ማንም ሳያስተናግደኝ ተመለስኩ።ዘወትሮ ጉዳይከ የምትጨርሰው ወይም የሚያስተናግዱህ በ2 ሰአት ውስጥ ነበር።በነኚህ ሁለት ቀኖች በየቀኑ ከ 50 ያላነሱ ሰዎች መጥተው ተስተናግደው ሄዷል። እኔ መስርያቤቱ ስገኝ ከሁሉም ተስተናጋጆች ቀድሜ ስመለስ ሳልስተናገድ መጨረሻ የምሄደው እኔ ብቻ ነበር።ለካ የመስርያ ቤቱ አለቃ አንድ ሃበሻ ነበር።የሆነ ስፖርት እንበለው ወድድር ላይ እንደዳረጉኝ ገባኝ ።መጽሃፌ እያነበብኩትኝ ዘና ብዮ ነበር ሁለቱ ቀናት ያሳለፍኩትኝ።ሃበስሃ አለቃው የሰራተኞቹ መግቢያና መውቻ በር እየከፈተና እየዘጋ የሆኑ በር ሰሪዎች ሲያነጋግር አየው ነበር።እነኝህ ሰዎች የስራ ልብስ የለበሱ አናቲዎች መሰል እንደነበሩና ከኔው ቲም እንደሆኑ ሸተተኝ። በሰወስተኛው ቀን ግማሽ ቀን በኋላ አንዲት ናታልያ የተባለች እርጉዝ ሴሶኙም መጥታ አንተ መጽሃፍ የምታነበው ና ብላ ስትጣራ ቀረብ ብዮ ዳነኤል ኪዳነማርያም መኮነን ዶክቶራንድ ሳይኮሎጂ ኢንዳስትርያል ፕሮዳክሽን ኤንድ ኢንዳስትርያል ዲዛይን ብየ እጅ ስጨባበጣት፣የ200 ክሮነር ኩፖን ሰጥታኝ ተቀብየ ቲማቲም እና ቀይ ምስር ገዝቼ ሰርቼ በድርቆሽ በላሁትኝ። ማታዉኑ ዜና ስከፍት Hans የተባለ Internationally knownበሳይኮሎጂ ተንታኝነት የሚታወቅ በድንገት አረፈ የሚል ሰማሁ።ከዛ በኋላ hans och dorren የሚባል ቲቪ ሾው ተፈጠረ።ስሜቴ ትንሽ ነካው።ከረጅም ግዜ በኋላ ዊልፋር መስርያቤት ስሄድ።የሰራተኞቹ መግቢያና መውጫ በር ክፍት አድርገውት እንዳፈለከ የምትገባና የምትወጣበት በር ሆኖ ቀረ።

2023080901:35 Stereotypes

When Some Of Them Diagnos Me,The Rest Of Them Use Steriotypes.Methadon ለማግኘት በጥዋት ከሚሰለፉት ጎን እኔ ጉዳት ያለው እንዲሁም ቦርጭ የሚያስወጣ መድሃኒት በግድ እንድወስድ ሃኪሞች ሲያስገድዱኝ።መትሃዶን የሚወስዱ ሄሮይኖች ቦርጫም ነህ ይሉኛል።
አንድ ቀን ታንቱ የተባለ የሳመር ጸሃይ መስጫ ቦታአንድ ልጅ ከሚሰራበት ቦታ ቀኑ ሳያልፍበት ምግብ የሚያድል ዘንድ ምግብ ለማምጣት ስሄድ ከምሄድበት አቅጣቻ በተጻራሪ አንዲት

የእድሜ ባለጸጋ ሴትዮ ዌልቸር ላይ ተቀምጣ ትራፊክ ጭንቅንቅ መብራት ላይ ስንገናኝ ዌልቸሩ ማሽከርከር አልቻለችም ነበር ከእርጅናዋ ብዛት ።ያው የትራፊክ መብራቱ ቀይ ከማብራቱ በፊት እኔ ቀልጠፍ ብዮ ሴትዮዋ ዘንድ ሄጄ አቅጣጫዮን ቀይሬ ሴትዮዋን ለመግፋት ወሰኜ፣ወዴት ነሽ ስላት ምግብ ለመግዛት ወደ ሱፐርማርኬት ነኝ ብላኝ ሱፐርማርኬቱ ዘንድ ገፍቼ ወስጄ ምግብ ገዝታ ወደምትኖርበት ዘንዳ አደረስኳትና እኔ ወደ ምግብ የምትሻማበት ቦታ ድረስ ሄጄ ሻንጣዮን ስሞላ፣ፖሊሶች እዚህ ቦታ ሁለተኛ ግዜ እንዳታመጣ ብለው ልጁን ማስጠንቀቅያ ሲሰጡት፣ከፈለጋቹ ሳልቬሽን አርሚ በተባለ የረዴት ድርጅት ምግብ አለ ሂዱና ብሉ ብለው ሲያበቁ ሌላኛው ፖሊስ Han Spårar kompitens ችሎታውን አይጠቀምበትም ብሎ በአሽሙር ተናገረኝ።ለሴትዮዋ ያደረኩላት እገዛ እስከ 3000 ክራውን ያስከፍላል።ፖሊሶቹ ህኪም እንድሰራ ያልፈቀደልኝ መሆኑ አላወቁም።ኝ ጥሩ መስራቴ መከፈል ወይም መወደስ ሲገባ Steariotype ይሉሃል ይሄ ነው።

2023081404:55

Yesterday, 20230813, I Had The Finest Dream In My Life, Which Makes Me How To Resolve My caustic Relationship With My Brothers, Sisters, Including My Mother, Who Live In Canada And the United States.

I Have Unresolved Probllem With The Swedish Aughterities Too.To begin With My Mother Including My SSister Acuesed Me Faulsly For Not Accepting To Go And Meet Thhe Ethhiopian Prist Who Has Conection With Countries Outside Ethiopia And Ethhiopia It Self.ዕናቴ እና እህቴ ፋና ከነበረው የ ሃያ ሰባት አመት መንግስት ቀድመው ጥቅም በመቀበል እኔን ቄስ ግርማ ዘንድ ሄጄ እንድለፋለፍ።I Am Not The Kind Of Person Who Babels About My Life ,Experiance and What Hapend To Me In The Past In Open Highway.I know Who I Am.I Move Consciously.I Am Always With The Sense Of Direction.ወንድም እና እህቶቼ ጋር ስገኝ ሰዉ ሁላ ትኩረቱ እኔ ላይ ስለሆነና እንሱ ዞር ብሎ Intention ስለማይሰጣቸው ከዚህ ውርደት ለመውጣት እነርሱ ባሉበት እንድገኝ አይፈልጉም።እንዲሁም

አባቴ ከልጆቹ ሁሉ ቱከረት ሰጥቶና አቀማጥሎ ስላሳደገኝና እናቴን Abiuse ያደርጋት ስለነበር እኔ ላይ karma ሊፈጽሙ ስለሚፈልጉ ነው።በኔ ስም እና በኔው የቴና ቀውስ ሰበብ ከመንግስት ጥቅም ተቀብላ እኔን ቄስ ግርማ ዘንድ እንድሄድ ከነበረው መንግስት ተስማምታ እኔ አልሄድም ማለቴ የተቀበለችው ጥቅም መርጣ በሃሰት ከታናሽዋ እህቴ ጋራሽርባ አብሬአቸው ከምኖረው የመንግስት ቤት ከፖሊስ ጋር ተስማምታ በ2016 ፖሊስ እቤት ሁለተኛ እንዳልደርስ ማድረጉና እኔ ከሰባት አመት በፊት ጀምሮ በየፔንሲዮኑ ስንከራተት ልቤ ተሰባብሮ ጸጉሬ ያኔ ነበር የሸበተው።ትርሃስ እና ኤልሳ የልጅነት ጓደኞቻቸው የሆነች ልታገባ እና ሰርጓ ላይ ለመገኘት ልጆቻቸው ይዘው ከካናዳ አክሱም ሲመጡ እንደ አጋጣሚ ሆኖ እኔም ከስዊድን አክሱም ስሄድ መምጣቴ ሰምተው ወድያውኑ ልጆቻቸው ይዘው በፍጥነት ወደ አዲሳባባ ሲመለሱ ።የነኝህ

ሁለት እህቶቼ ተግባር ይመቸኛል እኔን ማግኘትኝ ሆነ ማናገር አለመፈለጋቸው ይስማማኛል። I Respect ፋና እና እናቴ ዊድ ሁሉ ያጨሳል ብለው የኔን ክፉ ተመኝተው አደጋ ሊያደርሱብኝ ተቃጥተው ሲያበቁ ፋና አብራ ላበረችው ፖሊስ ከስዊድን አልመጣም ከሩስያ ነው ብላዋለች ። እኔ ቤት እንዳልደርስ ካደረጉ በኋላ ቤቱ ሊቦች ገብተው 10 ሺህ ዶላር ሲዘርፍዋቸው ሌቦቹን እንድይዝ
አያፍሩም ጥያቄ አቅርበውብኛል።እናቴም በኔ ምክኛት ባገኘችው ጥቅም ባለ አንድ ፎቅ ቤት አክሱም ጎንደር ሰፈር በተባለው እኔ እንዳላውቅ በሚስጢር አሰርታ ስታበቃና ቤቱ ተገንብቶ ሲያበቃ ሰዎች ነግረውኛል።

የአቶ ሃይለመለኮት ልጅ ዘመዳችን ካናዳ የሚኖር እኔ በ1997 ካናዳ ሄጄ ሳሎው አግኝቼው በጣም የበሰለ ሰው መሆኑን ስለተገነዘብኩትኝ ስዊድን የምትኖረው የአክሱም ልጅ ተክለወይኒ ታደሰን ደውየ የአቶ ሃይለመለኮት ልጅ ስልክ ቁጥሩን እንድጸጠን አድርጌ ልጁን ካናዳ ደውዮ ያለውን የቢተሰብ ቢዛር
አናግሬው ለመላው ወንድም እና እህት እናቴን ጨምሮ መንገዴ ላይ ስለቆሙና በኔ ስም ጥቅም ስለወሰዱ ጉዳቸው እንደደረስኩበት እንዲያውቁ አደርጋሎው።በተለይ ሰገድ እና ሌሎቹ ጉሮራቸው ከመያዜ በፊት ከዚች አለም እንድለይ ትልቅ ፍላጎታቸው መሆኑ ስለደረስኩበት መግቢያ መውጫ መንገዳቸው ያግኙ።ሰገድ እኔ ይህ ሁሉ ጉድ ሳላውቅ በመቅረቴ በስልክ ባገኘሁት ግዜ ይጨቀችቀኝ ና ስልኩ ይዘጋብኝ ነበር።ለብዙ ግዜዎጭ በ2019
ሃገርቤት እሄዳሎው ብዮው 200 ብር በየወሩ እልካሎው ብሎኝ ሳይልክ ሲቀር ለ40 ቀናት ያህል ሳይልክልኝ ቀርቶ 40 ቀናት በችግር አሳልፌዋሎው።ሁል ግዜ ደስታዮን ይወስድብኛል
Shakesper said "I Am Happy!Becouse I Dont Expect Any Thing!
አርቲስቱና የአክሱም ልጅ ብርሃኔ ሃይለ ከአመሪካ ወደ ስዊድን መጥቶ በርሱ በኩል 500ብር ሲልክልኝ ከ6 ወር በኋላ ነው እንደገና የምልክልህ ብሎ ቃል ገብቶ እኔን አቢኡስ ለማድረግ ድምጹ አጥፍተዋል።ከእንግዲህ በኋላ ምንም ነገር ከማንም አልጠብቅም።የኔን ፕሮፐርቲ ለወሰዱ ማምለጫቸው ያኘዩ አልለቃቸውም።ሰገድ ከኔ የማይሻል ስታበርን ሰው ነው።ብርሃኔ ሃይሌን ሰገድ እንዴት ነው፣ብዮ ስጠይቀው ዝም ብሎ ይበሳጫል ሲለኝ ልቤ ተሰብሯል።ሰገድ ኝ በኔ ተጠቅሞብኝ ከየሺ ገብረመድህን ጋር አብሮ ወደ መቀሌ ኪድናፐ ለያደርገኝ ሞክሯል።7 ወይም 9 የሚሆኑ መኪናዎች አስገብቶ ለሰዎች አድሏል።እኔስ መኪና አልፈልግም።ይገርማል። በ ፈረንጆች 2001 የ200 ብር የእግር ኳሶች ገዝቼ ለአክሱም የድሮ ትምህርትቤቴ ሰስፐ የኔን አይቶ በ2019 አክሱም እያሎው የገባልኝን ቃል በመተው ለአክሱም ታዳጊዎች የስፖርት ልብስ ልኳል።አዎ ይገባኛል ፖርትላን አረጎን አብሮ ከሚውላቸው ሃበሾች ያዘዙት በቀን ከ200 እስከ 300 ብር ከፍሎ ጠረጴዛውን እንደሚጠርግ አቃሎው።ማንንም የሚረባ የለም እኔ በቅቤና አዋዜ የታሸ ዳቦቆሎ ከሃገር ቤት ሳመጣ እነሱም እንደዛው።እኔ ሳምቡሳ ለቁርስ ስለምወድ ገዝቼ ስበላ እንeሱም እንደኔ እኔ ከስዊድን ምስር ይዜ ኢትዮጵያ ስሄድ እነርሱም ከካንዳ ምስር ይዘው Mother F***rs.

2023091205:26
place;-stkm (Sweden)

ormänsgatan 26

16556 Hässelby

አባቴ ፣አቶ ኪዳነማርያም፣መኮነን፣ምራጭ፣አጽመይ፣እንቆይ በልዩ ከሁሉም ልጆጨማለት 20 ዎልዷል ከ20ያዎቹ እኔን በልዩ አቀማጥሎ ነበር ያሳደገኝ ከዚህ የተነሳ እኔ ከትምህርት ቤት መጥቼ እርሱ ስራ እሄዳሎው የከሳሽና አቃቤህግ ምስክር በለው ግፍ የሰራ ሰው እስከ ተላላኪ ምስክሮች ከመመስከራቸው በፊት በትክክል እንደሚመሰክሩ ቃለ መሃላ ተላላኪ ስያሳልማቸው፣

ከም ጉንዲ የንቅጸኒ

kእም አውዲ ይኮስትረኒ ብለው ቃለመሃላ ሲሰጡ ማየትና መስማት አግዳሚ ወንበር ላይ እግሬ የመስርያቤቱ ወለል ሳይነካ ተንጠልጥሎ ሁሉን አይቼ ስራ 4 ሰአት ሲያበቃ ሆቴል ሁለት ከበዛም ሰወስት ቢራ ነበር የሚፈቀድልኝ ጠጅ ከሆን ወሰን የለውም።እንዳፈሎክ ነበር የምጠጣው። አንዳንዴ ጣፈጥ ያለ ብርዚ የሚባል አንዳንዴ እኔ ነው የሚባል ጠንካራ ብርሌ ያዝልኛል።እኔ በጽጋ እጠጣሎው።እኔና አባቴ እንደ አባትና ልጅ ብቻ ሳይሆን እንደ ጓደኛሞች እንተያያለን። አስተዳደጌ ለዚህ አሁን ያለሁበት ሁናቴ በጣም አስተዋጾ አለው።አድርገዋል።

More Or Less ,,,It Makes Me To Be "Determin"!

ወላጅ አባቴ፣ ይፈራ፣ይጠላ፣ይከበር እና ይወደድ ነበር።እኔም እንደአባቴ እፈራሎው፣እጠላሎእ፣ እከበራሎው፣ እወደዳሎው! It's Gene

እናቴ የሃብታሙ አያሌው አድናቂ ናት እናቴ፣ስለሃብታሙ አያሌው የኢትዮ 360 ይህ ነው የሚያውቀው ትላለች ሃብታሙ አያሌው። እኔም የሃብታሙ አያሌው አድናቂ መሆኔ፣ It's gene

Hans Eysnck 1967 Viewed Two Dimensions Factor Model Of Personality Trite.

UNSTABLE	**vs**	**STABLE**	**INTROVERT**	**vs**	**EXTRAVERT**
modesty		touchy	passive		sociable
anxious		restless	careful		outgoing
rigged		aggression	thoughtful		talkative
sober		excitable	peaceful		responsive
pessimistic		changeable	controlled		easy going
reserved		impulsive	Relatable		lively
unsocial		optimistic	even-tempered		carefree
quite		active	culm		leadership

Raymond Cattell 1965 Compared 16 Personality traits between Olympic Athletes and Famous Artists.

Olympic Athletes	**Famous Artists**
Reserved	Ooutgoing
Less Intelligent	More Intelligent
Affected By Feelings	Emotionally Stable
Submissive	Dominant
Serious	Happy-Go-Lucky
Expedient	Consciousness
Timed	Venturesome
Tough-Minded	Sensitive
Trusty	Suspicious
Practical	Imaginative
Forthright	Shrewd
Self-Assured	Apprehensive
Conservative	Experimental
Group Dependent	Self-Sufficient
Uncontrolled	Controlled
Relaxed	Tense

The Big Five(OCEAN) Personality Traits.By MaCcrey and Costa 2008

Trait	**Facets**

Openness vs. Closeness for Experience	Ideas, Fantasy, Aesthetic, Actions, Feelings, Value
Conscientiousness vs. Lack of Direction	Competence, Order, Dutifulness, Achievement Striving, Self-Discipline, Deliberation
Extraversion vs. Introversion	Sociable, Assertiveness, Activity, Excitement Seeking, Positive Emotion, Warmth
Agreeableness vs. Antagonism	Trust, Straightforwardness, Altruism, Compliance, Modesty, Tender-Minded
Neuroticism vs. Emotionally Stable	Anxious, Angry, Depression, Shy, Impulsive, Vulnerability

በነጮች 1994 ስለ አውሮፓ ዩን ዮን ምርጫ ላይ በተደረገብኝ ኤክስፐሪመንት ለምን ናይ ፎር ለአውሮፓ ዩን ዮን።እስኪ ከቻለው ለብቻውን እንየው ብሎ ካርል ቢልት የተባለ የቀድሞው ጠቅላይ ሚኒስተር ከጓደኞቼ ሲነጥለኝ ግዜ ፤ይሄው ብቻዮን ቻልኩትኝ ።እነኛ የነበሩኝን ጓደኞቼ የት እንዳሉ አይታወቅም ግማሾችም በህይወት የሉም።

202310100336
ቀኝ እግሬ ከታመምኩ ከ 2020 ሲሆን ለዚህም ቀኝ እግሬ ልታመም የቻልኩት ኤሌክትሪክ ሾክ ተሰጥቶኝ ነው። ይህ የሆነው አልጋ ላይ ጋደም ባልኩ ግዜ አያሌው ሽፈራው በተባለ ኢትዮጵያዊ ዋርድ አሲስታንስ 69 በተባለ የህክምና ሴክሽን ነበር።ኤሌክትሪክ ሾክ የሰጠኝ። ከዚህ ኤሌክትሪክ ሸክ በተነሳ ቀኝ እግሬ አሁንም ያመኛል አንከሳሎው።

ከብዙ ግዜ ማሰላሰል የቀኝ እግሬ መታመም የበቃሁት ትግሬ ነው በማለትና እኔ ላይ ትልቅ ፍርሃትና ስጋት አድሮባቸው የካቲት 2020 ነበር እኔ ላይ ጉዳት ያደረሰው አያሌው ሺፈራው።

የሰሜን ጦርነት ትጀምሮ ተኝቼ በህልሜ አቢይ አህመድ ሲያስታምመኝ ነበር ህልም ያለምኩት ።

2023101418:39

A book called *It Takes a Village* by Hillary Rodham Clinton and *Man's Search for Meaning* by Viktor Frankl—both go hand in hand. *Thinking, Fast and Slow* by Daniel Kahneman. ላይ የኔ ገጸ ባህሪ System Two ይባላል።

2023102806:23

I am an **Ethiopian-born, Russian-American (Republican) Jew** who has lived in Sweden for 33 years.

I have a background in **industrial design and industrial production**, as well as a **doctorate in psychology** and **space water studies**.

I speak **four languages** and can play with many more.

During my 33 years in Sweden, since 1994, I was invited for what they called a **"neglected towel."** They labeled me **"illes Jew"** and associated me with the **"half wheats,"** trying to make me believe that I was weak.

But I am **not weak**. I am very **unique**.

Bear-Jew. Proud to be born in December

2023042122:14

በግድ የምወጋው መርፌ ከተሰጠኝ በኋላ የሚሰማኝ ስሜት፣ልክ እንደ አውቲዝም poor communication skill,rigid behaviour,repititive,unresponsiv to others.ሃገር ቤት ስሄድ መርፌው ስላሌለ የዱሮው Original Daniel እሆንና ለነገሮች ቀልጣፋ
ከሰዎች ጋር ሳወራ ብጽሞና እያደመጡኝ ከመጠን በላይ ተመስጠው ይሰሙኛል በጣም ደስተኛም እሆናሎ

ሌክቸረር አሸናፊ ታዮ በሶሻል ሚድያ እንደገለጸው የአንድ ሁናቴ ውጤት ላይ አታትኩር። መነሻው ላይ እንዴት ሆነ ብለክ አስበክ መነሻውን ለማወቅ ሞክር
በሃገር ቤት እኔ ውጤታማ እንዳልሆን የሚያደርገው እኔን ማንገላታት መኖርያ ማሳጣት ድርሻየን መከዳት የመሳሰሉትን የነበረው የ27 አመት መንግስት ሴራ ሲሆን በጥሼ መውጣት አለብኝ ካልኩትኝ ሁለት አስርታት አመት ሆኖታል። ።በተጨማሪም ሞክሬ ሞክሬ እምፈልገው ደረጃ ስላልደረኩ I have to change my identity. Source:-(Ashenafi Taye 2023).

2023062702:25

ከላይ የተጠቀሰው፣በማያያዝ ኪዳነ የሚል ስም እጠራሎው። ይህ አጠራር በትላልቅ ኤርትራውያን ሲሆን፣ምእራባውያን During the 90th!
ኢትዮጵያ የገቡትና ማህበረሰብ ኮራፕት ዝገበርዎ ከሙውን ንመንግስቲ ኢትዮፕጵያ ኮራፕት ከገብሩዎም እንተለዉ ናይ ህጂ 26 አመት፣ ብወገን ኤርትራ ዝነበረ ፖለቲካ ናይ ህጂ26 አመት ኤርትራ ጋዜጣ አንቢበ ካፍቲ ዝረአኩዎ ስእሊ አብቲ ናይ ኤርትራ ጋዜጣ ናይ ህዚ 26 አመት፣ Place:-(Kultur Huset)

Sergelstorg

Stockholm
ካብቲ ዝረአኩዎ ስእላዊ ምስል As Follows....
አጼ/ሃይለስላሴ ከታች ሆኖው ኢሃዴጎችን ብቻቸው ተሸከመው ሲሄዱ የሚያሳይ ምስል።በኤርትራ ጋዜጣ ላይ የዛሬ26 አመት

አይቻሎው።

2023060705:41

I borrow my books from Karolinska Institute University. One day, I think it was 2016-17 went to the library (Culture House)and asked to borrow one of the books I already had.....the librarian looked at the data and asked me the book's name. I answered," The science of mind and behavior..edition 5." he looked at it on the data. And gave me an answer. We dont have some; one has borrowed it, and there are three others in the queue. If you want to borrow it, you will be four in the queue! He said, and I responded, "it's ok! When I left the reception a few yards away, he whispered to his colleague the book he asked for was updated at the theater.(boken han frågar är på utställning!.daki 2023010620:49 jag är den försvunen skatt och talande tavla).Folks Used To Say...

202104161135

በ ዳነኤል ኪዳነማርያም መኮነን ምራጭ እንቆይ አጽመይ።
ከዛና አክሱም ተምቤን ዳባት አዲስ አበባ ስዊድን።
ከራስ አሉላ አባ ነጋ ትውልድ ሃረግ ።

የነበረው የሃያ ሰባት አመት መንግስት ገና በጥዋቱ ወርቅ አገኘሁ ብሎ ገና ሜዳ ላይ፣ ለወጠኝ ለጨው ለስኳር በጥዋት፣ ።እንዲሁም ዩቱብ ላይ ዳነኤል ኪዳነማርያም ተብሎ ከተገባ ስለ ወርቅን ለጨው ለስኳር አቀያየር የሚያመላክት ሽለላ ማዳመጥ ይቻላል።በ 33አመት የስዊድን ንሮዮ ወደ መቶ ግዜ የሚሆን ወደ ኢትዮጵያ ጉዞ ሳደርግ ካጋጠሙኝ ሁናቴዎች አንዱ የምሄድበት ታክሲ ለሰአታት አዲስ አበባ ቀበርቾ አከባቢ ብዙ መኪኖች ቆሟል ፣ ረዳቱን ለምን ሾፌሩ አይነካውምብዮ ጥያቄ ሳቀርብለት ፣የመኪና መሄጃው አስፋልት እየቆፈሩ ነው ሲለኝ ፣ለምን ስለው መአድን አለ ብለው ነው የሚቆፍሩት ብሎ መለሰልኝ። ። ይህ ካጋጠሙኝ አንዱ ሁናቴ ነበር ።ምን ቢቆፍሩ ምሳ ይዘውበት የመጡ የ 25 ሳንቲም ፌስታል ነው የሚያገኙት ።ስል ታክሲ ወስጥ የነበረው ሳቅ በሳቅ።

በለውጡ ግዜ 3 ግዜ ብሄድም አልተስተናገድኩም።ለለውጡ እንዲመጣ ታታሪ ሆኜ ብሰራም

ዞር ብሎ ያየኝ የለም። ዲያስፖራዎች በግሩፕ ተደራጅተው፣
ልክ ሃገር ቤት በጉሩፖቹ ብዛት ወኪል አላቸው።እኔ ያረግኩትኝ ብሄራውዊ ቲያትር ሲሰሩበት ሲጋራ እያጨሱ ሳይቀር ትያትር ሲሰሩ፣ብቅኔ አባባል ገና ሊደርስ አከባቢ ፣አንዷ ተዋናይ አባቴ" ገናና ዳኒ "ይባላል ስትል፣ሌላው ወንድ ተዋናይ ደግሞ አንተ ጉድ የተሰራከው ነጩን በሬ ያባረርክ ግዜ ነው ይላል። ደስ ብሎኝ ስሄድ ያ ወደድኩህ ወደድኩህ ሲባልልኝ የነበረ ሃገር ቤት ስሄድ ማስተናገድ የለም።መወደዱንም አላገኘሁትም።።በሁለተኛውና ሶስተኛ ጉዞዮ ከኢምባሲ የትብብር ደብዳቤ ቢሰጠኝም የምኖርበት ቤት ሊያስረክቡኝ አልቻሉም ለዚህም ነው አልተስተናገድኩኝም የምለው።በመጨረሻ ጉዞዮ ለቤት ጉዳይ እንዲፈጸምልኝ ከኤምባሲ ወደ ዲያስፖራ ዳይሬክቶሬየት ወስጄ የተሰጠኝ መልስ ኢትዮጵያዊ አደለክም የሚል ነበር።በጣም ያሳዝናል።

ከላይ የተጠቀሱትን መሰናክሎች ደርሰውብኛል። በተጨማሪም ተንቀሳቃሽ
እና ተንቀሳቃሽ ያልሆነ ንብረት ሃገር ቤት እንዳለኝ ሲነገርልኝ ሃገርቤት ስገባ ከእርዳታው ፣ ብድሩ ባሻገር ፣ኢትዮጵያ ላይ ብዙ ሃገራት ከጎን ይሰለፋሉ፣የባለስልጣናት ጉብኝት የተሞላበት ይሆናል። በ፣ አንድ የህግ ባለሞያ ሳይሆን የህግ ባልደረባ በሬድዮ ኤፍ ኤም እንደአጋጣሚ ቃለመጠይቅ ሲያደርግ እንደሰማሁት ፣ተንቀሳቃሽ እና ተንቀሳቃሽ ያልሆነ ንብረት አለው ። እንዲሁም አንድ ሰው ፣ የጸሃይ ቁራጭ(east astroid) አመጣሎው ካለ የህሊና ቀውስ አለው ማለት ነው።ስለዚ አይታሰርምም አይከሰስምም ብሏል።

ጦርነትና ግጭት ላይ ወሲብን እንደ መፍትሄ አድርገው እየወሰዱ ።ስለዚህ የሚገልጽ መጽሃፍ በሂሊሪ ክሊንተን It takes a village የሚል ሲሆን ከዚህ እኩል ለኩል የሚኬድ መጽሃፍ Mens search for meaning በ ቪክቶር ፍራንሲል መመልከት ይቻላል። የሁለት ጥንዶች የወሲብ ግኑኝነት ለግጭትና ጦርነት እንደ መፍትሄ አድርጎ መውሰድ ሆኖ ሳለ ኮንጎልዊው Dennis Makwagie and Nadya Murad from Iraq የተባሉ ሰዎች ላደረጉት
ትግልና አስተዋጽኦ የኖቤል ተሸላሚነት በቅቷል።

እንዲሁም የነበረው የሃያ ሰባት አመት መንግስት በመለስ ዜናዊ ግዜ፣አንድ ደብተራ ነጸብራቅ ወድቆ፣ደብተራው ነጸብራቁ የወደቀበት ቦታ በማመላከት አንድ
ሌላ ወጣት ሰውየን ሂድ አምጣልኝ ከወደቀበት ስፍራ ብለዉት ፣ሰውየው ሄዶ ነጸብራቁን አግኝቶ ይዞ ደብተራውን ከድቶአቸው ሱዳን ሄዶ ሸጠው።ሰውየው በጣም ሃብታም ሆነ ከሱዳን ኢትዮጵያ ቦርደር እቃ የጫኑ ከባባድ የጭነት መኪናዎች ያለ ቀረጥ ብዛት ያላቸው የጭነት መኪናዎች ያለፍተሻ ያስገባ ነበር። ።መለስ ዜናዊ ሱዳኖች በጣም ታዋቂ የሆኑትን ሠዎች የኛ ናቸው ይሉናል።ብሏል! ሱዳን የኢትዮጵያ መሬት መያዝዋን የሚያመላክተው ለከፈሉለት ነጸብራቅ ፣በነርሱ እጅ ካለመኖሩ የተነሳ ነው የሚል ድምዳሜ ነው ያለኝ። ሃቁ ነጸብራቅ የሚባል ቀዝቃዛ አየርና ሞቃታማ አየር ሲገናኝ ነጸብራቅ ይፈጠራል።በበኩሌ ቅኔ ስላለው ተአማኒነት አለው።

የብሄር ፖለቲካ "ሳይንስ" በተሞላበት መርህ መገለጽ አለበት ሲሉ እኔ በማህበራዊ ሚድያ የሃገሬ ሰው ህልውና ሳይንስ በተሞላበት ትንተና ካደርግኩትኝ ከሁሉም ዜጋ በቀዳሚነት እገኛለው።
። ከሃያ ሰባት አመት መንግስት እያለ በጽሁፍ ማስታወሻ ላይ አስፍሬአለው።ለዚህም አንድ ሰው መመደብና መወጠን ያለበት በብሄሩ ቋንቋው ስሙ ሳይሆን በባህሪው ነው።ይህም በሳይነስ የተደገፈ ነው ማለት ነው።
Extravert እና Introvert ሳይንስ ሲለያቸው Extravert የሆኑ ሰዎች በአፍሪካ መካከለኛው ምስራቅ እና ኤስያ የሚኖሩ ህዝቦች ሲሆኑ Introvert ደግሞ ምእራባውያን ማለት ነው። ሰው የሚለካው በባህሪው ነው።

2016/2017 ይመስለኛል የምኖርበት ሃገር ስዊድን አንዲት የእድሜ ባለጸጋ ሴትዮ ልቤ አመመኝ አምቡላንስ ደውልልኝ ብለውኝ ደውዮ አምቡላንሱ እስኪመጣ የምኖርበት ሰባተኛ ፎቅ ድረስ በመወጣት ከላይ የሚለበስ ፣ ወንበር፣አንድ ብርጭቆ ውሃ ፣አምጥቼ፣ ወንበሩ ላይ ቁጭ ብለው ከላይ የሚለበስ በማልበስ ውሃ ስጥቼአቸው አምቡላሱ እስኪመጣ አብሬ ስጠብቅ፣አምቡላንሱ መጥቶ እኛ የእድሜ ባለጸጋ አምቡላንሱ ወሰዳቸው።ከጥቂት ቀናት በኋላ ሃገር ቤት ስሄድ የፍቅር ቀን የህጻናት ቀን የአዛውንቶች ቀን ተብሎ ሲከበር በአዛውንቶች ቀን ተብሎ ሲከበር አባ ገመዳ አንዲት አዛውንትን ከላይ የሚለበስ
ሲያለብሱዋቸው በቲቪ ይታያል።ማን ከምእራባውያን ጋር ቁርኝት እንዳለው ራሳቹ ተገንዘቡ።

በዚህ የ30 አመት ስደት ከ100 ግዜ ያላነሱ በረራ ሃገርቤት ስነበኝ፣ ከቆይታ በኋላ ለመመለስ ሳስብ ገንዘብ ለቲኬት ስላልነበረኝ ኢትዮጵያ የሚገኘው የስዊድን ኤምባሲ ደውዮ ማሪያ የተባለች የኢምባሲ ቆንስላ ችግሬን ሳናግር የ ኔው የወር ክፍያ አካውንት ሲገባ የምከፍለው ቲኬት ወደ ስዊድን አግዝኝ ስላት እንዲህ ብላ መለሰችለኝ፣ ዳነኤል ገንዘብ የለም የመንግስት ካዝናችን አራቆትከው ምንም ገንዘብ የለም አለችኝ።ኢትዮጵያ ውስጥ ንብረት እንዳለኝ ልዚህም በከፊል።ሌላም ከ 30 አመት ያገኘሁት የ እህቴ ባል ፣ ልጠይቀው መገናኛ ስሄድ እንደ አጋጣሚ እሱ ነበር በር የከፈተልኝ ሳንኳኳ፣ከመቅጽበት ሲያየኝ እንዲህ ብሎ ተናገረኝ።አንታ ዳኔል ነአካ ዝተባህለስ ናብ ካሎት ተገልቢጡ ። አንተ ዳነኤል ፣ላንተ የተባለውን ወደ ሌላ ተገለበጠ ። ይህን ሃሳብ ውስጤ አምቄ ለሌላ ሳላዋራ አምቄ ብይዘውም አጋጣሚ ሆኖ በሌላ ሰው ሰማሁት ።

2021060700:39
በፈረንጅ አቆጣጠር 1996 ካናዳ ደርሼ ስመለስ sun set park የተባለ ሂፐሆፐ አልበም ወጥቶ በዘፈኑ በጣም ተዝናንቼበታለው ከዘፋኞቹ መሃልMc lite,mobb deep, Onyx ሌላም D.r Dree...keep theire head ringing
የሚለውን ሲወጣ ከሳምንት በኋላ ቶሮንቶ ስቶክሆልም በረርኩትኝ I do all kind of sport!

።እቤት ልጆች ትምህርት ሲሄዱ እናቴም ጭምር ።እኔ ቤት አጽድቼ ምግብ ሰርቼ እጠብቃቸው ነበር ።በተጨማሪምHumbergr ዳኒ በርግር ሰርቼ ጋበዝኳቸው።ዮርዳ ካናዳ ልጆች መኪናቸው ላይ ዳኒ በርግር የሚል መኪናቸው ላይ ይተጻፈ በ MMS ላኩችልኝ።ካናዳዎች በጣም ይወዱኛል።ምስጋና ይገባቸዋል።ወንድም እህቶቼ እናቴ ጭምር ካናዳ ኗሪዎች ሲሆኑ እኔን በስልክ አያወሩኝም ሃገርቤት ስሄድም እነርሱም ሃገርቤት ካሉ ማኝየት አይፈልጉም።

እዚሁ ጽሁፍ በተደጋጋሚ ማስፈር የወደድኩት ስለ ኢንትሮቨርት እና እክስትራቨርት ሲሆን፣ ኢንትሮቨርት ማለት ባጭሩ ራስክን ሁን ሲል በፈረንጆች 1994 ኢዮሮፐያን ዩንዮን የተባለው የጀርሞኖች ሴራ ሆኖ ሳለ
ለዚህም ምክንያቲት የሆነው ራሳቸው ከአደጋ ለመከላከል ብቁ ላልሆኑ ምእራባውያን ኢን ፌቨር ነው። በርግጥ ምእራባውያን ኢንትሮቨርት ሲሆኑ come out from the croud and be the self ።እኔ ታዋቂ ካደረጉኝ የመጀመርያዎቹ በ1994 ምርጫ No for EG(eu)በማለት 49 ፐርሰንቱን ስይዝ በወቅቱ የነበረው ጠቅላይ ሚንስተር 51 ፐርሰንት yes for EU በማለቱ ስዊድን ከሌሎች አውሮፓውያን ተቀላቀለች።ትምህርት ቤት ላይ ለሰጠሁት ማብራሪያ አንድ ሞናርኪ ስለሆኑ ከአውሮፓ ይልቅ ኖርዲክ ማለት ዳንማርክ ስዊድን ኖርወይ ፊንላንድ አይስላንድ ብዮ የያዝኩት ምርጫ ላይ 49 % ሲሆን ኤንቫር ካርልሶን 51% ያዘ።ከዛ በኋላ ካርል ቢልት የተባለ ጠቅላይ ሚኒስተር ሲሆን፣አንድ ነገር ተናግሯል እሱም እንዲህ የላል።ሁሉም አውሮፓ EU ሲሆኑ እኛ እንዴት ለብቻችን እንሆናለን፣No for EU ያለው ሰውየ እስቲ እንየው፣ ብቻውን ያለጓደኞቹ ከቻለው፣ ብሎ ሲናገር ጉደኞቼ ሲያገሉኝ ፣ችየው ብቻዮን ሆኜ ህይወት ዘለቅኩትኝ። ተመስገን ፈጣሪ እኔ እስካሁን ብቻዮን ዘልቄውሎው።በሃበሻ 1985 ጀምሮ የተለየሁዋቸው ጓደኞቼ ደብዛቸው ጠፋ።እኔ መጽሃፍ እንደሚገልጠው ብቻዮን practical individualism (introver) ሆኜ እየኖርኩት እገኛሎው።

2021/05/11 08፣17

በ አቶ ሃይለማርያም ደሳለኝ አገዛዝ ወቅት 2014/15 ከዋናው ባንክ ቤት ወጥቼ በኢትዮጵያ ሆቴል አድርጌ መከላከያን ወደ ግራ ትቼ በፉል ውሃ ካዛንችስ ኡራኤል በደሳለኝ ህንጻ አድርጌ በአፓርታማ ገርጂ የምኖረው ቤት 1061
ስደርስ እንዳጋጣሚ መጀመርያ ላይ ኢትዮጵያ ሆቴል አከባቢ ያጋጠመኝን ልንገራቹ።ኢትዮጵያ ሆቴል አጠገብ ስሄድ ያጋጠምኝ ከኋላዮ በ4 ሜትር ባልበለጠ ርቀት አንድ እብድ እየተናገረ ይመጣል ድምጹ ጮክ ብሎ የሚናገር ሰው በመሆኑ
እብድ መሆኑ ተገነዘብኩ።ካላቸው ቃላት ሃገር አጋንንት ሲመርዋት ዳነ ኤል ተሸከማት ሲል ደንገጥ አልኩትኝና መራመዴ ትንሽ ዘላ አለና እብዱ አልፎኝ ሄደ። ወደ ጋንዲ ሆስፒታል መታጠፍያ አከባቢ በግምብ የታጠር ሲሆን አንዲት የ ቫይኪንግ ቀለበት ጣቴ
ላይ ነበረች አወለቅኩትኝና በአጥሩ ወረወርኳት ።ከሳምንት በኋላ በዛ አከባቢ ስሄድ በፍጥነት እቦታው ላይ ግንባታ ተያያዙት። ፍጥነታቸው ስቦኝ ሆን ብዮ በዛ ሳላልፍ አልቀርም። አንድ ሱፍ የለበሰ ሰውዮ ለግምበኞቹ ድንጋይ ሲያቀብል አያሎው።

በፍጥነት ተሰራ።በቅርቡ 2019 አዲስ አበባ እያሎከ ፎቁን አይቼ ከ22 ፎቅ በላይ ሲሆን አዲስ አበባ ካየሁዋቸው ፎቆች ርዝመት ያለው ይህ ቀለበቴን የወረወርኩበት ቦታ የተሰራ ፎቅ በርዝመት ቀዳሚ ያለው ይመስለኛል።

2021-05-17 01;56

ተለምኜ እንጂ ለምኜ መኖር አልነበረብኝም።

There are three kinds of People. Those who ask what happened, Those who expect what will happen, and Those who make things to happen. and I bech ya you are the one who makes things to happen

11-06-2021

ስለ ዲያስፖራ ያለኝን ትንታኔ ልክ ፕረዚደንት ትራምፕ እንዳሉት ሰኔት ውስጥ ለሚሰሩ ሶማልያዎች ሃገራቹ ሂዱ ሲሉ ሁሉም ቅር አለው።በበኩሌ ትራምፕን እደግፋሎው።ኢትዮጵያ ከአለም ካርታ የጠፉች ናት ተብሎ ከተወራላት ብዙ አመታት ያስቆጠረ ሲሆን ለዚህም በመለስ ዜናዊ ጀምሮ ሲሆን መድሃኒትዋ የተሰደዱት ልጆችዋ ወደ ኢትዮጵያ በመመለስ ተቋማት ላይ ሃላፊነት በመውሰድ ሊያድኑዋት ይችላሉ የሚል እምነት አለኝ።

ምእራብያዋን አንድን ነገር ለመስራት ወላዋይ ናቸው ተብሎ በ ሳይነስ ሲወራ ያደጉ ሃገራት ላይ የሚኖሩ ኢትዮጵያውያን ሃገር ቤት ለመመለስ የወላዋይነት
ባህሪ ሲያሳዩ በሃይል እንዲመለሱ ቢደረግ ምንም ምርጫ ስላሌላቸው መመለሱ ይደግፉታል። ይህ ከሆነ የተሰደዱት ኢትዮጵያውያን ብዙ ያተርፋሉ።
ከሚያተርፉት ምእራባውያን ስደተኛ ይቀንስላቸዋል።ለዚህም ደስተኛ ይሆናሉ።ኢትዮጵያ መንግስትም ደስተኛ ይሆናል።አደብ የገዙ የተማሩ ዜጎችዋ ስለመጡላትና ከኮራፕሽን ያድኑዋታል።በመጨረሻም ዲያስፖራ ራሱ ደስተኛ ይሆናል።ሃገሩ ተመልሶ የቤቱ በር በዘበኛ ሲከፈትለት ያላገኘው ክብር ሲያገኝ
ደስተኛ ይሆነአል።ለማጠቃለል ያክል የሚያተርፉት ም እራባውያን ኢትዮጵያና የኢትዮጵያ ዲያስፖራዎች ማለት ነው።

ኮራፕሽን

ኢትዮጵያ ላይ ምእራባውያን በመለስ ዜናዊ ጀምረው ሰርገው የገቡት ለዚህም ዲያስፖራው

ትልቅ ሚና ተጫውተዋል።
አንድ ካጋጠመኝ ነገር አንዱ ውጭ ሃገር የሚገኘ የሃበሻ ሬስቶራንት ሄጄ ቴክ አወይ የሃበሻ ምግብ ለመውሰድ ፈልጌ የምወስደው ምግብ ተሰርቶ እስኪያልቅ ቁጭ ብዮ ስጠባበቅ ሬስቶራንቱ ትልቅ ሲሆን ከሃያ ያላነሱ ጠረጴዛዎች ሲኖሩት ሃበሻ ሞልቶት ምግብ ይበላሉ። መብራት አልበራም።ሲበሉ ሻማ ነው በያንዳንዱ ጥረጴዛ የበራው ሻማ ነው። ።የተመጋቢዎቹ ፊት አይታይም።ሻማው ያበራው መግቡ ሲሆን አዳራሹ ላይ የሚሰማ ነገር የለም ሙዚቃም የለም። የምወስደው ምግብ ተሰርቶ እስኪያልቅ ድረስ ስጠባበቅ ድረስ እያነብብኩ ቁጭ ብዮ ስጠባበቅ ከጎኔ ካለው ጠረጴዛ አራት ሃበሾች ጠረጴዛ ላይ ከበው
ምግብ እየበሉ ሲያወሩ ወሬአቸው ስለ ሃገር ቤት ነበር።ከዚህም የተረዳሁት ነገር ቢኖር ኢትዮጵያ ውስጥ ወኪሎች እንዳላቸውና ኢትዮጵያ ውስጥ ካሉት ወኪሎቻቸው ሲያወሩ አንዱ ሲናገር ,፣አይ ከኛዎቹ የሞተ የለም ሲል ጀሮዮ ሰምተዋል ይህም በሃይለማርያም ደሳለኝ ግዜ ነበር።

202303271649

ከቤተሰቦቼ ጋር እስከዚህም ግንኙነት ከተቋረጠ ሶስት አስርት አመታት ቢያስቆጥርም ከምወዳት እህቴ ዮርዳኖስ ኪዳነማርያም አንዳንዴ እናወራለን
በቸገረኝ ግዜም እሷ ትደርስልኛለች ምስጋናም ይገባታል።

ስሜቴ ነክቶ ካሳሰበኝ አንዱ ዮርዳዮ ከተናገረችኝ፣ዳነኤል ብዙም አታወራም ዝም ነው የምትለው ብላ አስተያየትዋን ስትሰጠኝ።በዛን ሰአት መልስ አልነበረኝም.።ከማውቀው ነገር አንዱ ስዊድኖች በግድ የሚሰጡኝን መርፌ ዝም እንደሚያስኘኝ አውቅ ነበር።አሁን ግን በረቀቀ መልኩ ለዝምታዮ
ዋነኛ ምክንያት ቤተሰቦቼን እንዲያውቁልኝ እፍፈልጋሎው።

መርፌ ስወስድ በግድ ነው።ይህም በፈረንጅ አቆጣጠር 1994 ጀምሮ እስከ አሁን እየቀጠለ ይገኛል sicodinol diepot የተባለ ሲሆን ይህም በየ ሁለት ሳምንት ነው።አልወስድም ካልኩኝ ሲቪል ፖሊስ ሃኪም አዞን ነው ብለው በሲቪል መኪና ወስደው ሜንታል ሆሥፒታል ያስረክቡኝና ሁለት እግሬ ሁለት እጄ
ለ24 ሰአት ያክል ስትረቸር ላይ ታስሬ እቆይና መርፌው ይወጉኛል።አልጋ ላይ ለ24 ሰአታት ታስሮ መቆየቱ በጣም የሚመር ቢሆንም ሽንት እንኳን ልሸና ብል
ሳልፈታ ፖፖ ያቀርቡልኛል።

እጅና እግሬ መታሰሩ ላይ ፎቢ ሥለያዘኝ ከመታሰር ራሴውኑ ህጄ በገዛ ፈቃዴ መርፌው ብወጋ ብዮ በሳምንት ሁለት ግዜ ማለት ማክሰኞን አርብ እንድመጣ አዘውኝ እሺ ብዮ እንዳልኩት በየሁለት ሳምንት ኢንተርቫል መርፌው ይወጉኛል።

አንድ ግዜ ሃሜታ ላይ አውቲስቲክ ነው ሲሉ ደንቅቼ በቀጥታ ወደ የምወደው የሳይኮሎጂ መጽሃፍ ስለ አውቲዝ ምለመጀመርያ ግዜ Leo Kanner 1943
የተባለ ሰውየ ነበር ስለ አውቲዝም የተመራመረው።አውቲዝም unrisponsive to others,poor comunication,Ripititive and Rigged Behavioour ብሎታል።እኔን የሚያደርገኝም ይህን ነው።ለዝምታዮና አለመግባባቴ መንሴው ወድሃኒቱ መሆኑን ወንድም እህትና እናቴ እንደምትረዱልኝ
ተሥፋ አደርጋሎው።ይቅርታ እንደምታደርጉልኝም ተስፋ አደርጋሎው። እናቴ ወንድም እህቶቼ ከካናዳ ኢትዮጵያ ሲመጡ እኔም ከስዊድን ሃገር ቤት ሄጄ ስንገናኝ ብዙም አላወራም በዚህ ቤተሰቦቼ ተጨናቀው በተለይ እናቴ ከቤታችን ቄስ ተመካከራ ግርማ የተባሉ እውቅ ቄስ ዘንድ እንዲወስዱኝ አቅደው እኔ ፊት ላይ የቤታችን ቄስ መጥተው እናቴ እንዲህ አለች፣ ከሁሉም ልጆቼ ይልቅ ዳነኤል ላይ ነበር ተስፋ የማደርገው ፣አለች ።

ሌላ ብጨምርም Teodor Aylan and Nathan Ezril 1968 a Book called Tooken Economy የተባለ መጽሃፍ ሲጽፉ የዚህ መጽሃፍ ይዘታው
ምእራባውያን ተቋማቸው ላይ የሚጠቀሙበት ነው። ።።አንድ ሰው 100፣000
ብር የሚያወጣ proformance ከሰራ የሚሰጠው 100፣000 ብር ሳይሆን smoll coin,slice pizza,cupon ነው የሚሰጡጥ በይበልጥ መጽሃፉን ማንበብ ወይም ጉግል ማድረግ ይቻላል።

እኔ ምርታማነቴ ቀርቶ አደለም እስካሁን በድህነት የምኖረው ኩፖን ቁራጭ ፒዛ ሣንቲም እየሰጡ ለምሰራው ፕሮፎርማንስ የጠቀመው የኢትዮጵያ መንግስትና ኮራፕት የሆኑ የማህበረሰብ አካላት ነው።
ለ27 አመት የገዛው ።መንግስታችን የኔን አይቶ ኢትዮጵያውያን ወደ ውጭ ሃገር ይደልብ ነበር።ደልበዋልም።ይህንን ሃተታዮ ሊከብዳቹ ወይም ከሃዲድ እንደወጣች ባቡር የሆንኩ ከመሰላቹ ፉት ሶልጀር ጉግል ማድረግ ይቻላል።ፉት ሶልጀር ነበርኩኝ የኢትዮ ኤሪትራ ጦርነት ላይ።ፉት ሶልጀር ማለት የአንድ ሃገር መንግስት በጣም አስፈላጊ የሆነ ስራ ሳይሰራው ሲቀርና ስራው በአንድ ግለሰብ ብቻ ሲሰራ የመንግስት ሃላፊነትን የተወጣው ግለሰብ ፉት ሶልጀር ይባላል።
በ 1998 ባድመ ኤርትራ ስትወር እኔ ኖርወይ ነበርኩ ።ኤርትራውያኖቹ ስፖርት ሲሰሩና ሲሮጡ እኔም I did All kind of sports. የኢትዮጵያ
መንግስት የኔን ፕሮፎርማንስ የተገበረው ከሁለት አመት በኋላ ነበር።ከሰረኋቸው ስፖርቶች skining ኢትዮ ኤርትራ መጀመርያው ጁን1998 ነበር።በረዶ ስላልነበርና ሳመር ስለነበር ስኪይንግ መስርያው ዘንድ በመሰላል ወጥቼ ላይ ድረስ ተንከባለልኩ።ሊላም ስልክ እንጨት ላይ በመውጣት ልክ አክሱም ፍቃዳ ስናደርገው እንደነበር ካልሲዮን አውጥቼ ድንጋይ በማስገባት ጥምጥም የተባለው ጫዋታ ተጫወትኩ።የነበርኩበት ቦታ ትንሽ መንደር ስለነበረች ሁሉም ነገር
yእተሞላባት ነበር።ስፖርቱን ለ3 ቀን በተከታታይ ሰርቼው የተጠቀምኩበት ታክቲክ ልክ Doom

and doom2 scarborough(cannada)ቤዝመንት ላይ ስጫወት በአጭር ግዜ ውስጥየጌሙ ዲፓርትመንቶች አንድም ሳልረሳ ቁልፎችንም ሳልረሳ ጨዋታውን መጨረስ ነበር። .doom ስጫወት ግዜ ለመቆጠብና ሁሉንም ቁልፎች አግኝቼ በአጭር ግዜ ወስጥ ግራ ግራክን ይዘክ ስትኬድ ነው።ከ 13 አመት በኋላ እኔ የተጠቀምኩበት ዘይቤ ማለት ታክቲክ አንድ የነርዎይ ቤተሰብ ደኩመንት በመስራት የኖብል ተሸላሚ እንዲሆኑ በቅቷል።

ፕሮፌሰሩ አዝናኝ ተስፋሁን ከበደ ደጋግሞ እንደሚናገረው ፍራሽህን አድስ እና አልጋህን ብርሃን ከሚታይበት ቦታ አስጠጋ ሲል አልጋቸው ብርሃን ከማይገባበት ቦታ ያስጠጋሉ።ስለ አልጋው ወደ ብርሃን ያለበት ቦታ ዘንድ አለማኖር ተስፋሁን ከበደ ደጋግሞ ቢነገርም ሰዉ አይገባውም። እና ከዚህ በተያያዘ ሱቅ ስትሄድ ግራ ግራክን ይዘህ ሂድ you will find everything hidden.move consciously

ይህን ላነበበ ሱቅ ስትሄዱ ገና መግቢያው በር ስትደርሱ ወደ ግራችሁን ይዛቹ ከሄዳቹ በትንሽ ሰአት ወስጥ ሁሉም ሴክሽን ተደርሳላቹ Treasures ታገኛላቹ።ይህን ስልት ያወቅኩት ካናዳ ስካርብሩ 1996 ሲኮን ስልቱ የደገምኩበት 1998 nöme (nöme)የተባለች የኖርወይ ትንሽ የስደተኞች ጣብያ ነበር።በ 2011 አንድ የኖርወይ ፋሚሊ ስልቱን በቪድዮ ቅንጅት ደኩመንታሪ ሰርተው ኖብል ፕራይስ አገኙ። ስኪይንግ መስርያው ላይ ወጥቼ ከላይ ስንከባለል ከፍታ ስላለው ላቲቲዩድ ስላለው አለምፒክ ወርቅ መዳልያ ያስገኛል።ለማነኛውም ይህን የምጽፈው ለቤተሰቦቼም ጭምር ስለሆነ።Aggression እንዴት ህጋዊ በሆነ መንገድ እንደምትተገብረው የሚገልጽ Psychology.The Science of Mind and Behaviour Edition 5 page 668 ማየት ይቻላል።

መእራባውያን በመለስ ዜናዊ አገዛዝ ጀምሮ ሰርገው ገብተው ነበር። መንግስትም ማህበረሰቡንም ኮራፕት አድርገውታል።ከስፖርት ዜና መግቢያ ሙዚቃ በስዊድንኛ ነው። እነ ፕሮፌሰር በየነ ጴጥሮስ የስዊድን ሶሻል ዲሞክራት ነን ማለቱ ፕሮፌሰር ብርሃኑ ነጋ ከአመሪካ ስዊድን ድረስ መጥተው ስብሰባ ማድረግ የስዊድን ሶሻል ዲሞክራት ነን ማለት እና እያንዳንዱ ቤት ኮራፕት እስከማድረግ።እኔን ካዝናችን አራቆትከው ተብሎ መነገሩ።ከራሽያ ና ኢትዮጵያ ያላቸው ግኑኙነት አይጋጭም ወይ። እኔን አካታች አለማድረግ ሁናቴው ውስብስብ ያደርገዋል።እንቅፋት ሳይሆን መፍትሄው እኔ ብቻ ነኝ።ሃገርቤት ስሄድ እኔን አለማስተናደግ ፤ይስከፍላል።

ሳይካትሪስቱ ያደነኝ ልክ ቤተሰቦቼ ካናዳ እንደገቡ ነበር።በ1994 መጨረሻ አከባቢ ፎልከዩኒቨርሲቲ ስማር አንድ
ተርሚን ከጨረስኩትኝ በኋላ ፍቅረኛዮ ለመንብኘት ጀለኒ ጣይብ አባጀቢር AKA ጀሊ አህመድ አዲስ አባባ ለመሄ ሳስብ
ትምህርትቤት ላይ አንድ አስተማሪ በጥላቻ ያየኝ ስለነበርና በዛን ግዜ ክላስ ወስጥ ለምመልሳቸው ጥያቄዎች ታቡ
ወይም ክልክል ስለነበር በዛን ግዜ 1994 የአስተማሪው ጥላቻ እየከረረ መጣ።ቡሊድ አደረገኝ።

በጣም የከረረ ቡሊድ ሲመጣ የምታሳያቸው ምልክቶች ሲኮስ ነው።ልክ ማሪዋና አጭሶ ሰው ሲኮስ እንደሆንኩኝ ።ለ6 ወር ማለሮል የተባለ መድሃኒት ሲሰጡኝ ሆስፒታሉ ውስጥ የቸቸንያ እና ራሽያ ጦርነት ላይ እኔን ራሽያ ፉት ሶልጀር ሲያደርጉ ጃለኒን የቸቸንያ ማለት የመራባውያን ፉት ሶልጀር አደረጉዋት ።ለቸቸንያ ተዋጊዎች ከምእራብ በሚልዮን የሚቆጠ ዶላር ሲዘንቡላቸው ጦርነቱን አድቫንስ ያደርጉ ነበር።ጄሊ በዛን ግዜ አዲስ አባባ ስለነበረች ከሆስፒታሉ ስደውልላት ይከታተሉ ነበር።ያም ሆነ ይህ1995 ከስድስት ወር ሆስፒታል ቆይታ በኋላ ቤቴ ስሄድ ሙሉውን 1995 በዲፕረሽን አሳለፍኩት ጄሊ አህመድም አመሪካ ገባች 1996 ሰገድ ወንድሜ ሊጠይቀኝ መጣ እኔም ለጉብኝት ካናዳ ሄድኩኝ።It Takes a Village የተባለ መጽሃፍ ሂለሪ ክሊንተን ስትለቅ መጽሃፉን አልወደድኩትም ምክንያቱም ጄሊን ወሰዱብኝ።ይህን በተመለከተ ታዋቂ ዘፈን ወጣ።

አመሪካ ዩሮፕ አንደኛ ሂት ሊስት ...All She Want is Another Baby...She is going tomorrow..

boy all she want is another baby . Ice of Base.ልቤ ብዙ ቦታ ላይ ተሰባበረ።ለዚህም ሂፕኖታይዝ አድርገው እኔን እንደ ራሽያ።ጄሊን እንደ ቸቸንያ ማለት መእራባዊት ያሆነ ማለት ነው።ሂልሪ የጻፈችው መጽሃፍ በአሁኑ ግዜ ስር እንደሰደደ ይነገርለታል።ከመጽሃፉ ጎን ለጎን የሚሄድ By

Victor Fransil"Mens Search for Meaning"

2016 የ አመሪካ ፕረዚደንታዊ ምርጫ ለማካኤድ ሲጀማምር ሲያሚሙቁት ስቶክሆልም ከተማ ውስጥ ሶደርማልም የተባለ ቦታ እየሄድኩኝ መንገድ ላይ ሁለት አመሪካውያን ስለምርጫው እያወሩ ሲሄዱ ተጠገኳቸውና ሂልሪ ክሊንተን ካሸነፈች አንድ የአመሪካ ባንዲራ ያለበት ፎጣዮን አልጠቀምበትም ስለው አንዱን ሌላኛው ለምን ብሎ ጥያቄ ሲጠይቀኝ ..couse She Took My Village!ተባብለን ተለያየን።ትንሽ ወራቶች በኋላ ምርጫው ሲካሄድ እከታተለው ነበር።ሂልሪ እየመራችህ ነበር ።ራሴን አመመኝ። ዮርዳኖስ እህቴ ደወለችልኝ።ምን እያደረክ ነው ስትለኝ አይ የአምሪካ ምርጫ እየተከታተልኩኝ ነው ዩቺ ሴትዮ ዋይትሃውስ ልትገባ ነው መሰለኝ ብየ በሃዘኔታ ስመልስላት ትንሽ ናፕ ልወሰድ ነው ዮርዳ ብያት ወሬአችን ጨረስን።በዛን ግዜ ማለት 2016 የምኖርበት ቤት ራሽያውያን ነበሩ(x-cones)

በሃላፊነት ተወክለው የሚያከራዩት እንደ ግሩፕ ሃውስ ማለት ነው ።45 ደቂቃም አልወሰደም ከ እንቅልፌ ስባንን

ትራምፕ አሸነፈ ሲሉ ቤቱን በደስታ ጩሀት ቀውጢ አደረኩትኝ።ካርማ ማለት ይሄ ነው። ሂልሪም እስካሁን መግቢያ መውጫ አጥታለች ። She is Indited on Minority Sex.ተብሎላታል።የሂልሪ ክሊንተን መጽሓፍ ኢት ቴክስ ኤ ቪለጅ የሚለው በ 90ዎቹ የወጣ ሲሆን ስር እንደሰደደ ይነገርላታል።በዚህም በተመሳሳይ Macwage and Nadia Murad የተባሉ ወሲብን ጦርነት እና ግጭት ላይ እንደ መፍትሄ አድረገው ለሚወስዱ ላይ ያላሰለሰ አድርጓል።ለዚህም የኖብል ሽልማት አኝይተዋልእንዲሁም ለኖብል ፕራይስ ያበቃቸው Sexualism in war and conflicts.

202303272235

አንድ አንድ ግዜ ብቻዮ ቁጭ ብዮ ሳስብ እንዴት እስካሁን በህይወት ልኖር ቻልኩኝ ስል መልሱ የሳይኮሎጂ መጽሃፍ እንደሚገልጸው Intelligent
People have easy way of servaiving from Brain Damag .እድሜዮ ልክ ሰዎች ሲያደንቁኝ ነው የሚኖሩት ።ይህ ሁናቴ በታታሪነት
እንድቀጥልበት አድርጎኛል።ራሴን ከማደንቀው ስራ ስደት ያለሁበት አገር አእምሮ በሽተኛ ነክ ሲሉኝ ባለመቀበል ስለ የአእምሮ ህመም አካሚዎችና
ታካሚዎች ላይ ብዙ ጥናት ላደርግ ችያሎው።በሳይንስ Neurotists ተብለው ሲጠሩ They Avoid Danger Due to Adaptive Competetivnes.
on the other side Neurotism Shortens Life span Neurotism can be a Pillar of Strength in Time of Crises.(Pillar for Governments)ይላል።እኔ ላይ ልዩ የሚያደርገው ወንድሜ ዳዊት ኪዳነማርያም እንደሚለው ጠርጣራ ነክ።ግን ጥሩ ነው። ያልጠረጠረ ተመነጠረ ይባላል።። ።ሃኪሞች ሲያዋክቡኝ የሃኪሞች መጽሃፍ በማንበብ ቻለንጅ ላደርጋቸው ችያሎው። ሃገርቤት ሆነ በስደት ኑሮዮ Whistle Blower(The Flow) የሚባል ስም አለኝ።
daki *ነኝም።*
ይህን ያውቁ ኖሯል

Neuroticism is not as horrible as people think. Neurotics can avoid danger due to adaptive competitiveness. Mostly, governments use them as a pillar of strength in times of crisis. Whistleblowers can challenge the existential power. Whistleblowers can resist the existential power against their values and overwhelming peers. *Daki* 2016 U.S. Election voted as American Conservative. All Europeans are Hollywood and Democrats.

በ2016 ከአዲስ አበባ ስቶክሆልም ስበር አውሮፕላንዋ በቪየና አድርጋ ነበር የበረረችው።ቪየና ተሳፋሪዎች ለመጫን ስታርፍ ወድያውኑ የመጣልኝ
ታዋቂው Psaychoanalist Sigmon Froud አውስትሪያዊ መሆኑ ስላወቅኩኝና ለምን ወርጄ ኤግዛምኔሽን አላደርግም ብዮ ወድያውኑ አውሮፕላንዋ ቪየና ስታርፍ በቀጥታ ወርጄ ለምርመራ ሆስፒታል ፍለጋ ሳደርግ የመረመረኝ ሃኪም እንዲህ አለኝ።አንተ የአ እምሮ በሽተኛ አደለክም ።በ 10 ደቂቃ ውስጥ ከሆስፒታሉ ኮምፓውንድ ካልለቀክ ፓሊስ እንጥራብካለን አለኝ። በንጋታው ስዊድን ስበር ተቀብለው ከኤርፖርት ወደ ሆስፒታል ሲወስዱኝ ከሃኪሞቹ ለአንድ ወር ያክል ስከራከር ነበርኩ።ድያጉኖስ ከጀመረ መብቂያው እንዳለ እውነታ ነው።ለምሳሌ ትርፍ አንጀት ካለብክ አፐሬሽን ታደርግና ዲያጉኖሱ ያቆማል።ካንሰር አለብክ ተብለክ ቆይቶ ሃሰት መሆኑ ሲነገርክ በደስታ ትቦርቃለክ።ዳኪ *ሻምፔን ትከፍታለክ።*ሃኪም በስህተት የአእምሮ በሽታ አለብክ ካለክ
ወይም ሃኪም እውነታ ባልተሞላው የአእምሮ በሽታ አለብክ ብሎ ዲያግኖስ ማድረግ ትልቅ አደጋ ያመጣል። ይህም አንድ ዶክተር በስህተት የአእምሮ በሽታ አለብክ ካለክ ሃሰት መሆኑ

ቢረዳም አቋሙን አይቀይርም።ይህ ሲሆን የሚችለው አንድ ዶክተር በዶክተርነቱ ስለሚመካ እንዴ የተናገረው መቀየር ስለማይፈልግ ማለት ነው።

በዶክተርነቱ ስለሚመካ ሃሳቡን አይቀይርም።Rosenhan(The Problem is Not with the Physician, Nurse, or Ward assistance.
The Problem is not Integrating the patient with The Whole Hospital environment.)

202303281636
Authoritative Parents are Demanding and Warmth.
Authoritarian Parents are Demanding but not Warmth.
Indulgent Parents are Warmth but have no Sense of Direction Towards Their Children.
Neglectful Parents are Neglectful Towards Their Children.

202304061354
እኔ ትንሽ ኦሮሚኛ አቃሎው።ይህ ማለት በትንሹም መግባባትን ፈጥሬ እንደ ኦሮሞ መኖር ስችል።አቢይ አህመድ እንደ ትግሬ ሆኖ መኖር ይችላል።በፐርሰንት ልዩነት አለው። 2020 ልዩ ሃይል ያተባሉት በመከላከያ ስር እንዲዋቀሩ ብያሎው።
ሌላም አበይ አህመድን ወረድ ማለቱ አይገባኝም።ከወረደ ህይወቱ አጠያያቂ ደረጃ ላይ ስለሚደርስ አይወርድም።ሌላም እንደ ጋዳፊ እጣ ፈንታ ይደርስካል ማለቱ እንዳይወርድ እንጂ እንዲወርድ አያደርግም።አፍሪካ ሃገራት የሰባዊ መብት ትንሽ ዋጋ ስላለው የአፍሪካ መሪዎች በተመሳሰለ ሁናቴ የመሪነት ቦታቸው ያበቃል።
ሌላም ሳይንስ እንደሚለው አንድ ጎበዝ ተማሪ ጉብዝናውን ካከተመ ታጽናናዋለክ ትደግፈዋለክ። አብይን ከሞያሌ እስከ አስመራ ሰዉ አጨብጭቦለት ማበረታታትን ነው እንጂ። ።ልክ እንደ የሩስያ ፕረዚደንት ቦሪስ የልሲን ህዝባቸው ራሳቸው ስልጣናቸው እስኪለቁ ድረስ ትቋቁሞዋቸዋል።(Part of Mindfulness..ACT:-just Notice, Focus and even Embrase the Unwanted once.)

ዳኪ* አብይ እንበል ከስልጣን ወርዶ አደጋ ሳይኖሮው መኖር ከቀጠለ ለማህበረሰብ ትምህርት እና እድገት ያስገኛል።እንደ አብይ ያሉ ብዙ እንዳሉ በማስታወስ ከ አብይነታቸው ወርደው ተራ ሰዎች ሲሆኑ ለሚያሳዩት *ባህሪ* ማህበረሰብ ይማርበታል እንዲሁም መቻቻልን ይፈጥራል። የሰባዊ መብት አከባበር በኢትዮጵያ እንደ ምእራባውያን ይሆናል.።በይበልጥም ዴሞክራሲ ፕራክቲስ ማድረግ ከቀሩት አፍሪካውያን በልጠን እንገኛለን። 2023040601440

ከላይ የተጠቀሰው በኢንትሮቨርት ሲሆን በ ኤክስትራቨርት ማለት በ ኤትዮጵያ አነጋገር *

አብይን እንነግድበት ።ከስራው ቢወርድ እንኳን ህይወቱ አ።ተያያቂ መሆን የለበትም ።ልክ እንደ ሃይለማርያም ደሳለኝ መኖር ማድረግ ማለት ሰዎች ይማሩበታል።ይህን ኢትዮጵያ ዴሞክራሲን ኤክሰርሳይስ ማድረግ ን ያሳያል።

202304132:51
Voice ወይም ድምጽ
እና
ከውስጥህ የሚመጣ ሃሳብ የመለየት ታክቲክ።

በአደጉት ሃገራት ቮይስ የሚሉት በሃገራችን ደግሞ ድምጽ ወይም ግድግዳ ተናገረ የሚባለው
እና
ከውስጥህ የፈለቀ ሃሳብ ወይም ውስጣዊ ስሜት እንዴት እንደምትለያቸው
ዝም ብለክ እቤት ብቻክን ተቀመጥ።
ምንም አይነት ውጫዊ ድምጽ እንደ ሬድዮ ወይም ጫጫታ የሌለበት ይሁን።
የሚመጣልክን ሃሳብ ወዲያውኑ አጠር ባለ ቃል ውይም ኮድ ሰአትና ደቂቃ ማስታወሻ ላይ ጻፍ።
ከላይ የተጠቀሰው ለ 45 ደቂቃ ይሆናል ብቻክን ቤት ቁጭ ብለክ ሳታወራ የመጣልክን ሃሳብ ማስታወሻ ላይ የምታሰፍረው።
የጻፍክበት ማስታወሻ እጠፍና ለሌላ 45 ደቂቃ ሌላ ስራ መስራት ከሰው ጋር መገናኘት ማውራት ወይም ውጫዊ ድምጽ መጠቀም ማድረግ።
ማስታወሻክን ግለጥና የጻፍከው ተመልከት ማስታወሻው ላይ ተመራመር።
ማስታወሻ ላይ የጻፍከውን ተመልክተህ ሁናቴዎቹ ካላመንክባቸው ድምጽ ወይም Voice ናቸው ማለት ነው።
ማስታወሻህ ላይ ከጻፍከው ካመንክባቸው ሁሌ ከሰአታት ቅናት ሳምንታት ሆነ ወራት ሃሳቦቹ የሚመጡብህ ከሆነ እውነታን የተላበሱ የውስጥህ ስሜት ናቸው ማለት ነው።

2023041514:06

ስዊድን የሚኖሩ ዳነኤል ተብለው የሚጠሩ ስዊድናውያን ለማየት ገጥሞኝ ስታዘባቸው ባህሪያቸው ተመሳሳይና አንድ አይነት ነው እሱም የኔን ባህሪ የተላበሱ ናቸው ።በተመሳሳይ የሚሰሙት ሙዚቃ ስጠይቃቸው እኔው የማዳምጠው አርቲስት ነው የሚሰሙጥ ወዳጄ እጅጋየሁ ሺባባው እንዳለችው እኔን ሊያመነምን ከብቶቹን ሊያረባ አለች ።

የራሴውኑ የሆኑ የግሌ ንብረት ሳይቀር ወስደውብኛል።ሌላ ሳይቀር carhartt የተባለ የአሜሪካ ብራንድ ያለው ጃኬትና ቡትስ ከአሜሪካ በግሌ አስልኬ የገዛሁትኝ መስርያቤት የሚሰሩ ሰርቀውኛል።Physical Bulling is not Just Hiting,Slaping or Pushing. Physical Bulling

is also takeing Some ones Belonging and Extorting Money.
ለዚሁ ከላይ የተጠቀሰው ድርጊቱን ለፈጸሙት በአለማቀፍ እግ እንደሚያስከሷቸውና ካሳ እንደሚገባኝ ይገልጻል።

በተጨማሪም እኔ በግሌ ከማነባቸው አረእስቶች እንዲሁም ያነበብኩትን እንዳልረሳ በስልክ ከጓደኛዮ ስገናኝ እገልጽለታሎህ ምን እንዳነበብኩኝ።ይህም ያነበብከው ሜሞራይዝ ለማድረግ ስታወራ ያነበብከውን በጣም ጥሩ ደረጃ የሚባለው ሜሞራይዝ ወይም ማስታወስ ትችላለክ። እጅግ በጣም ጥሩ የሜሞሪ ደረጃ የሚሰጥ ደግሞ አረፍተነገሩን ወይም ሃሳቡን ስትተነትን ይሆናል።ደብዘዝ ያለ ደረጃ የሚሰጥ ደግሞ በምስል የምትማረው ይሆናል
ማለት ነው።

ከላይ የተጠቀሰው ኮሌጅ ላይ ለተማሪዎች አዳራሽ ሰብስበው ስታጠኑ እንዲህ አድርጉ ይልዋቸዋል።የኔን ዘይቤ ሰርቀው ማለት ነው።

ይህ እና ይህ ከሌላ ጋር ተሰባስቦ እኔን በብዛት ስለሚያሳዝነኝና ስለሚያበሳጨኝ አገሩን ለቅቄ ኢትዮጵያ ስመጣ።ዲያስፖራ የወከሉዋቸው አላሳርፍ
አላስቀምጥ ብለውኝ መንግስትም ብድሩን ሆነ እርዳታው በቢልዮን ተቀብሎ እኔን ወደ ስደት እንድወጣ ያደርጋል።እና በአጭሩ እኔ ኢትዮጵያ ብኖር ሰላም ስለሚሆን በግልባጩ ስዊድን ስለቅ ጸጥታ ስለሚደፈርስባቸው የከፈሉትን ከፍለው ሆነ አማላጅ ልከው እኔ ወደ ስዊድን እንድመለስ ያደርጋሉ። የኢትዮጵያ መንግስትም ስለኔ ስለዜጋው ምንም ሙብት ሳያስከብር በገንዘብ ይቀይረኛል።መጨረሻ ላይ ኢትዮጵያ የነበርኩት ከ ጁላይ 29 /2019 እስከ አክቶበር 26
2019 ሲሆን በዚህ ግዜ የ ዴንማርክ ንጉስ ከንግስቱ ጋር አብረው ኢትዮጵያን ጎብኝተዋል።

2023041520:27 መቻቻል መከባበር እና አብሮነትን ለመፍጠር የሚያስችሉ ሃሳቦች

መለስ ዜናዊ ስልጣን ላይ እያለ ጀምሮ እኛ ኢትዮጵያኖች ማለቅያችን እንደሚመጣ ሁሉም ስጋት እንደነበረው ሳንረሳ ይሄው ሆነ።
Michel Wrong የተባለች የቢቢሲ ኮሮስፖንደንት "I Didn't Do It for You! በሚለው መጽሃፏ እንዳሰፈረችው ምስራቅ አፍሪካ ላይ ግጭትና
የሰዎች ፍልሰት እንደሚከናወን ገልጻለች ።ይህ መጽሃፍ መለስ ዜናዊ ስልጣን ላይ እያለ ሆኖ ሳለ ግጭቱና ፍልሰቱ እየሆነ ነው።
አሁን እኛ ኢትዮጵያውያን ግጭቱ በየመሃላችን ይሁን ወይስ ከሌላ?መልሱ እኛ ኢትዮጵያውያን ተባብረን ከባእድ አገር ከሚመጣብን የግጭት መስተንግዶ
መመከት
በኔ ግምት የኢትዮጵያ ግጭት ምእራባውያን የፈበረኩት ነው የሚል እምነት አለኝ።መንግስት ብቻ ሳይሆን በከፊል ማህበረሰቡ ኮራፕሽን ወስጥ እንደገባ አምናሎው።እርሱም መእራባውያን

ስርገው ህዝቡን ኮራፕት ያደረጉት በመለስ ዜናዊ ስርወመንግስት ጀምሮ እንደሆነ ይነገርለታል።

ዛሬ ሱዳን ካርቱም ላይ ተከስ ጦፏል።ለዚህም ነው የምስራቅ አፍሪካ ትንበያ ላስታውስ ያስገደደኝ።በተጨማሪም ልዩ ሃይል ያተእባለ ኢትዮጵያ ላይ አበቃለት
ክልል የሚባል ደግሞ የሚያበቃለት ያሳየን።
እኔ የኢትዮጵያ አገልግያሎው አይቆጨኝም።ብዙ ሃብት ኢትዮጵያ ውስጥ እንዲፈስ አድርጌአሎው።ተዋናዮች ግለሰቦች ጭምር።በቀይ ምንጥፍ እየተራመዱ በሊሞዚን ሃመር እያገቡ በመቶዎች ሺ የሚቆጠር ሻምፓይን እያስከፈቱ እኔ ማታማታ ሸንት ቤት እይሮጥኩኝ የ ስዊድንና ዴንማርክ የሚያገናኝ ድልድይ የገነባሁት ሳይቀር ምንም ሽልማት ሆነ እውቅና አላገኘሁም። ቢሆንም ቅሉ It makes Me to Go Farther more..
Get off me!
የሰራሁት ብዙ የቀረኝ ጥቂት
49 አመት ሳድን እውቀት ።

2023041619፣13 እየበደሉና እየወነጀሉ ይጸጥታችን ሃላፊ ነህ ማለት

እንደ አይጥ ከሰላሳ አመት ሲጠቀሙብኝና በተጓዳኝ ቁጥር ያሌለው ገንዘብ ለኢትዮጵያ ሲሰጡ ። እኔ ህመም እንዳሌለብኝ ሳስመሰክር የሚይዙትና የሚጨብጡት ካጡ ሁለት አስርት አመታት አልፎታል።
በ 2014 ከ አዲስ አበባ ስቶክሆልም አውሮፕላን ስጓዝ አውሮፕላንዋ በ ቪየና አድርጋ ትበር ስለነበር፣መንገደኞች ለመጫን ቪየና ስታርፍ ግዜ፣እኔ ቪየና ወረድኩኝ።ለዚህም ዋና ምክንያት ስለ አእምሮ በሽታ የመጀመርያው ተመራማሪ ሲግሞንድ ፍራውድ በመሆኑና የአውስትርያ ተወላጅ መሆኑ መጽሃፍ ላይ ስላነበብኩትኝ ምርመራ ለማድረግ ነእር ወደ ስቶክሆልም መጓዜ ቀርቶ ቪየና የወረድኩትኝ።

ቪየና ሆስፒታል ሄጄ ምርመራ ሳደርግ፣ሃኪሙ የአእምሮ በሽታ የለብህም። ከሆስፒታላችን ዙርያ በ 10 ደቂቃ ውስጥ እንድትለቅ አለኝ።የሚቀጥለው ቀን ስቶክሆልም በረራ ሳደርግ ፖሊሶች ይዘውኝ ወደ ሆስፒታል አጎሩኝ።በሽታ የለብኝም አውስትርያ ምርመራ አድሪጌያሎው ስላቸው ምንም ሊሰሙ አልቻሉም።
እድሜ ልክህን መድሃኒት ትወስዳለክ ስዊድንም እንድትለቅ አንፈቅድልክም አሉኝ።መድሃኒቱ በግድ ሲሰጡኝ፣ከሚሰማኝ ስሜት like Autistic I start to have rigged behaviour,repititiv,unrisponsive to others and poor comunication.ሃገር ስኬድ መድሃኒቱ ስለማልወስደው ትክክለኛ እኔነቴን አገኛሎው።ቀልጣፋ።አክቲቭ እንዲሁም ድምጼ ጥሩ ይሆናል። ለዚህም ወድያውኑ ሃገር ቤት ስሄድ ሳይሆን የወሰድኩት መድሃኒት ከ ሰውነቴ እስኪወጣ ድረስ ከ አራት ሳምንት በኋላ ነው።መድሃኒቱ እንድናገርም አያደርገኝም። አለመናገሬ ተፈጥሮዮ ሳይሆን መድሃኒቱ ነው ዝም የሚያሰኘኝ።እንዲሁም አለመናገሬ ከቤተሰቦቼ ዘንድ

ትልቅ ቅሬታመሃል ፈጥሯል።ለምን እድሜዮን ሙሉ መድሃኒት እውስዳሎው
when diagnos apears after treatment diagnos ends.If the diagnos is Apendex after operation diagnos ends.wrong dignos of cancer leads to ceromony,wrong diagnos of mental problem has serious qunciqunces.this is due to the doctor who diagnoses you has problem in changing his discission.
2023041921:09

First Impression

ለምሳሌ ስለ አንድን ሰው ስትናገር ፣1-He is Intelligent,Boreing,silly,shay
2-He is Shay,silly, Boreing ,Intelligent.
ፈረስት ኢምፐረሽን ላይ የሚመጣልክ በ 1ኛ ኤንተሊጀንት እንደሆነ በ 2ኛው አይነአፋር እንደሆነ ትናገራለክ።

ስለ አንድ ሰው ተነግሮክ እሱ በጣም ደባሪ አይነ አፋር ነው ከተባልክ ሰውየውን ስታገኘው ትርቀዋለክ።
በተጻራሪ እሱ በጣም አሪፍ ሰው ጠንካራ ሃሪፍ ነው ከሰማህ ወይም ከተባልክ ስታገኘው እራስክን ዝቅ ታደርጋለክ።

20233042001:02 Interesting.......!
If People With Big Heads have Big Brains, Does That Mean they are Smarter than People with Smaller heads?
100 years ago, Sir Francis Galton Proposed a link between brain size and intelligence.
Researchers, beginning with Galton, found that brain size is minimally related to intelligence.ለምሳሌ፣
የድሮ ሰዎች ኒያንደርታልስ የሚታወቁት በጭንቅላት ግዙፍነታቸውና በጣም አዋቂዎች መሆናቸው ይነገራል።
ሴቶች ከወንዶች ተመሳሳይ IQ ሲኖራቸው የሴቶች ጭንቅላት ኘ ከወንዶች ያንሳል።
አንድ የ ሚዞሪ ተመራማሪ አልበርት አንሽታይን በ 1955 ከሞተ በኋላ ጭንቅላቱን ተመራምሮ ብዙም ከኖርማል በቀር ግዙፍ አልነበረም።

In the case of Albert Einstein's brain, histological examination showed that his parietal lobes were densely packed with both neurons and glial cells, which produce nutrients for neurons and

support them. As a result, his parietal lobes were about 15 percent wider than normal.
Significantly, this area of the brain is involved in mathematical thinking and visuospatial function—precisely the abilities that seemed to underlie Einstein's creative genius (Jung & Haier, 2007; Witelson et al., 1999).

እንቅልፍ ዋና ጥቅሙ የተጎዱ ሴሎችን ይጠግናል።ሰው እድሜው እየጨመረ ሲመጣ የ እንቅልፍ ሰአታት REM sleep ይቀንሳል።ለዚህም ነው የተጎዱ ሴሎች ለመጠገን የማይቻለው። አልፎም ተሎ የማረጅ ወይም የቆዳ መጨማመድ የሚያሳየው ።በሌላ በኩልም እንቅልፍ በሚልዮን የሚቆጠሩ ኒዩሮኖች የሚያመርተው።
የነዩሮኖች ጥቅም ጉልበት ወይም ለመስራት አቅም ሲሰጥ በፍጥነት ትምህርትን የመቀበል አቅም ይፈጥራል።

አንድ ሰው ካልተኛ ይነጫነጫል፣እውነታ ያለው አስተሳሰብ (logical thinking) ያስቸግረዋል። እንዲሁም ፣ሲናገር ቃላቶችን ይረሳል።

20233042005:52
Optimism is seeing the glass as half full.
Pessimism is seeing the glass as half empty.

Heritability ratio of the Big Five (OCEAN) personality traits:

- **Openness** – 0.57
- **Conscientiousness** – 0.49
- **Extraversion** – 0.54
- **Agreeableness** – 0.42
- **Neuroticism** – 0.48

source:-Hans Eysenic 1967

Sigmund Freud died at the age of 82. He was born in Austria and moved to England in 1938 after the Nazis occupied Austria. He passed away a year later. Freud had many children, and he was Jewish. Among his children, Anna Freud followed in his footsteps. Anna specialized in child psychoanalysis and made significant contributions to the field.

2023042019:12

Depression ያላቸው ሰዎች ጥሩ ነገር ለሌላ ሰው ሲሰሩ፣ጥሩ ያልሆነ ነገር ለራሳቸው ይሰራሉ።
Conflict በሶስት ሲከፈል እሱም

Approach Approach conflict.

Approach-avoidance conflict and Avoidance-Avoidance conflict are terms used to describe different types of decision-making struggles.

Approach-Approach conflict occurs when a person must choose between two desirable options. In this type of conflict, choosing one means losing the other.

Avoidance- Avoidance conflict involves choosing between two undesirable options.

Approach-Avoidance conflict occurs when a person is drawn to a desirable option but also fears or dislikes aspects of it. For example, if you approach a pigeon to feed it, the pigeon may come closer but at the same time feel fear and try to back away. Similarly, a man who loves a woman may try to ask her out but simultaneously develops a fear of rejection.

source:(-Neal Miller 1944).

202305030047
ካጋጠሙኝ ክስተቶች በጥቂቱ

እኔ እስከ 12ኛ ክፍል የተማርኩት አክሱም ሲሆን በኢትዮጵያ አቆጣጠር 1979 ሲሆን እስከ 1983 አዲስ አበባ ስቆይ በቆይታዮ ግዜ ስራ እሰራ ነበር።
ስራው ቆንጆ ነበር በ 1979 እስከ 1983 ስራ ላይ በቀን እስከ 2000 ብር ይገኝበት ነበር። እድሜየም 17 ፤18 ነበር አሉ የሚባሉ ቦታዎች ተዝናንቼሎው።
በ 1983 መጀመርያ ላይ ወጭ ስወጣ ከሰዎስት አመታት በኋል ሃገር ቤት ለጉብኝት ስሄድ ጄሊ መሃመድ አ፤ካ፤አ ጃለኒ ጣይብ አባጀቢር በተባለች ኢትዮጵያዊት ጋር ጓደኝነት አሳልፌ ወደምኖርበት ውጭ ሃገር ስመለስ ከምኖርበት ከተማ ወደ ዋናው ከተማ ስቀይር ሂፕ ሆፕ ሶል፤ አር ኤንድ ቢ መስማት ማዘወተር ጀመርኩኝ ይህም በፈረንጆች 1993 ሲሆን በዛን ግዜ ብዙ ራፐሮች ይዘፍኑ ስለነበር ሁል ግዜ መስማት ጀመርኩኝ።

ይህን ያየ ወያኔ መቀሌ ሁላ ራፕ ለዛውም እኔ የምሰማቸው መስማት መቀሌ ላይ ተስፋፉ።
ወያኔን የምቃወመው ያለምክንያት አይደለም።

202305050056
በፈረንጅ 1998 ኖርወይ የሰራሁት ስፖርት ለምን አይደር ባድሜ ተደበደበ ብዮ በመቆጣት ነበር።ልዚህም አሎምፒክ መዳሊያ አገኘሁኝ።ይህም ሜዳሊያ
እንደተሰጠኝ ሳይሆን እንደተናገሩልኝ ሆኖ ሳለ፤ነጮች ከልጅ አንስቶ እስከ አዋቂ እበልጣቸዋለሎው።የሚል እምነት አለኝ።ነጮች እኔን የሚበልቱት በዳታ ጌም ብቻ ነው የሚል እምነት ኖሮኝ።በዳታ ጌም ጨዋታ ለሚበልጡኝን ለመብለጥ የግድ ትክክል ወታደር መኮን አለብኝ ብዮ በ ፈረንጆች 2004 አዲስ አበባ ውጭ ጉዳይ ሚኒስቴር በመሄድ ወትሃደር ማስተማር እፈልጋሎው ብያቸው *በሪሁን*የተባለ ባልደረባ መቀሌ ኀበዛይ ወልደአረጋይ አንጋግር አለኝ።ኀበዛ ዘንድ ደውዮ ከአዲሳበባ መደወሌና ማኝይት እንደምፈልግ በስልክ ነግሬው መቀሌ ኒያላ ሲጋራ እና ብርድ ልብስ በመያዝ መቀሌ ሄድኩኝ።ኀበዛይ ቢሮው ሄጄ ወትሃደርን ማስተማር እፈልጋሎው አልኩትኝ።እኛ የምንቀጥረው እድሜው እስከ 24 አመት ብቻ ነው አለኝ።በዛን ግዜ እኔ 34 አመት ነበርኩ ።ኀበዛይም በኢንፎርሜሽን ቴክኖሎጂ አግዘን አለኝ። ያልኩትኝ ቢያደርግ ኖሮ ባጣም ትልቅ ሰው እሆን ነበር የሚል እምነት አለኝ።

202305050211
ካጋጠሙኝ ሁናቴዎች አንዱ

ስዊድን የምኖርበት አፓርታማ የምትኖር አንዲት የ እድሜ ባለጸጋ ስዊድናዊት ዜጋ ልቧ ታማ አምቡላንስ ደውልልኝ ብላኝ ።ከፎቁ ከሚገኘው መግቢያ በራፍ ነበረጨኔ አምቡላንስ ደውየ አምቡላንሱ እስኪመጣ 7ተኛ ፎቅ በመሄድ ወንበር ብርጭቆ ሙሉ ውሃ ብርድልብስ አምጥቸላት አንቡላንሱ እስኪመጣ ከሷ ጋር ቆሜ እጠብቃሎው ያለሁትኝ።አምቡላንሱ መጥቶ የሰጠኋት ብርድልብስ ትከናንባ ወሃ ይዝ ቁጭ ብላ wow አሉ።ብርድ ልብሱ ከኛው ይበልጥ ያሞቃል ብሏት እሷን አምቡላንስ ደግፌ አደረስኳት ።

ከትንሽ ግዜ በኋላ አዲስ አበባ ሂድኩ።እንዳጋጣሚ እኔ tv እያየሁኝ የሰፈርኩት ፔንሲዮን በኢትዮጵያ ቲቪ ዜና ይሰማል ። ያ አዛውንት ቀን ዛሬ ተከበረ።y|ና አባዱላ ገመዳ አንዲት ኢትዮጵያዊት አዛውንትን ጨርቅ ሲያለብሳቸው ይታያል።በውስቴ ይገርማል ነው ያልኩትኝ። እኔ social media ዘንድ ከጫንኩት ትንታኔ እዚህ ጽሁፍ ላይ ለማስፈር ብሞክር፣የሰሜኑ ጦርነት ከመጀመሩ በፊት፣ለትንታኔ ላቀረብኩት በጥቂቱ
1ኛ ልዮ ሃይል ወደ መከላእያ ተቀላቅሎ ለሃገር ጥቅምና ሏላዊነት ዘብ መቆም።
2ኛፌደራል መንግስት ህወሃትን ከትግራይ ህዝብ መነጠል የህወሃት ተጠያዊዎች ከህወሃት መነጠል።
3ኛ የትግራይ ምርጫ ህወሃት ከማድረጉ በፊት ለትግራይ ህዝብ ያስተላለፍኩት
1ኛ ለ27 አመት የተጠቀመ ወይም የበላ ህወሃትን መምረጥ ይችላል ያልተጠቀመ ህወሃትን እንዳይመርጥ።
2ኛ ልክ ከአዲሳበባ እንደተወገደ ከመቀሌም መወገዱ አይቀሬ ነው አልኩትኝ።

ግጭት ተፈጥሮ የተፈጠረው ግጭት የህወሃት ተጠያቂዎች መሆኑ ቀርቶ ሰላማዊ የትግራይ ህዝብ ተጥየቀ።ድርጊቱ እኔን አሥቀጣኝ።
አብይ ህወሃትን እንደጠየከው ባዴንና ኦሄደድ በድርሻቸው ጠይቅ አልኩትኝ።አዎን የኦሄደድ ተጠያቂ ከሚሆኑት አንዱ አባዱላ ጋመዳ WORD UP!!!!

2023052220:59
place:Hudinge sjukhus
plan5 avd#69(48)
I had been physically and emotionally harrased by 3 ethiopian origen አስራት፣ አያሌው እና ዮናታን።ፖሊስ ባመለከትም ፖሊሶቹ ምንም ትኩረት አልሰጡትም።ህጻናት ልጆች ማን እና እንዴት ሊያውቁት እንደቻሉ ገርሞኛል።ህጻናቶቹ ወላጆቻቸውን ያስቸግራሉ።ንፋስ ለመውሰድ ውጭ ስወጣ ፣ያውና ይሄ ነው ይሉዋቸውና ህጻናቶቹ እኔን አይተው ይረጋጉና ይሄዳሉ።ከፍተኛ አፊሴሮች በየታዳጊዎች የሚነዱዋቸው አናሳ ብስከሌት ይመጡና ከሃላፊው ዶክተር ይነጋገራሉ።የሚያወሩት ባልሰማውም ስለኔ እንደሆነ ምንም ጥርጥር የለኝም።

2023052520:50

sport komentator som heter Daniel och David Batra i en show fick David Batra fråga vad daniel(sport komentatören görde...då David Batra svarade "han åt kebab"
Jag gillar kebeb sedan 90talet.inte bara kebeb jag brukar ficka kaffe med "mazaril"
De görde film en man på filmen äter massa mazaril.
det fans "kebebkungen" i odenplan (stockholm) .när de serverar de ger folk med paperstarlik med bild på en man i liende som ser ut mig..på bilden ser ut Daniel skötare från huddinge sjukhus plan5 avd 69 tidigare avd 48.
när jag var på resa hemifrån med taxi..frågade taxin om han kan stana någonstans för att köpa kebeb med bröd.då stanade i odenplan kebebkungen.det var mycket folk flesta var svenskar..sedan plockade min beställning kebeb med bröd. i tillbringaren fans daniel från halv tanzanya halv svenskt i liende.vi liknar varandra jag och daniel skötaren.jag skratade mycket.när jag berettade till nagån om bilden från kebebkungen.senare efter två tre månader gick jag till odenplan bibliotek.när jag passerade förbi kebebkungen...det fans inte längre kebebkungen restaurant. What goes on comes around.jag kan garantera Er det är jag som är känd om att äta kebeb.det är billigt och got.
de har gört en film.jag vill inte avslöja inhållet på filmen.men man kan se klip att skådisen äter fullt tarlik mazaril.det fans fulltup mazaril foljö på tarliken.
på avd 48 när jag var tvångvårdades....skötare etiopisk tigre yonatan prcis loggade på datörn och var glad.ledningen hade berättat att han fått medalj.skrek han "jag fick medalj"och komer mot mig och" jag fick medalj"Daniel"!du är hjälte" så han till mig på amarigna.
för det pristish jag görde,han fått medalj.och anan etiopisk man Ayalew hade sakt till sina kollegor att han jobade i etiopien som läkare.

jag aveck till etiopien på grund av all motgångar.ser man på film..två..poliser tittar på film...i filmen ser en man reser utomlands (det var Jag) då den ena polis så...
avvikelse! vänta!
ring fortioåtta!

2023052522:25
ከኔ ጋር የማያይዛቸው መጽሃፎች፤ፊልሞች እና ሙዚቃዎች ጥቂቶች

- *It Takes a Village* – by Hillary Clinton
- *Man's Search for Meaning* – by Viktor Frankl
- Nobel Prize winners: Denis Mukwege and Nadia Murad – their work on the involvement of sexual violence in war and conflicts
- A song by Ace of Base – *All That She Wants* ("She's going by tomorrow, boy, all she wants is another...")
- *Georgia* – by Louis Armstrong
- *Onyx* – Explicit lyrics ("Fk Jaleny! I used to love you, I can't love you no more! The only thing you got is tight and a... Don't trust that b**ch.")
- *A Beautiful Mind* – starring Russell Crowe
- *Terminator* – starring Arnold Schwarzenegger

2023052601:12
የ33 አመት ያክል የማውቀው ጓደኛዮ ጋሹ ሙሉጌታ ከዚህ አለም በሞት መለየቱ አሳዝኖኛ በጣም ለሚወዱት እናቱ መጽናናት እየተመኘሁኝ፤
ሳስታውስ ጋሹ ሁል ግዜ ደጋግሞ እንደሚናገረው፤ዳነኤል!ሁሉንም ነገር መስራት የሚችል ቢሆንም፤ነጮች አንድንም ነገር መስራት እንደማይችል አደረጉት ይል ነበር።ሬሲዝምን መቋቋም ሳልችል ስቀርና ወደ ሃገሬ ሳመራ፤ይህም ከ100 ያላነሱ ጉዞዎች ሳደርግ፤ነጮች ዲያስፖራዎችን ሲወክሉ በአንጻሩ ዲያስፖራዎች ሃገር ቤት ሃበሻ ወክለው እኔ ሃገር ቤት ስሄድ ያዋክቡኝና ወደ ስደት እንድመለስ ያደርጋሉ። ምእራባውያን መንግስትን ብቻ አይደለም ኮራፐት ያደረጉ።ተራ የሃገራችን ኗሪ ጭምር ነው።ከበበው ገዳ እንደሚለው ዲያስፖራ for good ብሎ ሃገርቤት ሲመጣ ወይ ጉድ ብሎ የመለሳል ብሎታል።

2023052606:48
perception አንድን ነገር አተረዳገሙ አንድ አይነት ሳይሆን ከቦታ ቦታ ይለያያል።ለመተንተን ብሞክር፣
ሁለት ጥንድ ነጮች ጃንግል ሄደው እንደአጋጣሚ ሲሳሳሙ በጃንግሉ የሚኖሩ ሰዎች አይተዋቸው አይ!እየተባሉ ናቸው አሉ።በሌላ ቦታ ማለት እተማ ሲሳሳሙ ያየ እየተባሉ እንዳልሆነ ያውቃሉ።አውሮፓውያን ቋንቋቸውፈጣን በመሆን ስትናገር ወይም በቋንቋቸው ስፀፍን ካዩ ይወዱሃል።ሌላ ግዜም ሲያዩህ ሊርቁህ አይፈልጉም። ይቀርቡሃል።
አማርኛ ሁለተኛ ቋንቋህ ሆኖ ቀልጣፋ ሆንክ ሰባብረክ ብትናገር፣ አማርኛ የመጀመርያ ቋንቋቸው የሆኑ ሰዎች ማድነቅ፣ማከበር ሲገባቸው ይኮሩብሃል።አማርኛ ሲናገር አፉ ይይዘዋል። ትባላለሕ።የዛሬ 20 አመት መሃሙድ አሕመድ ሊዘፍን መጥቶ በቲቪ ቃለ መጠይቅ ሲደረግለት ፣እኔ የምዘፍነው የኢትዮጵያ ትክክለኛ በሆነው አማርኛ ቋንቋ ነው አለ።እና አሁን ላለው የርስ በርስ ንትርክ መነሻው አንዳችን ሌላውን ለባእድ አሳልፈን መስጠት ነው የሚል እምነት አለኝ።

2023052806:28
Inför Facebook LIVE for aggressive video games and violent movies can make you aggressive.
Violent media is turning you out of your psychic thumb.psychic thumb ማለት ሳይኪክ አውራ ጣት ሲሆን ሳይኪክ ማለት እንደ ተሌፓቲ
To transmit or receive power supernaturally.
Psycic has three structures. (id, ego, supper ego). The opposite of psychic is hylic. Hylic, also called somatic. Somatic encoding means encoding, which is the greatest encoding by verifying or defining a statement.

Aggressive video games, Aggressive movies. You become aggressive media effects turn you into into psychic thumb. Mental health.verbal aggression.

መሳደብ፣ማንቋሸሽ፣ማስፈራራት የመሳሰሉጥ።
ልክ አንድ ፊልም ለማየት የሚፈቀደው ከተወሰነ እድሜ ያላቸው እንደሆና ካውሽን ማስጠንቀቅያ እንደሚሰጥው።ቫዮለንት መዲአ ማሳየት ግድ ካለ፣ህጻናት እንዳያዩ ለማድረግ አዋቂዎች ብቻ እንዲያዩ ማድረግ ይቻላል።ለሊት ሰው ከተኛ በኋላ ተነስቶ ቫዮለንት መዲአ መመልከት ይቻላል።
ከጓደኛዮ ጋር በስልክ ሳወራ ኢንጀክሽኑ ሲሰጡክ እንዴት ያደርግሓል ብሎ ሲጠይቀኝ ጭንቅላቴን ያቅለሸልሸዋል ስለው ግዜ ምን ልታዘዝ የሚል ትምህርት አዘል ኮመዲ ላይ አንዱ ተዋናይ ጭንቅላቴን አቅለሸለሸኝ አለ።ማንበብ ሙሉ ያደርጋል ሳይባል ያልተነገረለትን እንድትናገር ያደርግካል።ጭንቅላት ማቅለሽለሽ ፐራይመርሊ ከኔ የወጣ መሆኑን አውቄበት፣ የኔን ሰምተው ቲያትር መስራት ማለት ሙብቴ እንደተጋፉ ያመላከታል። አሁን ምን ልታዘዝ የሚል ኮመዲ አላየውም ቀረ ማለት ነው።ባን አደረግኩት ማለት ነው።

ሶሻል ሚድያ ቀረጽ ሳይደረግለት ብሄራዊ ትያትር ማሳየት ይችላሉ።
ቲቪ ላይ የማታገኘው ጋዜጣ ላይ ታገኝዋለክ።
ቲቪና ጋዜጣ ላይ የማታገኘው ማህበረሰብ ውስጥ አብዞርብ በማድረግ የምታገኘው ኢንፎርሜሽን ይኖራል።

2023053120:50

ትምህርት ቤት ውስጥ ምግብ የሚቀርብላቸው የዩኒቨርሲቲ ተማሪዎች ብቻ ናቸው።ለወደፊቱ የሆነውን የመጣ መንግስት ማኒፌስቶው ላይ ከነኛ ክፍል ተማሪዎች ጀምሮ ሁሉንም ተማሪ ትምህርት ቤት ውስጥ ወተት አቅርቦት መደረግ የሚል አስተያየት አለኝ።በእርግጥ የወተት አቅርቦት የማይቻል ሊሆን ይችላል።ኮረፌ እና ሻሜታ ወተትን የሚተኩ የገብስ ውጤቶችን ማቅረብ ይቻላል።

2023053120:56

Professor Birhanu Nega ስለነጮች ኢትዮጵያ ህዝብ ላይ አስተያየት ሲሰጡ በጣም የሚያደንቁትን የሚገረሙበት ህዝብ መሆኑን ይናገራል።በእርግጥ የሳይኮሎጂ መጽሃፍ you fix complex problem in complex area. ይላል።ነጮች በኛ የሚገረሙና የሚያደንቁ መሆናቸው አልፎም የሚቀኑብን መሆናቸው እኔ እንደታዘብኩትኝ ለወገኔ በተለይ ለታዳጊ ወጣቶች ማበሰር የምፈልገው ቢኖር እድሉ መጠቀም እንዳለብን ነው።

አንድ መንግስት ይመጣል ይሄዳል።ይህ እውን መሆኑ ከተረዳን Ethiopian Democracy Practicing (ከመእራብና ከራሳችን ባህል እሴት የተውጣጣ)
ብንለማመድ ጥሩ ነው። ለመተንተን ያህል አንድ የኢትዮጵያ መሪ ይመጣል ይሄዳል።የአፍሪካ

መሪዎች እጣ ፈንታቸው አንድ አይነት የሚሆነው የዲሞክራሲ እጦት ነውን እናስታውስ።አንድ መሪ ካልፈለግነው ወይም ካልፈለገ ብዙ ምርጫዎች ተቀምጠውለት ራሱ ናቢጌት አድርጎ ሌላ ስራ እንዲሰራ ህዝብን እንዲቀላቀል ማድረግ ዲሞክራሲን ፕራክቲስ አድርገናል ማለት ነው። ይህ አባባል ታዳጊ ወጣቶች እንደሚስማሙበት አምናሎው። daki(To forgive is passion). በተጨማሪም ለሌሎች ሐገራት በተለይ ለአፍሪካ ተምሳሌት ከመሆናችን አልፎ ነጮች በ እኛ የሚገረሙ ከሆነ ይበልጥኑ እኛ ላይ እንዲያደንቁ ማድረግ የበለጠ ይሆናል።

አንድ የሳጥን ምስል ውስጥ ግራ ቀኝ ግራ ቀኝ የሚል ጽሁፍ ተዘበራርቆ ሲቀመት ለማለት በሳጥኑ ምስል በስተቀኝ በኩል ግራ የሚል ጽሁፍ ሲኖር በሳጥኑ ምስል በስተግራ በኩል ቀኝ የሚል ጽሁፍ ሲሰፍር የሚያሳየው ያደጉ ሃገራት ላይ ለፍት ፓርቲ ውስጥ ራይት ዊንግ አለ ። ራይት ዊንግ ላይም ለፍቲ አለ።እና መንግስታቸው በዚህ መልኩ ስራውን እንዴት እንደሚሰራ ድብቅና ሰኪኡር ነው።
በኛ አገር የኦሮሞ ትግሬ የ አማራ ትግሬ ፣የትግሬ ኦሮሞ የትግሬ አማራ እንደመሆን ማለቴ ነው ። *ሰለሞን ተካልኝ ፣ታዮ ቦጋለ፣ሄርሜላ አረጋዊ የመሳሰሉትን በምሳሌነት መጥቀስ ይቻላል*ዳኪ202306011727

2023060211:54

ዛሬ በታክሲ ስጓዝ እንዳጋጣሚ ሾፌሩ አንድ ሃበሻ ትግርኛ ተናጋሪ ነበርና እኔ ፍቃደኛ ሳልኮን በግድ ሊያናግረኝ ሲጥር እኔም በቃ እሺ ብዮ ሳይንስ በተሞረኮዘ ሃሳብ ስተነትንለት አቋረጠኝና " እዚአ ትብላ ዘለካ ፅብቅቲ እምበር፣አየስተባሃልኩላን ኔረ ! " እኔ ደግሞ ምን ብል ጥሩ ነው፣ ይቺ ያልኩህን ያላስተዋልካት ስላላነበብክ ነው።እኔ ግን መጽሃፍ ስላነበብኩኝ፣መጽሃፍ ውስጥ አኝይቼ ነው አልኩትኝ።

በአጼ ሃይለስላሴ ያደገ ትውልድ አሁን ግዜው እንደዛ እንዲሆንላቸው ሲናፍቁና ሲመኙ፣
በኮነሬል መንግስቱ ሃይለማርያም ያደገ ትውልድ ያን ግዜ እንዲመጣለት ሲመኝ።
በ አቶ መለስ ዜናዊ ያደገ ትውልድ አሁን ያን ግዜ እንዲመጣለት ሲመኝ፣
የፖለቲካ ፓርቲዎች በብሄር በክልል ከሚዋቀሩ፣በጀነሬሽን እውነት፣ እውነት፣ እውነት ነው የምላቹህ ፣በጀነሬሽን የአጼ ሃይለስላሴ ፣የኮነሬል መንግስት ትውልድ
which is golden generation ፣የ አቶ መለስ ጀነሬሽን ተብሎ ቢዋቀር እውነት፣ እውነት፣ እውነት ነው የምላቹ ወዳጆቼ ቤተሰቦቼ ስብጥር ሆኖ ሁሉን የሚያቅፍ አካታች የሆነ አንድነት ለዛውም passion የተሞላበት ኑሮ ህዝባችን ይኖራል የሚል ሃሳብ አለኝ።ታዳጊ ወጣቶች አትርሱ ይህን አስቡበት ፊቸራቹህ ነውና አስተማሪ፣አባት እናት ጋር ተሟገቱ በአንድ እግራቸው እስቁሙዋቸው።   like,share,subscribe

ሃብታሙ አያሌው አንዳንድ ግዜ መጽሃፍ ቅዱስ ስትተነትን አስተውላሎ፣ያሁኑ ሁናቴ ፣ታድያ ፣ ፈጣሪ ያመጣው ነው ለምን አትልም ወይስ አብይ አህመድ ነው ያመጣው lucas of controll:-lucas french word plural luci means place or location.Internal lucas of control.one can control once life..example civil right movement.ወይስ ሁለቱንም ነው መጠቀም ይሄማ ሳየንስ አይደግፈውም።ወይስ ልክ እንደ ማታ ቢራቢሮ ከተጠቀምከባት በኋላ ፊትክን ማዞር ።አትርሱ ብሲፍ ወደ ቫልዩ ሲወስድክ፣ኤክስፐሪያንስ ወደ ሳክሰስ ነው የሚያመጣው

External locus of control refers to attributing outcomes to fate, chance, or external circumstances, often leading to complaining about one's situation. (*Source: Rotter, 1966*)

2023060113:07

የሚጨስ ነገር ተቀባብለክ የምታጨስ ከሆነ salivery glands የምራቅ እጢ ከአንዱ ወደ አንዱ ሲተላለፍ ሳይንስ የሚለው nerv ላይ ጫና ይፈጥራል።

Aversive therapy የሚባል ደግሞ አንድ ተራፒስት ታካሚው ላይ የማይፈልገው ባህሪ ካየ የማይፈለገው stimuli ጭንቅላትን ወይም አንደበትክና አስተሳሰብክ የሚቀይር ነገር እንድትወስድ ያደርገሃል እንደ ኤሌክትሪክ ሾክ ከሚካል መውሰድ እንድትጀምር ያደርገሃል።

2023060212:55

እኔ ዳነኤል ኪዳነማርያም መኮነን ሶስት ነገሮች ለአሁኑ ማንሳት እፈልጋሎው

1] ስዊድን ኤምባሲ ቆንስላ የምትሰራ "Daniel የገንዘብ ካዝናችን አራቆትከው ገንዘብ የለንም! አለችኝ።

2]ስደት አገር የሚገኙ ታዋቂ የሃይማኖት ሰባኪዎች፣ሁልሉንም ካሉ በኋላ " የዳነኤል ድርሻ ስንት ፐርሰንት ነው! አለ።

3] አንድ ቤተሰብ ከ32 አመት በኋል አዲሳበባ ሳገኘው ከመቅጽፈት "Daniel ላንተ የተባለ ሃብት ወደ ሌላ ተገለበጠ ! አለኝ።

ሌላም በአቶ ሃይለማርያም ደሳለኝ ግዜ ከ ገርጂ በአፓርታማ ቦሌ ሩዋንዳ በአቋራጭ ስሄድ ፖሊሶች ይጠብቁኝ እንደነበርና አንድ ቀን ከገርጂ ብሄራዊ ትያትር ዋና ብሄራዊ ባንክ ተጠቅሜ ስመለስ ኢትዮጵያ ሆቴል ላይ አንድ ሰውዮ ምን ቢል ጥሩ ነው ? " ሃገር አጋንንት እየመሩዋት ዳነኤል ተሸከማት "

ከላይ የተጠቀሱ ሶስት አረፍተነገሮች ለሰው ሳላካፍል ወይም ለሰው ሳልናገር ፣ሰዉ የተናገሩኝንን ናቸው።እውነታም አላቸው።የምፈልገው ሃላፊነት ተሰጥቶኝ ሃገሬን በቅንነት ማገልገል ነው። እውቀት አለኝ ብዮ አልተናገርኩም።ስለ እውቀት አውሎ የሚያሳድር እውቀት አለኝ።እኔ በተደጋጋሚ የምለው ያለሁት ባለንብረት ስለሆንኩኝ የሃገር ሁናቴ እኔን አካታች ይሁን ነው እምለው ያለሁትኝ።

2023060221:14
ግልጽ ደብዳቤ ለኢትዮጵያ ህዝብ

ከዳንኤል ኪዳነማርያም መኮንን

የሃገር መሪ ለመሆን የግድ እውቀት መኖርህ ብዙም አስፈላጊ አይደለም።የሚያስፈልገው ምርጥ ተንኮለኛ መሆንህን ነው።
እናት ሃገር ዘንድ ሁሉም የውጭ አገራት ልኡካን ይመጣሉ።ሁሉም መጥቶ ሃገራችን ዘንድ መጥተው ይፈተፍታሉ ።አብይ እንግዳ አለመቀበሉና ለተከታዮቹ እንደ እነ ደመቀ መኮንን እንግዳ እንዲቀበሉ ማድረግ ብዙም ጉዳት ያለበት አይመስለኝም።ለምሳሌ ም እራባውያን እና ራሽያ ፈደረሽን አይግባቡም በጠላትነት ነው የሚተያዩጥ።ታድያ ሁሉንም ማስተናገድ ችግር አይነሮውም ብላቹ አትገምቱም, ።ይታሰብበት፣

2023060700:48 Monday morning.

በዚህ የ33 አመት የስደት ግዜኢኢኤዎች ወደ ሃገር ቤት ከ100 ያላነሱ በረራዎች አድርጌአሎው።
በአንድ ወቅት ቆይታዮ እንዳጋጣሚ ሆኖ አክሱም ነበርኩትኝና፣ያለማጋነን ሳይኮሎጂ እንደሚጠቅሰው Internal lucas of controll:-thos who belive one controlls some ones life.ex civil right movement.External lucas of controll:-those who belive in luckk,faith and happenes.እኔ ኢንተርናል ሉካስ አፍ ኮንትሮል ነኝ።ለዚህም ላብራራ፥
ጠላ ጠጥቼ ቢቢሲ ሳዳምጥ የጠጣሁት ሃሪፍ ኮኛክ እንደሆነ ቢቢሲ ተናጋሪው ነገረኝ።
ላልተወሰነ ግዜ ሴት ጓደኛ ስላልያዝኩ አንሽታይንም ብቸኛ ነበር ብሎ ያው ቢቢሲ ያጽናናኛል።
ቀኑ ሙሉ ቢቢሲ ሰምቼ እንቅልፌ አሁንስ ብዮ ሳደግም ግድግዳው ይናገራል|ድምጽ መስማት ጀመርኩትኝ|
ድምጹ የሰማሁት ምን ነበር.
ያለሁት ከማርያም ቤተክርስትያን ቅጥር ግቢ 5 ሜትር ራቅ ብሎ ከሚገኘው ቤት 1ኛ ፎቅ ነኝ ያለሁት ተከናንቤ መተኛት ስፈልግ ድምጹ ምን ይለኛል፣ እርግብ ያዝና ሰርተክ ብላት ይለኛል ድምጹ።
እኔ ደግሞ አልፈለኩም ደከሞኛል።ድምጹ ቀጠለ።እርግብ ያዝና ብላ ይለኛል።
አሁንም ፍላጎት የለኝም እዛው ከሰፈሩ እርግቦች አንዷን ይዞ መብላጥendaጋጣሚ ሽንት ቤት ወጣ ብሎ ስለሆነ ደርሼ ስመጣ ወደመኝታው ክፍሌ።
አንዲት እርግብ ተንከብክባ ውድቅ ብድግ ውድቅ ብድግ ስትል አይቼ በመያዝ አሮስቶ አደረግኳጥ አልበለኋትም ለድመት ሰጠኋጥ

ሳይኮሎጂ መጽሃፍ ላይ እንደሚለው አንድ ኤክስፐሪመንት ሁለት አይጦች ኬጅ ላይ ታደርጋቸውና when you electrify the cage,the rats start to fight.
ዳኪ (ኢትዮጵያ ሃገራችን ፤በመላው የኢትዮጵያ ክፍል ለሚደረገው ሁሉ ሰማይ ላይ ያለው Suppernatural Force የግጭት የሁከት የሰላም የፍቅር ያደርጋታል ።በየቦታው Electrify እያደረገ)

ሃገራችን የሁሉንም የውጭ ሃገራት የምትገናኝ ተገናኝታም ወል የምትፈራረም ከሆነ በሌላ ይበልጥኑ አነጋገር የሁለትዮሽ ስምምነት ከአስር ሃገራት ካደረገች የአስር ሃገራት ቴሌስኮፖች ኤትዮጵያ ሰማይ ላይ ያንሰራሩና ኤለክትሪፋይ ሲያደርጉት ወገኖች እርስበርሳቸው ላይ ልክ እንደ አይጦቹ ያልሆነ ኤንፎርሜሽን ወይም የሚያጋጭ ድምጽ ያስተላልፋሉ።ይጣላሉ ። ዳኪ.2023060702:49 monday morrning temp.9ዲግሪ
እኔ ዳነኤል ኪዳነማርያም መኮነን lay detecter በሬኮርድ የሰበርኩ ነኝ።

202306120734

አቨርሲቭ ተራፒ därför att min therapist var inte glad på min atitude.Min attitud var när jag går till openvård mottagningen,ta jag t-bana från hässelbygård till odenplan ,,,där efter byter jag i odenplan till flemingsberg.under resan sitter jag på en av stolarna ...en kommer och spotar sedan en anann keomer och spottar. flemingsberg rosar jag med university student sen omer jag till helix.då blir det mycket och visat kort stubin.dena gillar inte min läkare...därför substanc abiuse för att känna SKAM

2023061803:55

Internationally known being make change.ሃገር ቤት ስሄድ ጫዋታው አለማቀፍ ይሆንና፣ መጨረሻ ላይ ትግሬነቴ እንዲረጋገጥ ለሆነ ትግሬ ገንዘብ እንድሰጥ ያደርጉና ማለት በሲስተም ይለምኑኝና ገንዘብ ከሰጠሁኝ ትግሬነቴ ያረጋግጣሉ።አሸናፊ ታዮ የተባለ ምሁር እንዳለው succesfull ካልሆንክ change your identity.ገንዘብ ሰዎች ጠይቀውኝ ላለመስጠት ወሰንኩኝ።ችግር ላይ ናቸው ኝ ትንሽ ብሰጣቸው ተቸግሬ ትግሬነቴ ይረጋገጣል።በትግሬነቴ መታወቅ የለብኝም።ገንዘቤ ወስደው እነርሱ እኔን መክፈል ሲገባቸው የነርሱ ችግር የሚፋቀው እኔን የትግሬ አይደንቲቲ ማረጋገጥ ነው

በርግጥ የምርዳት የ9ኝ አመት ልጅ አከሱም አለች ትንሽ ገንዘብ ተቸግሬ እንኳን ከላኩላት በትግሬነቴ ስለሚመድብኝ ለማንም ገንዘብ መላክ እንደማልፈልግ ወስኛሎው።

2023061922:07

እኔ ራስን የመተማመን ረገድ ወደ ታች የሚወርድበት ምክንያት ሰዎች ሳያውቁት እኔን ሲያሙ ማለት የሚያሙኝ ነጮች ሲሆኑ ሃሪፍ ልጅ ነህ ግን
self-esteem ወርዷል ይላሉ፣ይሉኝል።ግን ወደ ነበረበት ከፍተኛ ደረጃ የራስ መተማመን ለማምጣት ciquence = በጣም ትንሽ ፐርሰንት በዜሮ እና ዜሮ ነጥብ አምስት ባሉት ቁጥሮች ብቻ ነው የሚያስፈልገኝ።ለዚህም በየ ሁለት ሳምንት በግድ የሚሰጠኝ መርፌ ነው ሰበቡ። መርፌው ስወጋ rigid behaviour,unresponsive to others,repitative,poor comunication የተባሉትኝ ያደርጋል።ልክ Autism እንዳለው ሰው።ምክሬው ሃገርቤት ስሄድ መርፌው ስላሌለ በራስ መተማመኑ እንደ ሮኬት ይወነጨፋል።ስናገርም ሰው ሁሉ ይገርመዋል። ነጮቹ ይህን ያደረጉ እንዳያስጠይቃቸው ሃገር ቤት መጥተው ሆነ ሰው ልከው የኢትዮጵያ መንግስት ሆነ ማህበረሰብ ኮራፕት አድርገው ወደ ውጭ እንደገና እንድመለስ ያለፈው 27 አመት ሆነ የአሁኑ መንግስት በዘዴ ወደ ስደት እንደመለስ ያደርጋሉ።ይባል የለ keep your enemy cloth to you! አሁን አሁን ጨዋታው አብቅተዋል። ልክ እንደ ኤርትራ ህዝብ 27 አመት ብቻውን እንደተሰቃየ ፣እኔን 30 years abanden አድርገውኛል።

ለመድገም ያህል ያለፍላጎቴ በግድ በየሁለት ሳምንቱ መርፌ ሲሰጡኝ፣እንዳጋጣሚ ሆኖ አንድ መርፌ ሳልወጋ ከቀሮህ ለነገሮች በጣም ፈጣን Active እሆናለው።ስለ sexual vaiolence in war and conflict ከጻፉት Dennis macwage from kongo and Nadia Murad from Iraq ሁለቱም መጽሃፍ ጽፈው በ2018 Nobel price ተቀብሏል። ሴክሹዋል ቫዮለንስ ኢን ዋር አንድ ቾንፍሊክት የሚፈጥሩት ራሳቸው ም እራባውያን ከአመሪካ ሆነው ሳለ ሰዎች ነቅተው መጽሃፍ ሲጽፉ በሌላ አነጋገር የምእራባውያንና አመሪካ ሴራ በመጽሃፍ እያጋለጡ እያጋለጡ እያለ ተሸላሚዎች ያደርጓቸዋል።መጽሃፉ ከኔ ህይወት ታሪክ ይመሳሰለዋል።በፈረንጆች 1993 እኔንና አንዲት ኢትዮጵያዊት በ 1995 ከአዲስ አበባ ወደ አመሪካ የሄደች አሁንም አመሪካ የምትኖር 47 አመት አብረን የነበርነው የ 24 እና የ22 እድሜ እያለን ነበር።ሌላም በእስራኤል አመሪካዊ የሆነ Daniel Kenneman የተባለ ምሁር "Thinking fast and slow" በተባለው መጽሃፉ እኔ ከምእራባውያን ያለኝን ግንኙነት የሚመሳሰል ይዘታ አለው። ዳንኤል ከነማን መራባውያን ስራቸውን በመጽሃፉ ሲያጋልጥ የኖቤል ፐራይስ ተሸላሚ እንዲሆን አድርጎታል። ኖበል ፓራይስ አንቀበልም የሚሉ ጥቂቶች አይደሉም።እኔንና የወጣትነት ፍቅረኛዮን
ለ sexual vaiolenc in ራሽያ/ቸቸንያ conflict ከዳረጉን አንዷ ህሊሪ ክሊንተን ስትሆን በጻፈችው ወጽሃፍ "It takes a village" ሰፍሯል።ይህ መጽሃፍ በአሁኑ ግዜ ስር የሰደደ ስለመሆኑ psychology መጽሃፍ ይገልጻል። እኔም እንደ ተጽእኖ ፈጣሪ ህልሪ ክሊንተን በ2016 ለፐረዚደንትነት እንዳትመረጥ የብኩሌ ተጽእኖ አድርጌአለሁው carma ይሉሃል ይሄ ነው። ብዙ የአመሪካ ተቋማትም ህሊሪ ክሊንተንን she is indited on minorities sex ብለዋታል። ።

ከህልሪ ክሊንተን መጽሃፍ ጎን ለጎን የሚሄድ በ Victor francil የተጻፈ Mens search for meaning የሚለው መጽሃፍ ማንበብ ጠቃሚነት እንዳለው እገልጻለው።

2023062014:02

የኮንጎ ተወላጅ የሆነ ደኒስ ማክዋጌ እና የኢራቅ ተወላጅ የሆነችው ናድያ ሙራድ ፣በ2018 ኖብል ፕራይስ ተሸላሚዎች የሆኑበት ግብረሰባዊነትን በጦርነትና ግጭቶች ላይ እንደመፍትሄ መጠቀም ላደረጉት ከፍተኛ ስራ እና አስተዋጽኦ ተሸላሚዎች ሆኗል።የኔ ህይወት ታሪክ ተመሳሳይነት ሲኖረው እኔ ከ ጃለኒ ጣይብ አባጀቢር aka ጄሊ አህመድ የጉራጌ ተወላጅ ፣ የሁለታችን ጉኝነት በ ቸቸኒያ ራሽያ ጦ ርነት ላይ እንደ መፍትሄ ተጠቅመውበታል። ውጭ አገር እኔ እሷ ደግሞ ኢትዮጵያ ተራርቀን ተነፋፍቀን አንዳንዴ በስልክ ስናወራ ጄሊ ለምን አትመጣም ትለኝ ነበር እኔም ኢትዮጵያ ለመሄድና ከጄሊ ጋር ለመዋሃድ ስዘጋጅ አድነው ሆስፒታል ዘጉኝ።ይህም ለ 6 ወር ነብር።ሆስፒታል የገባሁት ያምሃል ብለው ነው።እኔ የ አእምሮ ህክምና የገባሁት በፈረንጆች sep-oct 1994 ነበር

የገባሁ እለታ የቸቸኛና ራሽያ ግጭት ተጀመረ። በጣም ከባድ መድሃኒት ነበር።ሁሌ ለምን ዘጋችሁኝ ብዮ ከነርሱ ሆስፒታል ከሚሰሩ ጋር ስጣላ ነበር እነርሱም

አብሮ ለመስራት እሺ በል ነበር የቁጣ አነጋገራቸው።የ Russel craw beutiful mind መመልከት ይቻላል። እኔ የምፈልገው ግን ኢትዮጵያ መሄድና ጄሊን ማግኘት ነበር። የምፈልገው። ከስድስት ወር በኋላ የቀረው ግማሽ አመት april 1995 ሙሉዉን

ስድስት ወር ከባድ መድሃኒት በኋላ እስከ 1995 መጨረሻ በዲፐረሽን አሳለፍኩት ።ጄሊም 1995 USA ሄደች ።በአለም ላይ በአንደኛነት የወጣ ዘፈን

ice of base ...ohh all she want is another boy የሚለው ዘፈን እኔን የሚያመላክት መሆኑን እገነዘብ እበር። ከኔ ህይወት ታሪክ ጋር የተገናኘ መጽሃፍ የ hillry clintእን መጽሃፍ ሌላ መጽሃፍም በ Daniel keneman የተባለ እስራኤል አመሪካዊ ለኖብል ሽልማት ያበቃው መጽሃፍ Thiking fast and slow የኔ ባህሪ የሚያመላክት መልእክት አለው። እኔና ጄሊ የተስማማነው እኔ አዲስ አበባ እንድመጣ ስለነበር ፣ለመሄድ ስዘጋጅ 7 ወንድም እህቶቼና እናቴ ወድያውኑ ካናዳ ሄዱ።ማን እንደላካቸው ባላውቅም የኔን አዲስ አበባ መሄድ ያልፈለጉ እንደልኳዋቸው ተገንዝቤአለሁው።

ሂሊሪ ክሊንተን እንዳትመረጥ አስተዋጾ አድርጌአለሁው።መጽሃፏን በአሁኑ ግዜ ክሮኖሳይድ ወይም ስር የሰደደ እንደመሆኑ የ psychology core-concept edition 7 ይገልጻል። እኔ ያለ ወይዘሪት ለምን ኖርኩ ብዮ አላዝንም አላስብም አልበሳጭም አልተከዝም። ልክ አስተማሪው አሸናፊ ታዮ እንዳለው።የአንድ ነገር መነሻ ካወቅክ ብርቱ ጎበዝ ትሆናለክ ማለቱ ልክ ነው። እኔ ያለሁት መእራብ አውሮፓ እኔን እንደ መፍትሄ የወሰዱት በራሽያ በኩል፣ጄሊን ደግሞ ያለችው በቸቸኒያ በኩል አድርገው ጄሊ አሁን አመሪካ ስትኖር፣እኔ ስዊድን እየኖርኩትኝ የራሽያ አድርገው ሲያዩኝና ሲያስልፉኝ ሲያበሳጩኝ ሆኖ ሲበዛ ወደ ኢትዮጵያ ስሄድ አብሮኝ የሚሄድ ሆኖ ከኋላዮ እኔን ተከትሎ አዲስ አበባ የሚመጣ ።መጥቶ ከኢትዮጵያ መንግስት የሚፈራረም ገንዘብ የሚሰጥ ፣

2023062023:28

What do I think about the war between Russia and Ukraine?

If I were the president of Ukraine, I would make a statement: **"No! No! No! Ukraine and Russia we are close families. As Ukraine, if we are going to be a member of the EU, Russia must also become a member of the European Union!"**

When George Bush Jr. was in power, he once said, **"Russia must also be a member of the European Union!"** His speech struck me. Let's talk realistically—why not Russia? The EU has always been Germany's agenda, just like climate change is related to China.

I have personally thought and strived to find a solution for the tensions between Sweden, where I live, and its neighbors regarding Russia. I even wrote to former Foreign Minister Margot Wallström, urging her to bring the issue of Russia to Brussels and appeal for Russia's membership in the European Union. The Swedish government should support Russia on one hand. On the other hand, Sweden and its neighbors should agree with Russia to **respect the sovereignty of the Nordic countries** and establish a **100-year agreement** ensuring peace and stability.

2023062101:09

Using sexualized violence as a weapon in war and conflicts has damaged Somalia by its own people and outsiders and left Somalia without a functioning government for several decades.(daki 2023062101:13:13

2023062101:30:43

When you are 15-25 years old, find a good boss.
When you are 25-35, choose competence.
When you are 36-45, do what interests you.
When you are 45-65, help young people.

2023062102:26:41
Wednesday morning.

When I am in the hood the b**f used to go away(daki).
አብይ ዝም ብሎ ነው እንጂ የሱ ጸጥታ እጠብቅለት ነበር። ይህን ስል ልክ lowrens kholberg (1964-1981) ባወጣው ሁለተኛው የ moral issue
doing infavour of some one for own interest.or If you scrach my back you scrach main.በሚለው መርህ ሳይሆን።አብይን የምደግፍበት ዋና ምክንያት።የሚታየኝ መሪ ስላሌለ አብይን ስልጣኑ እንዳለ ሆኖ በውስጥ ተዛዝና ምን መደረግ እንዳለበት የሚወስኑ አቋቁሞ ውሳኔና ተዛዝ በአብይ በኩል እንዲተላለፍ ማድረግ the only option.
የኔ አካታችነት ያሌለው መንግስት በሃያላን እጅ ያስቆጣል።የኔ አካታችነት ቲያትር ወይም ፊልም ላይ Its socidal.
የኔን አካታችነት ያሌለው መዋቅር አብይን ብቻ ሳይሆን ሃላፊነቱ የሚወስደው ሁሉም ብሄረሰብን ነው። የኔ ንብረት ሁሉም የኢትዮጵያ ዜጋ ድርሰታልና።

2023062110:23
Long term memory
College students asked to recall high school events.the less grade they had the less memory they recall.daki(ከ 20 ወንድም እና እህቶቹ በይበልጥ ተቀላምጬ ስላደኩ ለማለት 1 was Dads favorite.he was not only may Dad,he was just frien too.ወንድሞቹ እና እህቶቹ በጠቅላላ ቤተሰባችን አብረው ሲያወሩ።በጨዋታችሁው መሃል የድሮውን ማስታወስ ካልቻሉ፣ዳነኤልን ጠይቁት!እሱ አይረሳም ይላሉ። እንዲሁም ከጠቅላላ ወንድም እና እህቶቹ ጎበዙ ተማሪ እኔ ነኝ።

ካናዳ ካለችው ኤልሳ እህቴ የዛሬ ሃያ አመት በስልክ ሳዋራት ከዩኒቨርሲቲ ተመርቃ ማለት ሁሉም ወንድሞችና እህቶቼ ከዩኒቨርሲቲ ተመርቋል። እና ኤልሳ በስልክ ስታዋራኝ" ዳነኤል! ለምን አትማርም? እኛ እንኳን ተምረን አለችኝ"።ያኔ ነበር ሆን ብየ ከዩኒቨርሲቲ ቤተመጻህፍት ተውሼ በራሴ ማጥናት የጀመርኩትኝ።
እስከ 7 edition አጥንቻሎው።አሁንም ከምን ግዜም በላይ ስራዮ ብዮ እያጠናሁ እገኛሎው።

ብቻ አቢቾ soft ሆኖ ነው እንጂ አገርቤት ሄጄ ወገኖቼን ጠቅሜ ራሴን እጠቅም ነበር። ሰዎች ይገርሙኛል አንድ መሪ ሲመጣ ወደ ስልጣን፣ቆይተው ውረድ ይላሉ።ያሰቡት እና ያዘጋጁት መሪ ያለ ይመስል።

2023071806:35

scapegoating

በጣም የሚያሳዝን ሁናቴ ካጋጠሙኝ

በ2017/18 ዛና ሄጄ ማለት የአባቴ ትውልድ ስፍራ ዛና ገጠሩ ስጎበኝ፤።አንድ ፍየል በ1500 ገዝቼ አክሱም ስመጣ እናቴ ኪሮስ ገብረመድህን ፍየሉን አልፈልግም ብላኝ።አንድ አክሱም የምመገብበት ምግብ ቤት ፣ስሙ ባላስታውሰው ፍየሉን ግዙኝ ስላት ለምግብ ቤቱ አስተዳዳሪ ሴትዮ።በ800 ብር ነው የምገዛህ ብላኝ፣ያው ባለችኝ ዋጋ ሼጠላት ወደ አዲስ አባባ ሳቀና በዛውም ወደ ስዊድን ስመጣ፣ያው በ 2019 ወደ ኢትዮጵያ ስመጣ በዛውም አክሱም ሄጄ፣ያው ፍየሉን የሸጥኩላት ባለምግብ ቤት ሴትዮ ለምሳ ስገባ ያው ፍየሉን ዋጋ የተስማማንበት ግቢ ላይ ነበር።ከአንድ ሁለት አመት በኋላ ስመለስ ዋጋ ስንስማማበት የነበረው አጥር ግቢ እኔ ቆሜ ስዋዋልበት የነበረችው ቦታ ላይ የ እሳት ክሰል አመድ እኔ የቆምኩበት ቦታ ላይ አየሁትኝ።geባኝ ፍየሉን ያበሰሉበት እንበለው ፍየሉን የጠበሱበት ቦታ መጨረሻ ላይ የቆምኩበት ቦታ አየሁኝ። ይገርማል።ያሳዝናል።

ሌላም በ 2019 አመት በአል ማግስት አንድ የጭነት መኪና እኔ ቁጭ ባልኩበት ሻይቤት አጠገብ የጭነት መኪናው ቆሞ ሁለት ሰዎች ከመኪናው አንድ እኔ ነኝ ያለ ፍየል አውርደው የፍየሉን አንገት እኔ ላይ እንዲመለከት አንገቱን ቆልምመው ለሁለት ሰወስት ደቂቃ ፍየሉን እኔን እንዲመለከት አድርገዉት እኔ ሳላስበው ከ8/10 ሜትር ርቀት ላይ ሁለት ሰዎች የፍየሉን ራስ ወደኔ እንዲመለከት ሲያደርጉ፣እኔ ጥሩ ስሜት አልሰጠኝም። በንጋታው አመት በአል ነበር እንደ አጋጣሚ ወደ ሻይ ቤት ስመጣ ልክ እኔ ቆሜበት የነበርው ቦታ ላይ እንስሳ ማረዳቸው ተገነዘብኩትኝ።የትላንትናው ፍየል ነው ብዮ ራሴን ነገርኩትኝ።ያው ቡና ለማዘዝ ስቃጣ ሰው የለም ተዘግተዋል። አንድ ሰውዮ አግኝቼ ስጠይቀው ፣መቀሌ ሄዱ አለኝ።አመት በአል ማግስት ወደ መቀሌ መሄድ ግራ ያጋባል።ኝ ነገሩ ገባኝ።ፍየሉ ታርዶ መቀሌ ስጋው ሊበላ እንደሆነ scapegoating ይሉሃል ይሄ ነው።አንዳንድ ግዜ ሳስበው ለራሴ ዳነኤል ክብረት የሚለው እንደዚህና እንደነዚህ የመሳሰሉትን ነገሮች ያውቅ ሆኗል የሚል ሃሳብ ይመጣብኛል።

2023071818:00

ሎሚ መአልቲ ምስ ጎረቤተይ ልኡል አቦ ከልተ ደቂ እላል ጌረ።እቲ ዘእለልናዮ ናብ ኢምባሲ ኤሪትርያ ከወስደኒ።ናይ ኤሪትርያ ዜግነት ንክወሃበኒ።ነዚ ናይ ዜግነት
ህቶ ዝምልስ ጉዳይ ውሽጢ ሃገር ኤሪትርያ እንትከውን ቪዛ ተዋሂቡኒ አስመራ ዝርከብ ውሽጢ ሚኒስተር ከምልከጠንተተካኢሉ አብዚ አብ ሸወደን ከልኩ ዜግ ነት ንክወሃበኒ፣ እንተዘይተካኢሉ አስመራ ብ አካል ተረኪበ ከምልክት እዩ።ካብኡ ኤርትራዊ ጠበቃ ጌረ አብ 27 አመት ጀሚሩ ኢትዮጵያ መንግስቲ ዝተቀበሎ ሃፍቲ ግደይ ንክወሃበኒ።ካብቲ ዝወሃበኒ ናይ

ነብሲ ወከፍ ሃፍቲ 30% አነን ጠበቃየን ተካፊልና ዝተረፈ 70%ናብ መንግስቲ ኤሪትርያ ክከፈል ምግራብ።

አብ ሽወደን ነባሪ ዝኮነ አይተ ብርሃነ ዝበሃል 2018 ምሳይ ዘ እለልናዮ፣አነ ዝብለካ ብርሃነ ኤርትራዊ ክከውን እየ ዝደሊ ኤምባሲ ከይደ ፓስፖርት ክረክብ እደሊ እየ እንዳበልኩ አሽግሮ ኒይረ።ብርሃነ ካብ ዝሃበኒ ሃበሬታ ኤሪትራዊ ኮይኑ እዩ ዝስመአኒ ኢልካ ኒምባሲ ንገሮም ይብለኒ ነይሩ።አን ንብረት ዘለኒ ምኳኑ መረጋገጺ፣አብ ኤትዮጵያ ዝርከብ ሽወደን ኤምባሲ ቆንጽላ ማሪያ ዝተባህለት ብ 2016 ስልኪ ደዊለ መምለሲ ቲኬት ናብ ሽወደን የብለይን እሞ ተሃባበርኒ ሽወደን ምስ በጻህኩ ክመልሰልኪ ኢለ እንተ እልላ ንሳ ዝሃበትኒ መልሲ ዳነ ኤል ናይ መንግስቲ ካዝናና ባዶ አትሪፍካዮ ካዝናና ባዶ እዮ ወዴካዮ ኢላትኒ።ብተወሳኪ ተስፋይ ነጋ ዝተባህለ በ አልቤት ሃፍተይ ብረይ ኪዳነማርያም ድህሪ 30 አመት አብ አዲስ አበባ ፈለማ እንትንራከብ ካብ ዘ እለለኒ ዳነ ኤል ናካ እተባህለ ኩሉ ናብ ካሎት ተገልቢጡ ኢሉኒ።እዚ ህቶ አብውሽጠይ አቢጠዮ ንዘበናት ዝጸና እኩዎ መዛርብቲ ሲነሉ እቲ ናይ ውሽጠይ ዝተአበጠ ነገር ካብ ካሌ ሰብ ሰሚ እዮ እየ።

2023071819:54

ለብዙ አመታት እኔ መድሃኒት አልወሰድም ስል ሃኪም አዞን ነው ብለው ሲቭል ፖሊሶች አስገድደው በሲቪል መኪና ወደ ሆስፒታል ሲወስዱኝ ሆስፒታል እንደገባሁኝ እግሬና እጆቼ አልጋ ላይ ታስሬ መርፌ ይወጉኛል።ከግዜ በኋላ ተጠያቂነት እንዳይኖራቸው አንድ ሴክሽን ሙሉ ኢትዮጵያውያን የሚሰሩበት ዘንድ አስገብተው ሃበሾቹ ሲያዋክቡኝ፣ጉልበት እኔ ላይ ሲጠቀሙ ተጠያቂነቱ ስዊድኖቹ ዘንድ ሳይሆን ኢትዮጵያውያን ሰራተኞች ላይ ይጥሉታል።

ሁሉም አይነት ስፖርት ሲኖር በስፖርቶቹ አሸናፊና ጥሩ ውጤት የማመጣ መሆኔን ሰዎች ሲያውቁ ሆስፒታሉ ውስጥ የሚሰሩ ሃበሾች አውቀው ቀይተው፣በቅርቡ በተፈጠረው ግጭት በስፖርት አሸናፊ መሆኔን ቀድመው አውቀው ቀኝ እግሬን እኔ በማላውቀው ሁናቴ ሲመቱኝ ፣ ቀኝ እግሬ ካነከስኩኝ አራት አመት ሞልቶታል።ለዚህም እንዳላሸንፋቸው እንዳልቀድማቸው ቀኝ እግሬ መተውኝ እስከ አሁን አነክሳሎው።ሃቁ እንደ ህወሃት ሳይሆን እንደ ለተቀሩት 3 የኢሃዴግ ግምባሮች መሆኔ ባለመቀበል እግሬን እንዳነክስ አድርጓል።ሰራተኞቹ በወር 50 ሺህ ይከፈላቸዋል።ልክ እንደ ዶክተር ወርሃዊ ደመወዝ።የቋንቋ ችሎታ የሌላቸው የአዲስ አበባ ድሩየዎች ናቸው።ሁሌ ግጭቱ በኔና ሃበሻ ሰራተኞቹ ሆኖ ስዊድኖቹ ገለል ብለው ይመለከታሉ። በሃይለማርያም ደሳለኝ ዘመን ኢትዮጵያ በቃ ትፈርሳለች የሚል ፖለቲካዊ አስተሳሰብ ኖረዋቸው እኔ በበኩሌ ቪዝን እንደነበረኝ ና ሳረጋጋቸው ነበር።ቀኝ እግሬ በጣም ያመኝ ስለነበር አሁንም እያመመኝ ይገኛል።የሆኑ ድሩየዎች ስራውን ለመቀጠር ብለው አንዱ የውሸቱን ኢትዮጵያ እያለው ዶክተር ነበርኩ ብሎ ኢንተርቪው አድርጎ የተቀጠረ ነው።እኔን ትግሬ መሆኔን እንጂ ኢትዮጵያዊ እንዳልሆንኩ አድርገው የገመቱኝ ስለሆነ ይህ ትግሬ እንዳይበልጠን ብለው እሌክትሪክ ሾክ ያደረጉብኛል። የኢትዮጵያ ፓስፖርቴን ላወጣ ኢትዮጵያ ኤምባሲ ዘንድ ስሄድ አቶ ተሾመ የተባሉ የኤምባሲው ሰራተኛ ጋር ቃል ስንለዋወጥ እኔ ለዘመናት አገሬን

ያገለከልኩኝ ማለት ኢህወዴግን ያገለገልኩ ሲሆን ከኢሃዴግ አንዱ ክፍል መቀሌ ቢገባም ቀጣዩ አብሮነቴ ከተቀሩት 3 ፓርቲዎች ነው ብዮ አቶ ተሾመን አስተያየቴ ሰጥቼአቸዋሎው።ከዛ በኋላ አበሾቹ የሆስፒታሉ ሰራተኞች እኔን ወያኔ ነው ብለው እግሬን እስከማነከስ አድርገውኛል። አንድ ቀን በህልሜ አብይ አህመድ ሲያስታምመኝ አድሯል።

2023080103:29
የአለም ሃገራት አሰላለፍ በኔ እይታ።
አመሪካዊ ብሆን ሪፒብሊካን መስመር ስይዝ፣ጆርጅ ቡሽ ጁንየር እንዲመረጥ ስሮጥ ማለት በቀን የጅም ውሎዮ ፕራክቲስ አደርግ ነበር።ጆርጅ ቡሽ ጁንየር ተመረጠ።እኔም ደስ አለኝ።ብዙም አልቆየም ኢራቅ ላይ ጦርነት ተከሰተ።ምእራባውያን አመሪካ ኢራቅ መግባትዎ አልደገፉትም። ለዚህም ውጊያው ቀጥሎ መጨረሻ አላገኘም።ለዚህም በኔ እይታ ኢራቃውያን ጦርነት ከአመሪካ እንዲከሰት ካደረጉት ዋናው ምክንያት፣ምእራባውያን በመቃወማቸው ኢራቃውያን አመሪካ ላይ ፕሮተስት ሊያደርጉ ችሏል።ልክ ጆርጅ ቡሽ ሲንየር ቀደም ብሎ ኢራቅ ኩዌትን በወረረች ግዜ ሁሉም ምእራባውያን ከአመሪካ ጎን በመሰለፋቸው ጦርነቱ በአጭር ግዜ ልቋጭ ችሏል።

ጆርጅ ቡሽ ጁንየር ምእራብውያንን ሲላቸው የነበረ፣ሁሉም ኢሮፕያን ዩንየን ሲቀላቀሉ ራሽያም ትቀላቀል ብሎ ሲነግራቸው አልሰሙትም።የፕረዚደንት ግዜው ሊገባደድ ሲል አውሮፓ መጥቶ የትም አገር ሳይሄድ ስሎቪንያ ብቻ በመሄድ ተሰናበተ።

እስቲ ሰው ይፍረድ ራሽያም አውሮፓ ዩንየን ትቀላቀል ማለቱ አንጀቴን ነበር የበላው። በኢንተርናሽናል አነጋገር ጠላትህን ካጠገብክ አድርግ እንደሚባለው፣ስዊድኖች ራሽያ እንዳታጠቃቸው ሁሌ ስጋት ሲኖራቸው ከትውልድ እስከ ትውልድ ስጋቱና ፍራቻው እያወረሱ ቆይተዋል አሁንም ስጋቱና ፍራቻው እንዳለ ሆኖ፣ እኔ ጠላትክን ከጎንክ አድርግ የሚለውን አምንበታሎው።በ 2016 ኢትዮጵያ ነበርኩኝና ደብዳቤ ጽፌ ኢትዮጵያ ያለው የስዊድን ኤምባሲ ከተትኩ። የደብዳቤው ፍሬ ነገር እንደሚከተለው ይሆናል።
ደብዳቤው የተጻፈው በወቅቱ ለነበሩት የውጭ ጉዳይ ሚኒስተር ማርጎት ዋልስትሩም ነበር። እሱም ራሽያ ከሚያጎራብቱ ሃገራት ምንም አይነት የዛቻ የፉከራ ወይም ወረራ እንዳታካሂድ ለ100 አመታት ካጎራባች ሃገራት የዛቻ ሆነ የወረራ ነገር እንዳታደርግ ቢያንስ ለ 100 አመታት ስምምነት ፈርማ።ከዛ በኋላ የውጭጉዳይ ሚንስትርዋ ብራስለስ ሄደው ራሽያ ከአውሮፓ ዩንየን እንድትቀላቀል ያደርጉ ዘንድ የሚል ነበር።እውነት ነው ሁላቸውም ሃገራት አውሮፓ ዩንየን ሲቀላቀሉ ለምን ራሽያ ብቻ፣ ራሽያን የምታዋስናቸው ሃገራት ስጋት ካላቸው ልክ ሰጥቶ መቀበል እንደሚሉት፣ የስዊድን ውጭ ጉዳይ ሚኒስተር ብራስል ሄደው ራሽያም አውሮፓ ዩንየን ትቀላቀል የሚል ደብዳቤ ካስገቡ በኋላ፣በራሽያን አጎራባች አገራት የ 100 አመት ስምምነት ያለዛቻና ማስፈራራትለ 100 አመት እንዲፈራረሙ ማድረግ የሚል ፕሮግራም የያዘ ደብዳቤ ነበር።

2023080106:44

ሰሞኑ ካጋጠሙኝ ነገሮች አንዱ፣

ሰፈራችን አንድ የማውቀው ኢትዮጵያዊ የሚሰራው ለ 3 ሺ የባንክ ሰራተኞች ምሳ ማስተናገድ ሲሆን፣ስራ ጨርሶ ሲመጣ ከተረፈው ምግብ ፓክ አድርጎ ወደ ቤቱ ይመጣል።አንድ ቀን ትፈልጋለክ ወይ ላምጣልክ ሲለኝ እምቢ አላልኩትም ከአንድ ሁለት ሰወስቴ ይዞልኝ መጣ። በዋጋ አንድ ትሪ ምሳ ከ 100/150 ክራውን ያወጣል።ቀምሼው ውሃና ጨው ብቻ ነው ጣእሙ። አዘንኩ፣ተበሳጮሁ፣ተናደድኩኝ።እኔ ከምታወቅባቸው ነገሮች አንዱ የሚጥም ምግብ በመስራት ነው።ልጁ ያመጣልኝ ምግብ ፍርጅ ወስጥ ነበርና አውጥቼ ጣልኩት ለልጁም እንዳያመጣልኝ ልነግረው ወሰንኩትኝ።እኔ ከምታወቅባቸው ነገሮች መካከል ዩኒቨርሲቲ ሆነ የትኛውም ትምህርት ቤት ማስተማር እንደምችል፣አቅም ያነሰው መርዳትና ከጉልበተኞች መከላከል ሲሆን ፣ጣእም ያለው ምግብ መስራት ጥቂቶቹ ናቸው ። ።ግን ቆይ የኔ በጣም ከምደነቅባቸውና በጣም ሰዎች ቀምሰው ከሚያደንቁኝ የምግብ አይነቶች ሁለት አይነት የምግብ አይነት ሲኖሩ፣ እነኚህ ሁለት የምግብ አይነቶች በሳምንት ሁለት የምሳ ሰአቶች ሰርቼ ማስተናገድ እችላሎው ስልና ማድረግ ባለመቻሌ አበድኩ አዘንኩ ተበሳጭሁ።አልፎም እንቅልፍ እምቢ ብሎኝ አነጋሁት ።ነብሱን ይማረው ጓደኛዮ ጋሹ ወልደሀይወት ስለኔ ከሌሎች ጋር ሲያወራ፣ዳነኤል ሁሉንም ነገር መስራት እየቻለ አንድ ነገር እንዲሰራ አላደረጉትም። ይል ነበር።

2023080500:00

Fight or Flight Helps Us To Avoid Stressfull Events. daki (የሆነ ነገር ለመተግበር ስዘጋጅ በቅድሚያ አብሰለስልና ይህን ላደርገው የተዘጋጀሁትኝ ትክክል ነው ወይስ ትክክል አደለም እላሎው።ትክክል ነው ወይስ አደለም ብዮ ራሴን ስጠይቅ I Start To Dig.ቆይ! አባቴ እንደዚ ያደርገው ነበር ብዮ ወደኋላ ሳስብ በርግጥ አባቴ እንዳሰብኩት ያደርገዋል። አባቴ ሲያደርገው የነበረ ትክክል ሳይሆን ከቀረ እኔ ማድረግ እንዳሌለብኝ ራሴን እመክራሎው ። ሳይንስ በተሞላበት ድርጊቱን ላለመተግበር I send Antigens.

Stress ካለህ፣የደም ስብ ወይም ፋት ኮሎስትሮል እንዲሁም የደም ግፊት ተጋላጭ ትሆናለክ። እኔ ስትረስ ከሆንኩኝ ሃገር ቤት በመሄድ ቀኖቼና ወራቶቼ በደስታ ሳሳልፍ የስኳር በሽታ ፣የደም ግፊት እንዲሆም ኮሎስትሮል ወይም ደም ውስጥ የመሳሰሉት ይጠፋሉ።ስለዚ ፋይት ወይም ፍላይት መጠቀም የግድ ይላል።

2023080515:46

There Are Two Types Of Motivation......
1-Intrinsic Motivation
2-Extrinsic Motivation

People Motivated Intrenisticlly and Extrenisticlly. Both are Effective. But Extrenistic Motivation is Not As Effective as Intrinsic Motivation. Because Extrenistic Motivated People relay on Drugs and Alcohol. If WE take an Example ኢሱ*ወዲ አፎም* is motivated Intrensticlly. Intrinsic Motivated People They pay 100% of their capacity, Energy, willingness, and everything...and Then They sacced and Hit The Target of their plan. Intrinsic Motivated People, we Call Them weasel Blowers or The Flow. The Existential Power Has One Challenge. i.e., weasel blower. Weasel Blower can Resist The Existential Power Against His Value and Overwhelming Peers.

2023080516:12

እኔን ለ30 አመታት የአእምሮ በሽታ አለብህ ብለው ሲያጉሩኝ፣ያጎሩኝን ሆስፒታል ተከፍሎአቸው የሚሰሩ ጋር ለጅም ወይም ለውድድር ሲዳርጉኝ።እኔ አይከፈለኝም እነርሱ እንደ ዋርድ አሲስታንስ ተቀጥረው እስከ 50 ሺህ ክሮነር በወር እየተከፈላቸው ሲወዳደሩ ከኔው ጋር ፈይር አይደለም።አንድ ታሪክ ልንገራቹህ፣

እኔ የተዘጋሁበት ሆስፒታል አንድ ሞሮካዊ አከመድ የተባለ ሰራተኛ እንደቀልድ አፍሪካኖች በበረዶ ላይ ስኪይንግ ስፖርት ሲሰሩ አይተን አናውቅም ሲል።እኔን መንካቱ ነው። በፈረንጅ 1998 Nöme የተባለች የኖርወይ ትንሽ ቀበሌ አይደር እና አዲግራት ሲመታ በቁጣ ያዙኝ ልቀቁኝ ስል ከሰራኳቸው የጅም ስፖርቶች፣ስፖርተኞች በበረዶ ስኪይንግ የሚያደርጉበት በ እንጨት የተሰራ አቀበት ላይ በመውጣት በረዶ ስላልነበር ተንከባልዮ ሰወስት አራት ግዜ ከላይ ከአቀበት ወደ ታች ተንከባልዮ ወረድኩትኝ። ።ይህ የሰራሁት ስፖርት ፍሪዝ ተደርጎ ለሁለት አመታት ያክል ከዛ በኋላ ኢትዮጵያ ኤሪትራ ላይ ጥቃት ስታደርግ የኢትዮጵያ ሰራዊት እሱን በመሞርከዝ ኮምባት ፈጸመ ።ኢትዮጵያ ጥቃት የፈጽመችው ከሁለት አመታት በኋላ ቢሆንም እኔ የሰራሁት ስፖርት june1998 ነበር ኢትዮጵያ ማጥቃት የፈጸመችው ከሁለት አመት በኋላ ቢሆንም ፎልክ ፓርቲ መሪ የሆነ ሰውየ ላርሽ ላዮንበሪ የተባለ አድቨርታይዝ ያደርገው ነበር። ልክ አዲሱ ለገሰ እንደተናገረው፣ሰራዊቱ እንደ አንድ ሰው ሆኖ ነው ግዴታው የተወጣው ብሏል። አንዳንድ የፊዩውዳል አስተሳሰብ ያላቸው እንደሚሉት አደለም ብሏል። ግዳጁ የተወጣው የእኔ እንደ ፉት ሶልጀር ሆኜ ማለት ነው።ፉት ሶልጀር ማለት አንድ መንግስት ሊሰራው የሚገባው ሳይሰራው ሲቀር በምትኩ አንድ ግለሰብ ሳይገደድ በራሱ የመንግስት ስራ ሲሰራው፣ ያ ግለሰብ ፉት ሶልጀር ይባላል።ሲሳይ አጌና ሲተነትን አንድ ጦርነት በወትሃደር

እርምጃ ነው የሚለካው የሚለው Its none sense.እና አከመድ ሞሮኮው አፍሪካኖች ብበሮዶ ላይ ስኪይንግ ሲያደርጉ አይተን አናውቅም ሲለኝ።እኔ ደግሞ ፓሪስ ቲያትር ላይ ለተደረገው ሆሞሳይድ ስሜ መሃመድ አደለም አከመድ ነው አልኩትኝ።እኔ የሰራሁት ሹክ ሲሉት እርሱ አከመድ የሰራው ደግሞ ሹክ ስላሉን ነው።ይህ ያልኩበት የኔ ስራ ለአከመድ ሹክ ሲሉት አከመድ የሰራው ደግሞ ለኔ ሹክ ብለውኛል።አይ ባቢሎን።አንድ የዴንማርክ ሰአሊ እየሱስ ብሎ አፍንጫው ትልቅ አድርጎ ሲጋራ ሲያጨስ ሲስለው መሃመድን ደግሞ ሴቶች ሲሚግጥ ስሏል። ለዚህም ብዙ ትችት እና ማስፈራርያ ደርሶበታል።አከመድ ሴቶች በየግዜው እንደሚሚግጥ እናቃለን።እኔ ደግሞ ሴቶችን መሚገጤ ሳይሆን ሁሌ በነርሱ ሰበብ በሽተኛ ነክ ሲሉኝና በግድ መድሃኒት ሲሰጡኝ በንዴት ሲጋራውን ነበር እማጨሰው።በሃገርቤትም ፊልም ተሰርቶበታል። ስገልጸው ሰውየውን ሊገድሉት ፈልገው በሲጋራ ገደሉት ይላል።ይህ ዴንማርካዊው ከመሞቱ አንድ ቀን ቀደም ብሎ አንዲት ሞሮካዊት ወጣት ካንተ ጋር ካላደርኩ ብላ ዋይን ግዛልኝ ብላኝ ገዝቼላት አብረን ያመሸን ምሽት ተጨዋውተን ልንተኛ ስንል ሶፋ ላይ ተኛች እኔ አልጋዮ ላይ ጋደም አልኩኝ።ሞሮካዊትዋ አንድ ቃል ስትናገር ሰመኋት፣እሡም እመጣሎው ካንተ ጋር ስትለኝ፣አልመጣችም።ነጋ ከዛ በኋላ ቁርስ ሰርቼ በላን እሷን ከመሸኘቴ በፊጥኝ አንድ ቃል ጣል አደረግኩላት እሱም እኔ ዲሲፕሊን ያለኝ ሰው ነኝ ።ሌላ ቢሆን ወሲባዊ ጥቃት ያወርድብሽ ነበር አልኳት ።በንጋታው ዜና ስከታተል እየሱስ ሲጋራ ሲያጨስና መሃመድ ሴቶች ሲማግጥ የሳለው ሰአሊ በመኪና አደጋ ከዚህ አለም በሞት ተለየ። ። በተጨማሪም አንዲት የ እድሜ ባለጸጋ *ሊልባብስ*የተባለች ስዊድናዊት ተዋናይ እሱማ ጨስ ስትል ባ አንድ ቲቪ ፕሮግራም ላይ የፊልሙ ይዘት የኔን የመሰለ መስሎ ታይቶኝ በሃዘን ስወጣ ትንሽ አልቆየችም ወራት ባልበለጠ አምላክ ወሰዳት ።

ሌላም ከጓደኛዮ ይትባረክ የተባለ ስልክ ስናወራ የሚሰጡህ መርፌ ሲወጉህ ምን የሰማሃል ሲለኝ ጭንቅላቴ ያቅለሸልሸኛል ስለው፣ምን ልታዘዝ የሚል የሃገርቤት ፊልም ላይ ጭንቅላቴ አቅለሸለሸኝ አለ።ዳኪ*ወይ ጉድ*ተወርቶ አያልቅም።ሌላም ልበላቹ፣በሃበሻ 1980 እስጢፋኖስ ሼል ስሠራ በቀን 2000 ሺ ብር በቀን አገኝ ነበር።ታታሪ ሰራተኛም ነበርኩኝ።ከምሰራቸው ስራዎች በብዛት ካሼሪ ሲሆን በሳምንት ሁለት ግዜ ቡታ ጋዝ የጫነ አይሱዙ እናራግፍ ነበር ። እስካሁን እጅ መዳፌ ላይ ምልክት አለው፣።እና በ2020 ኢንግሊሽ ፓርክ በተባለ ቦታ ቁጭ ብየ ቡታ ጋዝ በማውረድ በተፈጠረብኝ ምልክት እጄ ላይ ላለው ቡጉር ነገር ላስለቅቅ ስሞክር በኋላ ቤት መጥቼ ሬድዮ ስከፍት ፔ3 በተባለው የሬድዮ ስርጭት ላይ በ እጁ መጸዳዳት*ብልትን መጸዳዳት * ከማብዛቱ የተነሳ ብጉር አወጣ እያሉ ሬድዮ ኤፍ ኤም ሲሳለቁብኝ ሰማሁኝ። እንደሚጠሉኝ አቃሎው።ስዊድኖች የአርኖልድ ሺዋዚነገር ተርሚኔተር አይወዱትም። በፈረንጆቹ 90ዎቹ ሃበሻዎች ተርሚኔተር የሚል ስም አውጥተውልኝ ነበር።

2023080519:37

ፍትህ አይደለም።

ወደ ስዊድን የመጣን ብዛት ያለን ሃበሾች መሃከል አንዱ ዳዊት የተባለ የአማራ ተወላጅ ትግሬ ጠል ከአምስት አመት በኋላ ወደ ሃገርቤት ተመልሶ እዛው ሃገርቤት ኑሮውን ቀጥለዋል።ትግሬ ጠል ቢሆንም የጠየቀው ማንም ሰው የለም።እዛው ሃገርቤት በሾፌር ይሄዳል።ልክ ደስታ አስመላሽ ፍራሽ አዳሽ እንዳለው አንበሳ ቤት ሰርቶ ከየት አመጣው ቢባል ተበድሮ ሲሉ መልሰው ከየት አምጥቶ ሊከፍለው ነው ሲሉ መልሱ ማን ጠይቆት አሉ ብሏል።እንደነ ዳዊት ትግሬ ጠል ሆነው ሳለ ማንም ሳይጠይቃቸው ተንደላቅቀው ሲኖሩ እኔን ዳንኤል ፉት ሶልጀር ሆኜ የሃገር ሏላዊነት አክብሬ እያሎው እኔን ወደ ቃሊቲ፣አልፎም ወያኔ ፖሊሶች ብትር ሲያወርዱብኝ ኖሯል።ከትግሬ ሌላ ብሄር የሆኑ እስረኞች ትግሬ በመሆኔ የመወጣቻ ዱላቸው አሳርፈውብኛል።

ዛሬ ጥዋት ስዊድን ስቶክሆልም የሰፈሬ ልጅ የሆነ አንድ ሃበሻ ሰላም ተባብለን ጥቂት ወሬአችን ስንቀጥል፣ኢትዮጵያ ደርሶ መምጣቱ አውቄ እኔ እስካሁን ኢትዮጥ፣ያ አለመሄዴን በቁጭት ስነግረው፣ኢትዮጵያ አውሮፕላን ማረፍያ ስደርስ አክም ናጉማ ፈያ እያልኩኝ ኦሮሞዎቹ ዘንድ ስጨባበጥ አሁንም ፈያ አካም ናጉማ እያልኩኝ ኦሮሞዎቹ ጋር ኤርፖርቱ ጋር እየተመላለስኩኝ እጅ ተጨባበጥኩኝ። ገርሞአቸው ባለስልጥን ነክ መሰለኝ እስኪሉ ድረስ ብሎ ጉራውን እንደመንዛት ሲል፣ቆየት ብሎ።እንደ ኦሮሞ እንስሳ የለም ኋላ ቀር ናቸው። ቀጠል አድርጎ ህጻን ለጅ ከነፍሰጡር ቀደው የሚበሉ እያለ ሲናገር በትንሽ ደቂቃዎች በፊት ቦሌ ኤርፖርት ያደረገው ተናግሮ ሲያበቃ እንዴት እንደጆተኒ ተገለባብጦ ሌላ ነገር ሊያወራልኝ ሲዳዳ፣መጨርሻ ላይ ቻውቻው ተባብለን ተለያየን።ብቻዮ ሳስብ እሱ ነበር ስጋት እኔማ አልሳደብ ሰው አክባሪ ለዛውም ኦሮምኛ ቋንቋ በራሴ ዲክሽነሪ ተውሼ አፋን ኦሮሞአ የም ማር ስጋት እንዳልሆንኩኝ ነፍሴን ነገርኳጣሁን አብይ የአሁኑ ግዚያት ሁናቴ ከተወጣው መመለሻ አይኖረውም ስልጣኑን የሚቀማ አይገኝም።ጎ አቢይ ጎ።፣

እኔ ብዙ ግዜ ወደ ኢትዮጵያ ተመላልሼ ያየሁት የኔ ንብረት መላው ኢትዮጵያ ላይ በመፍሰሱ አውቄ ውስጤ አምቄ በ እራሮት ስኖር ቆይቼ።በአንድ ወቅት ከ30 አመት በኋላ ያገኘሁት የ እህቴ ባል፣እንዳጋጣሚ ሆኖ በሩን ሳንኳኳ እሱ ከፍቶልኝ ከመቅጽበት ያለኝ አንታ ዳንኤል ነአካ ዝተባህለ ኩሉ ናብ ካሎት ተገልቢጡ አለኝ።የውስጤ ሳልናገር አምቄ የያዝኩትኝ የ እህቴ ባል የውስጤን ነገረኝ።

2023080802:24

ዳንኤል ኪዳነማርያም መኮነን በስዊድኖች አይን።

ስዊድኖች እኔን ፣ የወላጆችን ሃላፊነት የወሰደ ነው።ስዊድኖች እኔን፣ ለስለስ ያለ ብዙ የሚያውቅ ነው።ይሉኛል።እኛ እንደማህበረሰብ የማዳመጥ ሚናችን በጣም ትንሽ ስለሆነ፣እናም ብዙ

የሚለው ስላለ እድሉን ከፍተን ማዳመጥ አለብን ብለው የራሳቸው ሰዎችን ይመክራሉ።አንድ የታወቀች ደራሲ፣ካሚላ ሊከበርግ የጻፈችው መጽሃፍ በብዛት የተሸጠላት የሸጠችው መጽሃፍ 500 ሜትር የሚሆን፣ርዝመት የሚሆን እንዲሁም እንግሊዞች መጽሃፍዋን ፊልም እያደረጉት የሚገኙ ስትናገር ልጆቻችን እኛን አይሰሙንም የኛን ማለት የወላጆች ሚና ወስዶታል።ብላ አስተያየትዋን ሰጥታለች ።
በእርግጥ የሳይኮሎጂ መጽሃፍ እንደሚለው ኢንተሊጀንት ሰው ካጋጠመህ እሱን ለመስማት አትዳዳ ሪስፔክት አድርገህው ብቻ እለፍ ይላል።

ይትባረከ የተባለ ጓደኛዮ ከኔ ጋር በቀን እስከ 4 ሰአት የሚያክል በስልክ ስናወራ፣ተገርሞ ያገኘሁው ሰው የሚሰማህን፣የምታውቀውን ነገር ሁሉ ተናገረው ብሎኛል።

2023080803:32

Russia

እኔ የምኖርበት አከባቢ ሰግርጌት የሆነ ድሆች የሚኖሩበት አከባቢ ሲሆን፣ከፖላንድ የመጡ በአብዛኛው የሚኖሩበት ሲሆን ሰላምጽ የማንሰጣጥ የፖላንድ ዜጎች ሲያሙኝ ፑቲን ነው ይሉኛል።ይህ እውነታ ሊኖርበት ይችላል።በ90ቹ እኔን እንደራሽያዊ ሂፕኖታይዝ አድርገው የራሽያ Foot Soldger አድርገው ልክ Nadya MUrad and Dennis Mackwage ለኖብል ሽልማት ከካበቃቸው ስለ ወሲብን የጦርነት እና ግጭት መፍትሄ አድርገው ለሚወስዱ የጻፉት ሲሆን፣ እኔን እንደ ራሽያ ፉት ሶልጀር የድሮ ፍቅረኛዮን እንደ ቸቸኒያ ፉት ሶልጀር አድርገው በመውሰድ ቸቸኒያዎች በፕረዚደንት ቦሪስ የልሲን ግዜ ጦሩነቱ አድቫንስድ አድርገው ነበር ማለት ፍቅረኛዮን።ጄሊ አህመድ aka ጃለኒ ጣይብ አባጆኢር በፈረንጆች 1995 ከኢትዮጵያ ወደ አመሪካ ጆርጂያ ነዋሪነትዋ ያደረገች ።

ስዊድን እየኖርኩ ስዊድናዊ የማልሆንበት 33 አመት ስዊድን ኖሬ ለ ሁለት ሳምንት ብቻ በመስራቴ እውቀቴና ጉልበቴ ለ30 አመት ያክል በቢልዮን የሚቆት፣ገንዘብ ለራሴ የሚገባ ገንዘብ እኔ እጅ ሳይገባ ለኢትዮጵያ በመስጠትና ድህነት አረንቋ ውስጥ በመከተታቸው ነው።

እኔ አመሪካዊ ብሆን የሪፐብሊካንን መስመር የምይዝና America First የሚል እይታ ይኖረኛል።ዲሞክራትስ በአንጻሩ የዩሮፐ የሆሊዉድ መርሲነሪ ናቸው
የሚል እይታ አለኝ።

2023080806:24ሲጨፍር

ስለ ራሴ በውስጤ አምቄ ለሰው ሳላካፍል ያስቀመጥኩዋቸው ነገሮች ሻሞን የተባለ የኢራቅ ክርስትያናዊ እና የ እህቴ ባል ተስፋይ ነጋ የተናገሩኝን።

አንድ ሻሞን የተባለ ክርስትያን ሃይማኖቱ ኢራቃዊ፣ብዙም ቅርርብ ያሌለን ኝ በመንገድ ሰላም ሳንባባል የማንተላለፍ አንድ ቀን ቁጭ ብለን ጸሃይ ስንሞቅ።ሻሞን ምን አለኝበፈረንጅ 2007 አንተ ነህ የንግስቲትዋ ልጅ ትክክለኛ ፐሪንስ ብሎ ተናገረኝ፣እኔ ደነገጥኩና ምንም መልስ አልመለስኩለትም። እኔ
እዚህ አገር ለስደት የመጣሁት ፐሪንስ ለመሆን ባይሆንም፣በፈረንጆች 90ዎቹ ያጋጠሙኝ ነገሮች ለፐሪንስነት አብቅተዋል።ይህ ሆኖ ሳለ በውስጤ ለሰው ሳላካፍል ከያዝኳቸው ነገሮች መሃከል ሲሆን ትክክለኛነቱና እውነታው የሚታወቀው ሌላ ሰው ሲናገርባቸው ነው።ሻሞን አሁን በህይወት የለም ራሱን አጥፍተዋል።ነፍስህ እግዚአብሄር በአጸደ ገነት ያኑረው።

ከ30 አመት በኋላ አዲስ አበባ *መገናኛ ያገኘሁት የእህቴ ባል አቶ ተስፋይ ነጋ ከመቅስፈት ተገናኝተን ከመቅጽበት የተናገረኝ፣አንታ ዳነኤል ነአካ እተባህለ ናብ ካሌ ተገልቢጡ * አንተ ዳነኤል ለአንተ የተባለ ወደ ሌላ ሄድ ወይም ተገለበጠ።አልኝ ይህም በውስቴ ተይዞ የነበረ ለሌላ ሰው ሳልናገር ነበር።ትክክለኛነቱ የማረጋገጠው ሌላ ሰው ሲናገረው ነው።የነበረ የ27 መንግስት ንብረቴን ኢትዮጵያ ወስጥ ዘርቶት ሲያበቃ ድርሻውን አባክኖ፣አሁን እኩል የሆነ የሃብት ክፍፍል ብሎ እየተናገረ ይገኛል።ከየት የመጣ ሃብት ፣ከደደቢት ሆነ ቆላ ተምቤን የመጣ ሃብት የለም።

2023080806:47

ጠቅላይ ሚስተሩና ዳነኤል ክብረት ከተናገርዋቸው።
እኔ ተጸኖ ፈጣሪነቴ ያወቅኩትኝ በፈረንጆች ከ90ቹ ጀምሮ ነው።ዳን ኤል ክብረት ምን አለ፣ ሁለት ጀኞች ተወራርደው አንዲት ሴትዮ ውሃ በ እንስራ ተሸክማ ስትሄድ ፣እንስራው ውስጥ ያለው ወሃ እንዳይንቦጫቦጭና እንዳይፈስ የሚከላከል ላዩላይ የሆነ አንቀልባ ወይም ጣሳ እንስራው ላይ ይቀመጣል።አንዱ ጀኛ ምን ብሎ ተወራረደ።እንስራውን ለይቼ ላዩላይ ያለችውን አንቀልባ ወይም ጣሳ ከሩቅ እመታሎው ብሎ ተወራርዶ መታ።ወሃውም ፈሰሰ ።ብሎ ስለ ሁለቱ ጀኞች ዳነኤል ክብረት ተናገረ።እና እኔን ያለ ፍትህ ያጠቁኝ ስለነበር ስዊድን ሳመር የሚባል አልነበረም ዝናብ ብቻ ነበር። space ላይም Nasa ,Mir የተባሉ መንኮራኩሮች አክቲቭ ነበሩ ።ሚር ከሰረ።መጨረሻ ላይ ሚር ማርሽ visa card አገኝሁ አለ። አብዛኛውን ግዜ ዲዛይን ማድረግ ጥሩ ነው ።አንዳንድ ግዜ ግን ሶሳይዳል ነው።በ90ዎቹ ሳመር ይዘንብ ነበር እንዳልኩት ሰዎቹ ቀይ፣ቢጫ፣አረንጓዴ ጃንጥላ ዲዛይን ማድረግ እልህ ይዙዎቸው፣ቀይ፣ቢጫ፣ሰመያዊ ማለት የሮማንያ ባንዲራ ያለው ጃንጥላ ስቶከሆልም ሞላው። ሃገሪትዋ የጎዳና ለማኝ ያልነበራት፣ ሮማናውያን ለማኞች ሃገሪትዋ ላይ ሞሉት ።

እኔ በፈረንጆች 1994/95/96/97/98 ስዊድን ሃገር የጸሃይ ወቅት አልነበረም ሳመሩ ሁሉ ዝናብ በዝናብ ነበር።ሲያዋክቡኝ ሳዋክባቸውና ሳሸንፋቸው።እንዲሁም ዳንስ እውድ እና ታዋቂ ዳንሰኛ ስለነበርኩኝ ፤ባዋከቡኝ ግዜ አዋክቤአቸው ማታ ላይ ጭፈራ ቤት ሄጄ እጨፍር ስለነበርኩትኝ ፤የራሽያ መሪ ቦሪስ የልሲን ሲጨፍሩ በቴሌቪሽን ይታዩ ነበር *Rip

እንዲሁም ሲያዋክቡኝ እያዋከብኩዋቸው፣ጣር ሲያስዩዙኝ ጣር ሳስይዛቸውና ቀኔን በአሸናፊነት ስወጣው ያላቸው መላ ሳቦታጅ ማድረግ ሲሆን።የማገኛትን
ቼክ ሳቦታጅ አድርገው ከአራት አምስት ቀን አገኛታሎው።ለዚህም አንድ ታዋቂ የራሽያ ጀነራል *አለክሳንደር ለብደ ቆይተው በሄለኮፕተር አደጋ የሞቱ Rip ደመወዜ አልተሰጠኝም ብሎው በቲቪ ሲናገሩ ነበር።

2023080812:20

ዛሬ ኢትዮጵያ ኤምባሲ ሄጄ ቦታው ቀይረው ዳንደሪድ በተባለ ቦታ ስፍሯል ።አምባሳደሩን ለማግኘት ነው የመጣሁት ። ብዮ አንዲት ቡና ስታፈላ ያገኘኋትየኤምባሲው ሰራተኛ ሳነጋግር ፤የዛሬ ሁለት ወር አምባሳደሩ ለማግ ኘትና ቀጠሮ ለመያዝ በጽሁፍ እንዲሁም ደውዮ ነበር ። መልስ ሳይሰጠኝ ሲቀር መጣሁትኝ ፤አምባሳድደሩ ማነጋገር እችላሎው ወይ ብዮ ጥያቄ ሳቀርብላት፣ፎርሙ ላይ ስምህ እና አድራሻክ ጻፍና ኮንታክት እናደርግሃለን አለችኝ ። የአምባሳደሩ ስክሬታሪዋ ማነጋገር ነበረብኝ ።ቡና የሚያፈሉ አስቸገሩ።ኢትዮጵያ ስሄድ ቡና የሚሸጡ ያስቸግሩኝ ነበር ።ወያኔ ከእናቴ ሽርኮና ወግኖ ከም ኖርበት ቤት ከማባረሩ በፊት ጥዋት ከእናቴ ጋር ነበር የምጠጣው።እናቴም ቡና መጠጣት ከዳነኤል ነው ብላ ለተቀሩት 7 እህትና ወንድሞቼ ተናግራቸዋለች ።
ታድያ እናቴ ጋር ቡና መጠጣት የለመድኩትኝ ፔንሲዮን ሲሆን ኑሮዮ ፤ከጎዳና ቡና ሻጮች ዘንድ ሲሆን እድሌ።ቡና ሻጮቹ ያስቸግሩኝ ነበር።ኤምባሲው ደጅ ሆኜ አንዲት ቡና ሻጭ ቦሌ ሩዋንዳ ስፈር አንዷ ቡና ሻጭ ያለችው ትዝ አለኝ።እኔ ቁጭ ብዮ ቡና ለመጠጣት ሳይሆን ርቦኝ ሻይ በብስኩት ሳዝ ፤ይኮመጥጥብሃል አለችኝ አይ ግድ የለም ብስኩት እና ሻይ ስጪኝ ስላት ሁለቴ ደ ይኮመጥጥብሃል ብላኝ እኔም ግድ የለም ብያት ለዛውም ሁለት ብስኩት
ብያት አንድ ብቻ አቅርባልኝ፣ተቋደስኩት፣ትንሽ ከቆየን በኋላ ስልኳን አንስታ ወደ ደንበኞችዋ ደውላ ኑ ቡና ጠጡ አረንጓዴ ነው ስትል ሰመኋት።ከዛ በኋላ ስልኩን ዘጋችው። ከትንሽ ደቂቃ በኋላ ሰወስት ሰዎች መጡና ቦርጨማው ሳብ ሳብ አድርጋላቸው ሲቀመጡ አንዱ ምን አለ፤ያ የማይናደፈው ጉንዳን ነው ሲል,እኔ ልሰማው ነው፣ሌላ የማስብ መስዮ ዝም ብዮ ስልኬን እገለባብጣሎው።ይህን ትዝ ሲለኝ ቡና አፍይዎች አስቸገሩ እኮ ብዮ ኤምባሲው በጣም እሩቅ ስለነበር እየዘነበብኝ ሄጄ እየዘነበብኝ ሰፈሬ ደረስኩ።

2023080814:31

እኔ የሚቀርቡኝ ሆነ የማቀርባቸው ሰዎች ስገጤዎች ሲሆኑ፣የራሴ ጥፋት አይደለም።ሸረሪት እንደምታልመው።ነጮች ሆን ብለው ከሰገጤዎች ዘንድ እንድቀርብ ያደርጋሉ።የኔ ጥፋት አይደለም።ከአገሬ ሰዎች እንዳልቀርብም ነጮች ያለሙት ሴራ ነው።bcaዮ ስሆን ውሎዮ ከታዋቂና አገር መሪዎች ነው።አንድ ያየሁት ፎቶግራፍ የ ኢትዮጵያ ጠቅላይ ሚንስቴርና የስዊድን ጠቅላይ ሚንስቴር አብረው የተነሱት ፎቶ ሆኖ ሳለ ፣የኢትዮጵያ ጠቅላይ ምኒስተር እጃቸው ኪሳቸው ውስጥ ከተው ሲሆን ከፎተው እንደተረዳሁት ከዛ ሁሉ የአለም መሪዎች መሃል ሁለቱ የሚያገናኛቸው ምክንያት ምንም ነገር የለም ለመነጋገር የቀረበው ደግሞ የስዊድኑ መሪ ሳይሆን የኢትዮጵያ መሪ መሆናቸው መገንዘብ ችያሎው ።በተጨማሪም የኢትዮጵያ ኤምባሲ አሁን የሰፈረው ከ አንድ የስዊድን ህይወት አድን ድርጅት መሆኑ የጥርጣሪዮና ግምቴ እውን የመሆኑ እድል ከፍ አድርጎታል።
የሚያሳስበኝ ነገር የራሽያ ግንኙነት ኢትዮጵያ ላይ ምን እንደሚሆን ሳስብ፣እንዲሁም እነ ፕሮፌሰር በየነ እና ብርሃኑ ነጋ ማኒፌስቶአቸው ላይ እንደ ስዊድን ሶሻል ዲሞክራቶች ነው አላማችን ማለታቸው እንዲሁ አሳሰቦኝ፣ይበልጥኑ የኢትዮጵያ ፖለቲከኞች እንዳሉት መራባውያን ገና በመለስ ዜናዊ ስርወመንግስት ጀምሮ ነው ሰርገው የገቡት ማለታቸው እና እንዲሁም እኔ ኢትዮጵያ ብዙ ግዜዎች ተመላልሼ ባገኘሁት እውቀት እና ልምድ መራባውያን ኮራፕት ያደረጉት የኢትዮጵያ መንግስት ብቻ ሳይሆን ህብረተሰቡን ጭምር ነው የሚል ድምዳሜ ሲኖረኝ ኢትዮጵያ ከመራባውያን እና ከራሽያ ፌደረሽን ያላት ፖሊሲ አንዱን መሳብ አለባት ነው The More You F**k People, The More Rich You Get! እንደሚባለውከሁሉም አቅጣጫ ከመጣ ጋር ውል እና ስምምነት። ማድረግ ኢንቬስተርን ጨምሮ ማስተናገድ ኢትዮጵያ ላይ ለተዳቀነው ሁኔታ ዋና መንስኤውና Chronic እየሆነ የመጣው።በአጠቃላይ ይህ ክሮኒክ ብልጦች ካገኘ የሚፈታ ነው የሚል ድምዳሜ ነው ያለኝ። daki(For Every Problem There Is a Solution).

አቶ አበይ ስልጣን ከመያዛቸው በፊት እኔ ስለ ስዊድን የጸጥታና ሰላም ሁናቴ ሳስበው ባጣም ይገርመኛል ከ ሃያ አመት በፊት ጀምሮ።ለምን ይፈራሉ ፣ፈርተውስ ለምን ለሚፈጠረው ትውልዳቸው ፍርሃት ያወርሳሉ።ጠላትህን ሁል ግዜ ካጠገብክ አድርገው የሚል አባባል ለምን አይጠቀሙበትም።ገፋ ቢል እንኳን የኢትይዮጵያ በረራ በሳምንት ሰባት ግዜ አለ ወትሃደርን ከኢትዮጵያ ማጥለቅለቅ ቻይላል የሚል አስተሳሰብ ከሃያ አመት በፊት ጀምሮ ይመጣብኝ ነበር ፣ይህን ሃሳብ ለማንም ሳላካፍል ያሰብኩትኝ ነበር ።አቶ አበይ ስልጣን ይዘው ኢትዮጵያውያን ወትሃደሮችን ወደ ሌላ አገር መላክ እንደሚፈልጉ ተናግሯል።ይህ እንደ *ዝናቡ*የተናገሩት ያወቅኩትኝ በፈረንጆች በ90ዎቹ ጀምሮ ነው።ልክ በ15 አመታቸው የጀነራል ሳሞራ ራሽን የቆረጠሙት ግዜ።

2023080820:57

Text Book Says "You Don't Need To Change Environment To Be Succesful" Highly Educated Psychologists Interviewed Students Of Psychology From Slovenia, Albania And ChekRepublic and Students From All Three Countries Answered"We Need and Must Go To America and Weast Europe To Be Succesfull. The Highly Educated Psychologists leave Their Pen At The Desk and quit their Research without coming To an End.አሽናፊ ታዮ (If it doesn't Become Succesfull Just Change your Identity.).

daki(ገንዘብ አገኘሁ ማለት አልፎልሃል ማለት አይደለም።ተማራማሪዎች ነገሩን ሳይቋጩ እስከርቢቶአቸው ጠረጴዛ ላይ አስቀምጠው የተዉት ምክንያት
እንዲያልፍልን ብለው ሃገራቸው ጥለው ወደ አሜሪካ እና አውሮፓ የመጡትን ሲያስተውሉ የመጡበት አገር ሰርተው ደህና ክፍያ ካገኙና የተመኙትን ገንዘብ የማግኘት ዘመቻ ከተሳካላቸው በኋላ complain ሲያደርጉ እና ዲፕረሽን ውስጥ ገብተው ስደት ጥሩ አደለም ሲሉ ይገኛሉ።-
-

2023080900:29

በ 2015/16 አከባቢ ከ x-cones ወደ magnusladelasgatan መኖርያ ስቀይር፣በአዲሱ የሰፈርኩበት መጀመርያ ላይ ድርብ በአንድ ግዜ የሁለት ወር ኪራይ ክፈል ብለውኝ ከፍያ ለምግብ እና አንዳንድ ነገሮች ሳንቲም አጥሮብኝ፣የግድ እርዳታ አስፈልጎኝ ዌልፋር ሀሰልብይ የሚገኝ ዘንድ በመሄድ የምግብ
ኩፖን እንዲሰጡኝ ለመጠየቅ ከጥዋቱ 8 ሰአት ሄጄ ጠብቅ አንዷ ሶስዮነም መጥታ ታናግርሃለች ብለውኝ ቀኑን ሙሉ ስጠብቅ ውየ ከሰአት በኋላ 17 ሰአት ሲዘጉ ቤቴ ሄድኩኝ።ቀኑን በሙሉ ለመጠበቅ በተግስት የቻልኩትኝ የሳይኮሎጂዮ መጽሃፍ እያነበብኩ ስለነበር ነው።በንጋታው ስመለስ እንዲሁ ማንም ሳያስተናግደኝ ከሰአት በኋላ 17 ሰአት ላይ መስርያቤቱ ሲዘጉ ማንም ሳያስተናግደኝ ተመለስኩ።ዘወትሮ ጉዳይከ የምትጨርሰው ወይም የሚያስተናግዱህ በ2 ሰአት ውስጥ ነበር።በነኚህ ሁለት ቀኖች በየቀኑ ከ 50 ያላነሱ ሰዎች መጥተው ተስተናግደው ሄዱል። እኔ መስርያቤቱ ስገኝ ከሁሉም ተስተናጋጆች ቀድሜ ስመለስ ሳልስተናግድ መጨረሻ የምሄደው እኔ ብቻ ነበር።ለካ የመስርያ ቤቱ አለቃ አንድ ሃበሻ ነበር።የሆነ ስፖርት እንበለው ወድድር ላይ እንደዳረጉኝ ገባኝ ።መጽሃፈ እያነበብኩትኝ ዘና ብዮ ነበር ሁለቱ ቀናት ያሳለፍኩትኝ።ሃበስሃ አለቃው የሰራተኞቹ መግቢያና መውቻ በር እየከፈተና እየዘጋ የሆኑ በር ሰሪዎች ሲያነጋግር አየው ነበር።እነኝህ ሰዎች የስራ ልብስ የለበሱ አናቲዎች መሰል እንደነበሩና ከኔው ቲም እንደሆኑ ሸተተኝ። በሰወስተኛው ቀን ግማሽ ቀን በኋላ አንዲት ናታልያ የተባለች እርጉዝ ሴሶኘም መጥታ አንተ መጽሃፍ የምታነበው ና ብላ ስትጣራ ቀረብ ብዮ ዳንኤል ኪዳነማርያም መኮነን ዶክቶራንድ

ሳይኮሎጂ ኢንዳስትርያል ፕሮዳክሽን ኤንድ ኢንዳስትርያል ዲዛይን ብየ እጅ ስጨባበጣት፣የ200 ክሮነር ኩፖን ሰጥታኝ ተቀብየ ቲማቲም እና ቀይ ምስር ገዝቼ ሰርቼ በድርቆሽ በላሁትኝ። ማታዉኑ ዜና ስከፍት Hans የተባለ Internationally knownበሳይኮሎጂ ተንታኝነት የሚታወቅ በድንገት አረፈ የሚል ሰማሁ።ከዛ በኋላ hans och dorren የሚባል ቲቪ ሾው ተፈጠረ።ስሜቴ ትንሽ ነካው።ከረጅም ግዜ በኋላ ዊልፋር መስርያቤት ስሄድ።የሰራተኞቹ መግቢያና መውጫ በር ክፍት አድርገውት እንዳፈለክ የምትገባና የምትወጣበት በር ሆኖ ቀረ።

2023080901:35 Steariotypes

When Some Of Them Diagnos Me,The Rest Of Them Use Steariotypes.Methadon ለማግኘት በጥዋት ከሚሰለፉት ጎን እኔ ጉዳት ያለው እንዲሁም ቦርጭ የሚያስወጣ መድሃኒት በግድ እንድወስድ ሃኪሞች ሲያስገድዱኝ።መትሃዶን የሚወስዱ ሄሮይኖች ቦርጫም ነህ ይሉኛል።
አንድ ቀን ታንቱ የተባለ የሳመር ጸሃይ መስጫ ቦታአንድ ልጅ ከሚሰራበት ቦታ ቀኑ ሳያልፍበት ምግብ የሚያድል ዘንድ ምግብ ለማምጣት ስሄድ ከምሄድበት አቅጣቻ በተጻራሪ አንዲት የእድሜ ባለጸጋ ሴትዮ ዌልቸር ላይ ተቀምጣ ትራፊክ ጭንቅንቅ መብራት ላይ ስንገናኝ ዌልቸሩ ማሽከርከር አልቻለችም ነበር ከእርጅናዋ ብዛት ።ያው የትራፊክ መብራቱ ቀይ ከማብራቱ በፊት እኔ ቀልጠፍ ብዮ ሴትዮዋ ዘንድ ሄጄ አቅጣጫዮን ቀይሬ ሴትዮዋን ለመግፋት ወሰኜ፣ወዴት ነሽ ስላት ምግብ ለመግዛት ወደ ሱፐርማርኬት ነኝ ብላኝ ሱፐርማርኬቱ ዘንድ ገፍቼ ወስጄ ምግብ ገዝታ ወደምትኖርበት ዘንዳ አደረስኳትና እኔ ወደ ምግብ የምትሻማበት ቦታ ድረስ ሄጄ ሻንጣዮን ስሞላ፣ፖሊሶች እዚህ ቦታ ሁለተኛ ግዜ እንዳታመጣ ብለው ልጁን ማስጠንቀቅያ ሲሰጡት፣ከፈለጋቹ ሳልቬሽን አርሚ በተባለ የረዴት ድርጅት ምግብ አለ ሂዱና ብሉ ብለው ሲያበቁ ሌላኛው ፖሊስ Han Spårar kompitens ችሎታውን አይጠቀምበትም ብሎ በአሽሙር ተናገረኝ።ለሴትዮዋ ያደረኩላት እገዛ እስከ 3000 ክራውን ያስከፍላል።ፖሊሶቹ ሀኪም እንድሰራ ያልፈቀደልኝ መሆኑ አላወቁም።ኝ ጥሩ መስራቴ መከፈል ወይም መወደስ ሲገባ Steariotype ይሉሃል ይሄ ነው።

2023081404:55

Yesterday, 20230813, I Had The Finest Dream In My Life, Which Makes Me How To Resolve My caustic Relationship With My Brothers, Sisters, Including My Mother, Who Live In Canada And the United States.

I Have Unresolved Probllem With The Swedish Aughterities Too.To begin With My Mother Including My SSister Acuesed Me Faulsly For Not Accepting To Go And Meet Thhe Ethhiopian Prist Who Has Conection With Countries Outside

Ethiopia And Ethhiopia It Self.ዕናቴ እና እህቴ ፋና ከነበረው የ ሃያ ሰባት አመት መንግስት ቀድመው ጥቅም በመቀበል እኔን ቄስ ግርማ ዘንድ ሄጄ እንድለፋለፍ።I Am Not The Kind Of Person Who Babels About My Life ,Experiance and What Hapend To Me In The Past In Open Highway.I know Who I Am.I Move Consciously.I Am Always With The Sense Of Direction.ወንድም እና እህቶቼ ጋር ስገኝ ሰዉ ሁላ ትኩረቱ እኔ ላይ ስለሆነና እንሱ ዞር ብሎ Intention ስለማይሰጣቸው ከዚህ ውርደት ለመውጣት እነርሱ ባሉበት እንድገኝ አይፈልጉም።እንዲሁም

አባቴ ከልጆቹ ሁሉ ቁከረት ሰጥቶና አቀማጥሎ ስላሳደገኝና እናቴን Abiuse ያደርጋት ስለነበር እኔ ላይ karma ሊፈጽሙ ስለሚፈልጉ ነው።በኔ ስም እና በኔው የቴና ቀውስ ሰበብ ከመንግስት ጥቅም ተቀብላ እኔን ቄስ ግርማ ዘንድ እንድሄድ ከነበረው መንግስት ተስማምታ እኔ አልሄድም ማለቴ የተቀበለችው ጥቅም መርጣ በሃሰት ከታናሽዋ እህቴ ጋራሽርባ አብሬአቸው ከምኖረው የመንግስት ቤት ከፖሊስ ጋር ተስማምታ በ2016 ፖሊስ እቤት ሁለተኛ እንዳልደርስ ማድረጉና እኔ ከሰባት አመት በፊት ጀምሮ በየፔንሲዮኑ ስንከራተት ልቤ ተሰባብሮ ጸጉሬ ያኔ ነበር የሸበተው።ትርሃስ እና ኤልሳ የልጅነት ጓደኞቻቸው የሆነች ልታገባ እና ሰርጓ ላይ ለመገኘት ልጆቻቸው ይዘው ከካናዳ አክሱም ሲመጡ እንደ አጋጣሚ ሆኖ እኔም ከስዊድን አክሱም ስሄድ መምጣቴ ሰምተው ወድያውኑ ልጆቻቸው ይዘው በፍጥነት ወደ አዲሳባባ ሲመለሱ ።የነኝህ ሁለት እህቶቼ ተግባር ይመቸኛል እኔን ማግኘትኝ ሆነ ማናገር አለመፈለጋቸው ይስማማኛል። I Respect ፋና እና እናቴ ዊድ ሁሉ ያጨሳል ብለው የኔን ክፉ ተመኝተው አደጋ ሊያደርሱብኝ ተቃጥተው ሲያበቁ ፋና አብራ ላበረችው ፖሊስ ከስዊድን አልመጣም ከሩስያ ነው ብላዋለች ። እኔ ቤት እንዳልደርስ ካደረጉ በኋላ ቤቱ ሊቦች ገብተው 10 ሺህ ዶላር ሲዘርፍዋቸው ሌቦቹን እንድይዝ

አያፍሩም ጥያቄ አቅርበውብኛል።እናቴም በኔ ምክኛት ባገኘችው ጥቅም ባለ አንድ ፎቅ ቤት አክሱም ጎንደር ሰፈር በተባለው እኔ እንዳላውቅ በሚስጢር አሰርታ ስታበቃና ቤቱ ተገንብቶ ሲያበቃ ሰዎች ነግረውኛል።

የአቶ ሃይለመለኮት ልጅ ዘመዳችን ካናዳ የሚኖር እኔ በ1997 ካናዳ ሄጄ ሳሎው አግኝቼው በጣም የበሰለ ሰው መሆኑን ስለተገነዘብኩትኝ ስዊድን የምትኖረው የአክሱም ልጅ ተክለወይኒ ታደሰን ደውየ የአቶ ሃይለመለኮት ልጅ ስልክ ቁጥሩን እንድጸጠን አድርጌ ልጁን ካናዳ ደውዮ ያለውን የቢተሰብ ቢዛር

አናግሬው ለመላው ወንድም እና እህት እናቴን ጨምሮ መንገዶ ላይ ስለቆሙና በኔ ስም ጥቅም ስለወሰዱ ጉዳቸው እንደደረስኩበት እንዲያውቁ አደርጋሎው።በተለይ ሰገድ እና ሌሎቹ ጉሮራቸው ከመያዜ በፊት ከዚች አለም እንድለይ ትልቅ ፍላጎታቸው መሆኑ ስለደረስኩበት መግቢያ መውጫ መንገዳቸው ያግኙ።ሰገድ እኔ ይህ ሁሉ ጉድ ሳላውቅ በመቅረቴ በስልክ ባገኘሁት ግዜ ይጨቀችቀኝ ና ስልኩ ይዘጋብኝ ነበር።ለብዙ ግዜዎጭ በ2019

ሃገርቤት እሄዳሎው ብዮው 200 ብር በየወሩ እልካሎው ብሎኝ ሳይልክ ሲቀር ለ40 ቀናት ያህል ሳይልክልኝ ቀርቶ 40 ቀናት በችግር አሳልፌዋሎው።ሁል ግዜ ደስታዮን ይወስድብኛል Shakesper said "I Am Happy!Becouse I Dont Expect Any Thing!

አርቲስቱና የአክሱም ልጅ ብርሃኔ ሃይለ ከአመሪካ ወደ ስዊድን መጥቶ በርሱ በኩል 500ብር

ሲልክልኝ ከ6 ወር በኋላ ነው እንደገና የምልክልህ ብሎ ቃል ገብቶ እኔን አቢኡስ ለማድረግ ድምጹ አጥፍተዋል።ከእንግዲህ በኋላ ምንም ነገር ከማንም አልጠብቅም።የኔን ፕሮፐርቲ ለወሰዱ ማምለጫቸው ያኝዩ አልለቃቸውም።ሰገድ ከኔ የማይሻል ስታበርን ሰው ነው።ብርሃኔ ሃይሌን ሰገድ እንዴት ነው፣ብዮ ስጠይቀው ዝም ብሎ ይበሳጫል ሲለኝ ልቤ ተሰብሯል።ሰገድ ኝ በኔ ተጠቅሞብኝ ከየሺ ገብረመድህን ጋር አብሮ ወደ መቀሌ ኪድናፕ ለያደርገኝ ሞክሯል።7 ወይም 9 የሚሆኑ መኪናዎች አስገብቶ ለሰዎች አድሏል።እኔስ መኪና አልፈልግም።ይገርማል። በ ፈረንጆች 2001 የ200 ብር የእግር ኳሶች ገዝቼ ለአክሱም የድሮ ትምህርትቤቴ ሰስጥ የኔን አይቶ በ2019 አክሱም እያሎው የገባልኝን ቃል በመተው ለአክሱም ታዳጊዎች የስፖርት ልብስ ልኳል።አዎ ይገባኛል ፖርትላን አረጎን አብሮ ከሚውላቸው ሃበሾች ያዘዙት በቀን ከ200 እስከ 300 ብር ከፍሎ ጠረጴዛውን እንደሚጠርግ አቃሎው።ማንም የሚረባ የለም እኔ በቅቤና አዋዜ የታሸ ዳቦቆሎ ከሃገር ቤት ሳመጣ እነሱም እንደዛው።እኔ ሳምቡሳ ለቁርስ ስለምወድ ገዝቼ ስበላ እነeሱም እንደኔ እኔ ከስዊድን ምስር ይዜ ኢትዮጵያ ስሄድ እነርሱም ከካንዳ ምስር ይዘው Mother F***rs.

2023091205:26
place;-stkm (Sweden)

ormänsgatan 26

16556 Hässelby

አባቴ ፣አቶ ኪዳነማርያም፣መኮነን፣ምራጭ፣አጽመይ፣እንቁይ በልዩ ከሁሉም ልጆጩማለት 20 ዎልዷል ከ20ያዎቹ እኔን በልዩ አቀማጥሎ ነበር ያሳደገኝ ከዚህ የተነሳ እኔ ከትምህርት ቤት መጥቼ እርሱ ስራ እሄዳሎው የከሳሽና አቃቤህግ ምስክር በለው ግፍ የሰራ ሰው እስከ ተላላኪ ምስክሮች ከመመስከራቸው በፊት በትክክል እንደሚመሰክሩ ቃለ መሃላ ተላላኪ ስያሳልማቸው፣
ከም ጉንዲ የንቅጸኒ
kእም አውዲ ይኮስትረኒ ብለው ቃለመሃላ ሲሰጡ ማየትና መስማት አግዳሚ ወንበር ላይ እግሬ የመስርያቤቱ ወለል ሳይነካ ተንጠልጥሎ ሁሉን አይቼ ስራ 4 ሰአት ሲያበቃ ሆቴል ሁለት ከበዛም ሰወስት ቢራ ነበር የሚፈቀድልኝ ጠጅ ከሆን ወሰን የለውም።እንዳፈሎከ ነበር የምጠጣው። አንዳንዴ ጣፊጥ ያለ ብርዚ የሚባል አንዳንዴ እኔ ነው የሚባል ጠንካራ ብርሌ ያዝልኛል።እኔ በጽጋ እጠጣሎው።እኔና አባቴ እንደ አባትና ልጅ ብቻ ሳይሆን እንደ ጓደኞሞች እንተያያለን። አስተዳደጌ ለዚህ አሁን ያለሁበት ሁናቴ በጣም አስተዋጾ አለው።አድርገዋል።
More Or Less ,,,It Makes Me To Be "Determin"!
ወላጅ አባቴ፣ ይፈራ፣ይጠላ፣ይከበር እና ይወደድ ነበር።እኔም እንደአባቴ እፈራሎው፣እጠላሎእ፣ እከበራሎው፣ እወደዳሎው! It's Gene
እናቴ የሃብታሙ አያሌው አድናቂ ናት እናቴ፣ስለሃብታሙ አያሌው የኢትዮ 360 ይህ ነው

የሚያውቀው ትላለች ሃብታሙ አያሌው። እኔም የሃብታሙ አያሌው አድናቂ መሆኔ፣ It's gene

Hans Eysnck 1967 Viewed Two Dimensions Factor Model Of Personality Trite.

UNSTABLE	vs	STABLE	INTROVERT	vs	EXTRAVERT
modesty		touchy	passive		sociable
anxious		restless	careful		outgoing
rigged		aggression	thoughtful		talkative
sober		excitable	peaceful		responsive
pessimistic		changeable	controlled		easy going
reserved		impulsive	Relatable		lively
unsocial		optimistic	even-tempered		carefree
quite		active	culm		leadership

Raymond Cattell 1965 Compared 16 personality traits between Olympic Athletes and Famous Artists.

Olympic Athletes	**Famous Artists**
Reserved	Ooutgoing
Less Intelligent	More Intelligent
Affected By Feelings	Emotionally Stable
Submissive	Dominant
Serious	Happy-Go-Lucky
Expedient	Consciousness
Timed	Venturesome

Tough-Minded	Sensitive
Trusty	Suspicious
Practical	Imaginative
Forthright	Shrewd
Self-Assured	Apprehensive
Conservative	Experimental
Group Dependent	Self-Sufficient
Uncontrolled	Controlled
Relaxed	Tense

The Big Five(OCEAN) Personality Traits.By MaCcrey and Costa 2008

Trait	Facets
Openness vs. Closeness for Experience	Ideas, Fantasy, Aesthetic, Actions, Feelings, Value
Conscientiousness vs. Lack of Direction	Competence, Order, Dutifulness, Achievement Striving, Self-Discipline, Deliberation
Extraversion vs. Introversion	Sociable, Assertiveness, Activity, Excitement Seeking, Positive Emotion, Warmth
Agreeableness vs. Antagonism	Trust, Straightforwardness, Altruism, Compliance, Modesty, Tender-Minded
Neuroticism vs. Emotionally Stable	Anxious, Angry, Depression, Shy, Impulsive, Vulnerability

2023100607:31

በነጮች 1994 ስለ አውሮፓ ዩን ዮን ምርጫ ላይ በተደረገብኝ ኤክስፐሪመንት ለምን ናይ ፎር ለአውሮፓ ዩን ዮን።እስኪ ከቻለው ለብቻውን እንየው ብሎ ካርል ቢልት የተባለ የቀድሞው ጠቅላይ ሚኒስተር ከጓዶኞቼ ሲነጥለኝ ግዜ ፤ይሄው ብቻዮን ቻልኩትኝ ።እነኛ የነበሩኝን ጓደኞቼ የት እንዳሉ አይታወቅም ግማሾችም በህይወት የሉም።

202310100336

ቀኝ እግሬ ከታመምኩ ከ 2020 ሲሆን ለዚህም ቀኝ እግሬ ልታመም የቻልኩት ኤሌክትሪክ ሾክ ተሰጥቶኝ ነው። ይህ የሆነው አልጋ ላይ ጋደም ባልኩ ግዜ አያሌው ሽፈራው በተባለ ኢትዮጵያዊ ዋርድ አሲስታንስ 69 በተባለ የህክምና ሴክሽን ነበር።ኤሌክትሪክ ሾክ የሰጠኝ። ከዚህ ኤሌክትሪክ ሽክ በተነሳ ቀኝ እግሬ አሁንም ያመኛል አንክሳሎው።

ከብዙ ግዜ ማሰላሰል የቀኝ እግሬ መታመም የበቃሁት ትግሬ ነው በማለትና እኔ ላይ ትልቅ ፍርሃትና ስጋት አድሮባቸው የካቲት 2020 ነበር እኔ ላይ ጉዳት ያደረሰው አያሌው ሺፈራው።

የሰሜን ጦርነት ትጀምሮ ተኝቼ በህልሜ አቢይ አህመድ ሲያስታምመኝ ነበር ህልም ያለምኩት
።

2023101418:39

A book called *It Takes a Village* by Hillary Rodham Clinton and *Man's Search for Meaning* by Viktor Frankl—both go hand in hand. *Thinking, Fast and Slow* by Daniel Kahneman. ላይ የኔ ገጸ ባህሪ System Two ይባላል።

2023102806:23

ምእራባውያን ድሮ ኮነሬል መንግስቱ ሃይለማርያምን ከጠየቅዎቸው መጠይቅ፣ ሰው እየተራበ ለኢስፓ ምስረታ በአል መአት ውስኪ አወረድክ ብለው ጠይቀዋል።አሁንስ ምእራባውያን ኢትዮጵያ ላይ ለሚያፈሱት ገንዘብ ለምን ድሮን ገዛህበት ብለው ለምን አይጠይቁም።ወገኔ ሆይ ለኛው እልቂት ሰበብ ዋናዎቹ እነርሱ ም እራባውያን እንደሆኑ ዘንግተሀዋል መሰለኝ።

I am an **Ethiopian-born, Russian-American (Republican) Jew** who has lived in Sweden for 33 years.

I have a background in **industrial design and industrial production**, as well as a **doctorate in psychology** and **space water studies**.

I speak **four languages** and can play with many more.

During my 33 years in Sweden, since 1994, I was invited for what they called a **"neglected towel."** They labeled me **"illes Jew"** and associated me with the **"half wheats,"** trying to make me believe that I was weak.

But I am **not weak**. I am very **unique**.

Bear-Jew. Proud to be born in December

2023042122:14

በግድ የምወጋው መርፌ ከተሰጠኝ በኋላ የሚሰማኝ ስሜት፣ልክ እንደ አውቲዝም poor communication skill,rigid behaviour,repititive,unresponsiv to others.ሃገር ቤት ስሄድ መርፌው ስላሌለ የዱሮው Original Daniel እሆንና ለነገሮች ቀልጣፋ
ከሰዎች ጋር ሳወራ ብጽሞና እያደመጡኝ ከመጠን በላይ ተመስጠው ይሰሙኛል በጣም ደስተኛም እሆናሎ

ሌክቸረር አሸናፊ ታዮ በሶሻል ሚድያ እንደገለጸው የአንድ ሁናቴ ውጤት ላይ አታትኩር።
መነሻው ላይ እንዴት ሆነ ብለክ አሰበክ መነሻውን ለማወቅ ሞክር
በሃገር ቤት እኔ ውጤታማ እንዳልሆን የሚያደርገው እኔን ማንገላታት መኖርያ ማሳጣት ድርሻየን መከዳት የመሳሰሉትን የነበረው የ27 አመት መንግስት ሴራ ሲሆን በጥሼ መውጣት አለብኝ ካልኩትኝ ሁለት አስርታት አመት ሆኖታል። ።በተጨማሪም ሞክሬ ሞክሬ እምፈልገው ደረጃ ስላልደረኩ I have to change my identity. Source:-(Ashenafi Taye 2023).

2023062702:25

ከላይ የተጠቀሰው፣በማያያዝ ኪዳነ የሚል ስም እጠራሎው። ይህ አጠራር በትላልቅ ኤርትራውያን ሲሆን፣ምእራባውያን During the 90th!

ኢትዮጵያ የገቡትና ማህበረሰብ ኮራፕት ዝገበርዎ ከሙውን ንመንግስቲ ኢትዮፕጵያ ኮራፕት ከገብሩዎም እንተለዉ ናይ ህጂ 26 አመት፣ ብወገን ኤርትራ ዝነበረ ፖለቲካ ናይ ህጂ26 አመት ኤርትራ ጋዜጣ አንቢበ ካፍቲ ዝረአኩዎ ስእሊ አብቲ ናይ ኤርትራ ጋዜጣ ናይ ህዚ 26 አመት፣
Place:-(Kultur Huset)

Sergelstorg

Stockholm
ካብቲ ዝረአኩዎ ስእላዊ ምስል As Follows....

አጼ/ሃይለስላሴ ከታች ሆኖው ኢሃዴጎችን ብቻቸው ተሸከመው ሲሄዱ የሚያሳይ ምስል።በኤርትራ ጋዜጣ ላይ የዛሬ26 አመት አይቻሎው።

2023060705:41

I borrow my books from Karolinska Institute University. One day, I think it was 2016-17 went to the library (Culture House)and asked to borrow one of the books I already had.....the librarian looked at the data and asked me the book's name. I answered," The science of mind and behavior..edition 5." he looked at it on the data. And gave me an answer. We dont have some; one has borrowed it, and there are three others in the queue. If you want to borrow it, you will be four in the queue! He said, and I responded, "it's ok! When I left the reception a few yards away, he whispered to his colleague the book he asked for was updated at the theater.(boken han frågar är på utställning!.daki 2023010620:49 jag är den försvunen skatt och talande tavla).Folks Used To Say...

202104161135

በ ዳነኤል ኪዳነማርያም መኮነን ምራጭ እንቆይ አጽመይ።
ከዛና አክሱም ተምቤን ዳባት አዲስ አበባ ስዊድን።
ከራስ አሉላ አባ ነጋ ትውልድ ሃረግ ።

የነበረው የሃያ ሰባት አመት መንግስት ገና በጥዋቱ ወርቅ አገኘሁ ብሎ ገና ሜዳ ላይ፣ ለወጠኝ ለጨው ለስኳር በጥዋት፣ ።እንዲሁም ዩቱብ ላይ ዳነኤል ኪዳነማርያም ተብሎ ከተገባ ስለ ወርቅን ለጨው ለስኳር አቀያየር የሚያመላክት ሽለላ ማዳመጥ ይቻላል።በ 33አመት የስዊድን ንሮዮ ወደ መቶ ግዜ የሚሆን ወደ ኢትዮጵያ ጉዞ ሳደርግ ካጋጠሙኝ ሁናቴዎች አንዱ የምሄድበት ታክሲ ለሰአታት አዲስ አበባ ቀበርቾ አከባቢ ብዙ መኪኖች ቆሟል ፣ ረዳቱን ለምን ሾፌሩ አይነካውምብዮ ጥያቄ ሳቀርብለት ፣የመኪና መሄጃው አስፋልት እየቆፈሩ ነው ሲለኝ ፣ለምን ስለው መአድን አለ ብለው ነው የሚቆፍሩት ብሎ መለሰልኝ። ። ይህ ካጋጠሙኝ አንዱ ሁናቴ ነበር ።ምን ቢቆፍሩ ምሳ ይዘውበት የመጡ የ 25 ሳንቲም ፌስታል ነው የሚያገኙት ።ስል ታክሲ ወስጥ የነበረው ሳቅ በሳቅ።

በለውጡ ግዜ 3 ግዜ ብሄድም አልተስተናገድኩም።ለለውጡ እንዲመጣ ታታሪ ሆኜ ብሰራም ዞር ብሎ ያየኝ የለም። ዲያስፖራዎች በግሩፕ ተደራጅተው፣
ልክ ሃገር ቤት በጉሩፖቹ ብዛት ወኪል አላቸው።እኔ ያረግኩትኝ ብሄራውዊ ቲያትር ሲሰሩበት ሲጋራ እያጨሱ ሳይቀር ትያትር ሲሰሩ፣ብቅኔ አባባል ገና ሊደርስ አከባቢ ፣አንዷ ተዋናይ አባቴ" ገናና ዳኒ "ይባላል ስትል፣ሌላው ወንድ ተዋናይ ደግሞ አንተ ጉድ የተሰራከው ነጬን በሬ ያባረርክ ግዜ ነው ይላል። ደስ ብሎኝ ስሄድ ያ ወደድኩህ ወደድኩህ ሲባልልኝ የነበረ ሃገር ቤት ስሄድ ማስተናገድ የለም።መወደዱንም አላገኘሁትም።።በሁለተኛውና ሶስተኛ ጉዞዮ ከኢምባሲ የትብብር ደብዳቤ ቢሰጠኝም የምኖርበት ቤት ሊያስረክቡኝ አልቻሉም ለዚህም ነው አልተስተናገድኩኝም የምለው።በመጨረሻ ጉዞዮ ለቤት ጉዳይ እንዲፈጸምልኝ ከኤምባሲ ወደ ዲያስፖራ ዳይሪክቶርየት ወሰጄ የተሰጠኝ መልስ ኢትዮጵያዊ አይደለክም የሚል ነበር።በጣም ያሳዝናል።

ከላይ የተጠቀሱትን መሰናክሎች ደርሶውብኛል። በተጨማሪም ተንቀሳቃሽ
እና ተንቀሳቃሽ ያልሆነ ንብረት ሃገር ቤት እንዳለኝ ሲነገርልኝ ሃገርቤት ስገባ ከእርዳታው ፣ ብድሩ ባሻገር ፣ኢትዮጵያ ላይ ብዙ ሃገራት ከጎን ይሰለፋሉ፣የባለስልጣናት ጉብኝት የተሞላበት ይሆናል። በ፣ አንድ የህግ ባለሞያ ሳይሆን የህግ ባልደረባ በሬድዮ ኤፍ ኤም እንደአጋጣሚ ቃለመጠይቅ ሲያደርግ እንደሰማሁት ፣ተንቀሳቃሽ እና ተንቀሳቃሽ ያልሆነ ንብረት አለው ። እንዲሁም አንድ ሰው ፣ የጸሃይ ቁራጭ(east astroid) አመጣሎው ካለ የህሊና ቀውስ አለው ማለት ነው።ስለዚ አይታሰርምም አይከሰስምም ብሏል።

ጦርነትና ግጭት ላይ ወሲብን እንደ መፍትሄ አድርገው እየወሰዱ ።ስለዚህ የሚገልጽ መጽሃፍ በሂሊሪ ክሊንተን It takes a village የሚል ሲሆን ከዚህ እኩል ለኩል የሚኬድ መጽሃፍ Mens search for meaning በ ቪክቶር ፍራንሲል መመልከት ይቻላል። የሁለት ጥንዶች የወሲብ ግኑኝነት ለግጭትና ጦርነት እንደ መፍትሄ አድርጎ መውሰድ ሆኖ ሳለ ኮንጎሊዊው Dennis Makwagie and Nadya Murad from Iraq የተባሉ ሰዎች ላደረጉት
ትግልና አስተዋጽኦ የኖቤል ተሸላሚነት በቅቷል።

እንዲሁም የነበረው የሃያ ሰባት አመት መንግስት በመለስ ዜናዊ ግዜ፣አንድ ደብተራ ነጸብራቅ ወድቆ፣ደብተራው ነጸብራቁ የወደቀበት ቦታ በማመላከት አንድ
ሌላ ወጣት ሰውየን ሂድ አምጣልኝ ከወደቀበት ስፍራ ብለዉት ፣ሰውየው ሄዶ ነጸብራቁን አግኝቶ ይዞ ደብተራውን ከድቶአቸው ሱዳን ሄዶ ሸጠው።ሰውየው በጣም ሃብታም ሆነ ከሱዳን ኢትዮጵያ ቦርደር እቃ የጫኑ ከባባድ የጭነት መኪናዎች ያለ ቀረጥ ብዛት ያላቸው የጭነት መኪናዎች ያለፍተሻ ያስገባ ነበር። ።መለስ ዜናዊ ሱዳኖች በጣም ታዋቂ የሆኑትን ሠዎች የኛ ናቸው ይሉናል።ብሏል! ሱዳን የኢትዮጵያ መሬት መያዝዋን የሚያመላክተው ለከፈሉለት ነጸብራቅ ፣በነርሱ እጅ ካለመኖሩ የተነሳ ነው የሚል ድምዳሜ ነው ያለኝ። ሃቁ ነጸብራቅ የሚባል ቀዝቃዛ አየርና ሞቃታማ አየር ሲገናኝ ነጸብራቅ ይፈጠራል።በበኩሌ ቅኔ ስላለው ተአማኒነት አለው።

የብሄር ፖለቲካ "ሳይንስ" በተሞላበት መርህ መገለጽ አለበት ሲሉ እኔ በማህበራዊ ሚድያ የሃገሬ ሰው ህልውና ሳይንስ በተሞላበት ትንተና ካደርግኩትኝ ከሁሉም ዜጋ በቀዳሚነት እገኛሎው።
። ከሃያ ሰባት አመት መንግስት እያለ በጽሁፍ ማስታወሻ ላይ አስፍሬአለው።ለዚህም አንድ ሰው መመደብና መወጠን ያለበት በብሄሩ ቋንቋው ስሙ ሳይሆን በባህሪው ነው።ይህም በሳይነስ የተደገፈ ነው ማለት ነው።
Extravert እና Introvert ሳይንስ ሲለያቸው Extravert የሆኑ ሰዎች በአፍሪካ መካከለኛው ምስራቅ እና ኤስያ የሚኖሩ ህዝቦች ሲሆኑ Introvert ደግሞ ምእራባውያን ማለት ነው። ሰው የሚለካው በባህሪው ነው።

2016/2017 ይመስለኛል የምኖርበት ሃገር ስዊድን አንዲት የእድሜ ባለጸጋ ሴትዮ ልቤ አመመኝ አምቡላንስ ደውልልኝ ብለውኝ ደውዮ አምቡላንሱ እስኪመጣ የምኖርበት ሰባተኛ ፎቅ ድረስ በመወጣት ከላይ የሚለበስ ፣ ወንበር፣አንድ ብርጭቆ ውሃ ፣አምጥቼ፣ ወንበሩ ላይ ቁጭ ብለው ከላይ የሚለበስ በማልበስ ውሃ ስጥቼአቸው አምቡላሱ እስኪመጣ አብሬ ስጠብቅ፣አምቡላንሱ መጥቶ እኚ የእድሜ ባለጸጋ አምቡላንሱ ወሰዳቸው።ከጥቂት ቀናት በኋላ ሃገር ቤት ስሄድ የፍቅር ቀን የህጻናት ቀን የአዛውንቶች ቀን ተብሎ ሲከበር በአዛውንቶች ቀን ተብሎ ሲከበር አባ ገመዳ አንዲት አዛውንትን ከላይ የሚለበስ
ሲያለብሱዋቸው በቲቪ ይታያል።ማን ከምእራባውያን ጋር ቁርኝት እንዳለው ራሳቹ ተገንዘቡ።

በዚህ የ30 አመት ስደት ከ100 ግዜ ያላነሱ በረራ ሃገርቤት ስጎበኝ፣ ከቆይታ በኋላ ለመመለስ ሳስብ ገንዘብ ለቲኬት ስላልነበረኝ ኢትዮጵያ የሚገኘው የስዊድን ኤምባሲ ደውዮ ማሪያ የተባለች የኢምባሲ ቆንሰላ ችግሬን ሳናግር የ ኔው የወር ክፍያ አካውንት ሲገባ የምከፍለው ቲኬት ወደ ስዊድን አግዝኝ ስላት እንዲህ ብላ መለሰችለኝ፣ ዳነኤል ገንዘብ የለም የመንግስት ካዝናችን አራቆትከው ምንም ገንዘብ የለም አለችኝ።ኢትዮጵያ ውስጥ ንብረት እንዳለኝ ልዚህም በከፊል።ሌላም ከ 30 አመት ያገኘሁት የ እህቴ ባል ፣ ልጠይቀው መገናኛ ስሄድ እንደ አጋጣሚ እሱ ነበር በር የከፈተልኝ ሳንኳኳ፣ከመቅጽበት ሲያየኝ እንዲህ ብሎ ተናገረኝ።አንት ዳኔል ነአካ

ዝተባህለስ ናብ ካሎት ተገልቢጡ ። አንተ ዳነኤል ፣ላንተ የተባለውን ወደ ሌላ ተገለበጠ ። ይህን ሃሳብ ውስጤ አምቄ ለሌላ ሳላዋራ አምቄ ብይዘውም አጋጣሚ ሆኖ በሌላ ሰው ሰማሁት ።

2021060700:39

በፈረንጅ አቆጣጠር 1996 ካናዳ ደርሼ ስመለስ sun set park የተባለ ሂፕሆፕ አልበም ወጥቶ በዘፈኑ በጣም ተዝናንቼበታሎው ከዘፋኞቹ መሃልMc lite,mobb deep, Onyx ሌላም D.r Dree...keep theire head ringing
የሚለውን ሲወጣ ከሳምንት በኋላ ቶሮንቶ ስቶክሆልም በረርኩትኝ I do all kind of sport! ።እቤት ልጆች ትምህርት ሲሄዱ እናቴም ጭምር ።እኔ ቤት አጽድቼ ምግብ ሰርቼ እጠብቃቸው ነበር ።በተጨማሪምHumbergr ዳኒ በርግር ሰርቼ ጋበዝኳቸው።ዮርዳ ካናዳ ልጆች መኪናቸው ላይ ዳኒ በርግር የሚል መኪናቸው ላይ ይተጻፈ በ MMS ላከችልኝ።ካናዳዎች በጣም ይወዱኛል።ምስጋና ይገባቸዋል።ወንድም እህቶቼ እናቴ ጭምር ካናዳ ኗሪዎች ሲሆኑ እኔን በስልክ አያወሩኝም ሃገርቤት ስሄድም እነርሱም ሃገርቤት ካሉ ማኘየት አይፈልጉም።

እዚሁ ጽሁፍ በተደጋጋሚ ማስፈር የወደድኩት ስለ ኢንትሮቨርት እና እክስትራቨርት ሲሆን፣ ኢንትሮቨርት ማለት ባጭሩ ራስከን ሁን ሲል በፈረንጆች 1994 ኢዩሮፐያን ዩንዮን የተባለው የጀርሞኖች ሴራ ሆኖ ሳለ
ለዚህም ምክንያቲት የሆነው ራሳቸው ከአደጋ ለመከላከል ብቁ ላልሆኑ ምእራባውያን ኢን ፌቨር ነው። በርግጥ ምእራባውያን ኢንትሮቨርት ሲሆኑ come out from the croud and be the self ።እኔ ታዋቂ ካደረጉኝ የመጀመርያዎቹ በ1994 ምርጫ No for EG(eu)በማለት 49 ፐርሰንቱን ስይዝ በወቅቱ የነበረው ጠቅላይ ሚንስተር 51 ፐርሰንት yes for EU በማለቱ ስዊድን ከሌሎች አውሮፓውያን ተቀላቀለች።ትምህርት ቤት ላይ ለሰጠሁት ማብራሪያ አንድ ሞናርኪ ስለሆኑ ከአውሮፓ ይልቅ ኖርዲክ ማለት ዳንማርከ ስዊድን ኖርወይ ፊንላንድ አይስላንድ ብዮ የያዝኩት ምርጫ ላይ 49 % ሲሆን ኤንቫር ካርልሶን 51% ያዘ።ከዛ በኋላ ካርል ቢልት የተባለ ጠቅላይ ሚኒስተር ሲሆን፣አንድ ነገር ተናግሯል እሱም እንዲህ የላል።ሁሉም አውሮፓ EU ሲሆኑ እኛ እንዴት ለብቻችን እንሆናለን፣No for EU ያለው ሰውየ እስቲ እንየው፣ ብቻውን ያለጓደኞቹ ከቻለው፣ ብሎ ሲናገር ጉደኞቼ ሲያገሉኝ ፣ችየው ብቻዮን ሆኜ ህይወት ዘለቅኩትኝ። ተመስገን ፈጣሪ እኔ እስካሁን ብቻዮን ዘልቄውሎው።በሃበሻ 1985 ጀምሮ የተለየሁዋቸው ጓዶኞቼ ደብዛቸው ጠፋ።እኔ መጽሃፍ እንደሚገልጠው ብቻዮን practical individualism (introver) ሆኜ እየኖርኩት እገኛሎው።

2021/05/11 08፣17

በ አቶ ሃይለማርያም ደሳለኝ አገዛዝ ወቅት 2014/15 ከዋናው ባንከ ቤት ወጥቼ በኢትዮጵያ ሆቴል አድርጌ መከላከያን ወደ ግራ ትቼ በፉል ውሃ ካዛንችስ ኡራኤል በደሳለኝ ህንጻ አድርጌ

በአፓርታማ ገርጂ የምኖረው ቤት 1061
ስደርስ እንዳጋጣሚ መጀመርያ ላይ ኢትዮጵያ ሆቴል አከባቢ ያጋጠመኝን ልንገራቹ።ኢትዮጵያ ሆቴል አጠገብ ስሄድ ያጋጠምኝ ከኋላዮ በ4 ሜትር ባልበለጠ ርቀት አንድ እብድ እየተናገረ ይመጣል ድምጹ ጮክ ብሎ የሚናገር ሰው በመሆኑ
እብድ መሆኑ ተገነዘብኩ።ካላቸው ቃላት ሃገር አጋንንት ሲመርዋት ዳነ ኤል ተሸከማት ሲል ደንገጥ አልኩትኝና መራመዴ ትንሽ ዘላ አለና እብዱ አልፎኝ ሄደ። ወደ ጋንዲ ሆስፒታል መታጠፍያ አከባቢ በግምብ የታጠር ሲሆን አንዷት የ ቫይኪንግ ቀለበት ጣቴ
ላይ ነበረች አወለቅኩትኝና በአጥሩ ወረወርኳት ።ከሳምንት በኋላ በዛ አከባቢ ስሄድ በፍጥነት እቦታው ላይ ግንባታ ተያያዙት። ፍጥነታቸው ስቦኝ ሆን ብዮ በዛ ሳላልፍ አልቀርም። አንድ ሱፍ የለበሰ ሰውዮ ለግምበኞቹ ድንጋይ ሲያቀብል አያሎው።
በፍጥነት ተሰራ።በቅርቡ 2019 አዲስ አበባ እያሎከ ፎቁን አይቼ ከ22 ፎቅ በላይ ሲሆን አዲስ አበባ ካየሁዋቸው ፎቆች ርዝመት ያለው ይህ ቀለበቴን የወረወርኩበት ቦታ የተሰራ ፎቅ በርዝመት ቀዳሚ ያለው ይመስለኛል።

2021-05-17 01;56

ተለምኜ እንጂ ለምኜ መኖር አልነበረብኝም።

There are three kinds of People. Those who ask what happened, Those who expect what will happen, and Those who make things to happen. and I bech ya you are the one who makes things to happen

11-06-2021

ስለ ዲያስፖራ ያለኝን ትንታኔ ልክ ፕረዚደንት ትራምፕ እንዳሉት ሰኔት ውስጥ ለሚሰሩ ሶማልያዎች ሃገራቹ ሂዱ ሲሉ ሁሉም ቅር አለው።በበኩሌ ትራምፕን እደግፋሎው።ኢትዮጵያ ከአለም ካርታ የጠፋች ናት ተብሎ ከተወራላት ብዙ አመታት ያስቆጠረ ሲሆን ለዚህም በመለስ ዜናዊ ጀምሮ ሲሆን መድሃኒትዋ የተሰደዱት ልጆችዋ ወደ ኢትዮጵያ በመመለስ ተቋማት ላይ ሃላፊነት በመውሰድ ሊያድኑዋት ይችላሉ የሚል እምነት አለኝ።

ምእራብያዋን አንድን ነገር ለመስራት ወላዋይ ናቸው ተብሎ በ ሳይነስ ሲወራ ያደጉ ሃገራት ላይ የሚኖሩ ኢትዮጵያውያን ሃገር ቤት ለመመለስ የወላዋይነት
ባህሪ ሲያሳዩ በሃይል እንዲመለሱ ቢደረግ ምንም ምርጫ ስላሌላቸው መመለሱ ይደግፉታል።
ይህ ከሆነ የተሰደዱት ኢትዮጵያውያን ብዙ ያተርፋሉ።
ከሚያተርፉት ምእራባውያን ስደተኛ ይቀንስላቸዋል።ለዚህም ደስተኛ ይሆናሉ።ኢትዮጵያ መንግስትም ደስተኛ ይሆናል።አደብ የገዙ የተማሩ ዜጎችዋ ስለመጡላትና ከኮራፕሽን

ያድኑዋታል።በመጨረሻም ዲያስፖራ ራሱ ደስተኛ ይሆናል።ሃገሩ ተመልሶ የቤቱ በር በዘበኛ ሲከፈትለት ያላገኘው ክብር ሲያገኝ
ደስተኛ ይሆነአል።ለማጠቃለል ያክል የሚያተርፉት ም እራባውያን ኢትዮጵያና የኢትዮጵያ ዲያስፖራዎች ማለት ነው።

ኮራፕሽን

ኢትዮጵያ ላይ ምእራባውያን በመለስ ዜናዊ ጀምረው ሰርገው የገቡት ለዚህም ዲያስፖራው ትልቅ ሚና ተጫውተዋል።
አንድ ካጋጠመኝ ነገር አንዱ ውጭ ሃገር የሚገኝ የሃበሻ ሬስቶራንት ሄጄ ቴክ አወይ የሃበሻ ምግብ ለመውሰድ ፈልጌ የምወስደው ምግብ ተሰርቶ እስኪያልቅ ቁጭ ብዮ ስጠባበቅ ሬስቶራንቱ ትልቅ ሲሆን ከሃያ ያላነሱ ጠረጴዛዎች ሲኖሩት ሃበሻ ሞልቶት ምግብ ይበላሉ። መብራት አልበራም።ሲበሉ ሻማ ነው በያንዳንዱ ጥረጴዛ የበራው ሻማ ነው። ።የተመጋቢዎቹ ፊት አይታይም።ሻማው ያበራው መግቡ ሲሆን አዳራሹ ላይ የሚሰማ ነገር የለም ሙዚቃም የለም። የምወስደው ምግብ ተሰርቶ እስኪያልቅ ድረስ ስጠባበቅ ድረስ እያነቡብኩ ቁጭ ብዮ ስጠባበቅ ከጎኔ ካለው ጠረጴዛ አራት ሃበሾች ጠረጴዛ ላይ ከበው
ምግብ እየበሉ ሲያወሩ ወሬአቸው ስለ ሃገር ቤት ነበር።ከዚህም የተረዳሁት ነገር ቢኖር ኢትዮጵያ ውስጥ ወኪሎች እንዳላቸውና ኢትዮጵያ ውስጥ ካሉት ወኪሎቻቸው ሲያወሩ አንዱ ሲናገር ,፣አይ ከኛዎቹ የሞተ የለም ሲል ጀሮዮ ሰምተዋል ይህም በሃይለማርያም ደሳለኝ ግዜ ነበር።
202303271649

ከቤተሶቦቼ ጋር እስከዚህም ግንኙነት ከተቋረጠ ሶስት አስርት አመታት ቢያስቆጥርም ከምወዳት እህቴ ዮርዳኖስ ኪዳነማርያም አንዳንዴ እናወራለን
በቸገረኝ ግዜም እሷ ትደርስልኛለች ምስጋናም ይገባታል።

ስሜቴ ነክቶ ካሳሰበኝ አንዱ ዮርዳዮ ከተናገረችኝ፣ዳነኤል ብዙም አታወራም ዝም ነው የምትለው ብላ አስተያየትዋን ስትሰጠኝ።በዛን ሰአት መልስ አልነበረኝም.።ከማውቀው ነገር አንዱ ስዊድኖች በግድ የሚሰጡኝን መርፌ ዝም እንደሚያሰኘኝ አውቅ ነበር።አሁን ግን በረቀቀ መልኩ ለዝምታዮ
ዋነኛ ምክንያት ቤተሰቦቼን እንዲያውቁልኝ እፍፈልጋሎው።

መርፌ ስወስድ በግድ ነው።ይህም በፈረንጅ አቆጣጠር 1994 ጀምሮ እስከ አሁን እየቀጠለ ይገኛል sicodinol diepot የተባለ ሲሆን ይህም በየ ሁለት ሳምንት ነው።አልወስድም ካልኩኝ ሲቪል ፖሊስ ሃኪም አዘን ነው ብለው በሲቪል መኪና ወስደው ሜንታል ሆሥፒታል ያስረክቡኝና ሁለት እግሬ ሁለት እጄ
ለ24 ሰአት ያክል ስትረቸር ላይ ታስሬ እቆይና መርፌው ይወጉኛል።አልጋ ላይ ለ24 ሰአታት

ታስሮ መቆየቱ በጣም የሚመር ቢሆንም ሽንት እንኳን ልሽና ብል
ሳልፈታ ፖፖ ያቀርቡልኛል።

እጅና እግሬ መታሰሩ ላይ ፎቢ ሥለያዘኝ ከመታሰር ራሴውኑ ህጂ በገዛ ፈቃዴ መርፌው ብወጋ ብዮ በሳምንት ሁለት ግዜ ማለት ማክሰኞን አርብ እንድመጣ አዘውኝ እሺ ብዮ እንዳልኩት በየሁለት ሳምንት ኢንተርቫል መርፌው ይወጉኛል።

አንድ ግዜ ሃሜታ ላይ አውቲስቲክ ነው ሲሉ ደንቅቼ በቀጥታ ወደ የምወደው የሳይኮሎጂ መጽሃፍ ስለ አውቲዝ ምለመጀመርያ ግዜ Leo Kanner 1943
የተባለ ሰውየ ነበር ስለ አውቲዝም የተመራመረው።አውቲዝም unrisponsive to others,poor comunication,Ripititive and Rigged Behavioour ብሎታል።እኔን የሚያደርገኝም ይህን ነው።ለዝምታዮና አለመግባባቴ መንሴው ወድሃኒቱ መሆኑን ወንድም እህትና እናቴ እንደምትረዱልኝ
ተሥፋ አደርጋሎው።ይቅርታ እንደምታደርጉልኝም ተስፋ አደርጋሎው። እናቴ ወንድም እህቶቼ ከካናዳ ኢትዮጵያ ሲመጡ እኔም ከስዊድን ሃገር ቤት ሄጂ ስንገናኝ ብዙም አላወራም በዚህ ቤተሶቦቼ ተጨናቀው በተለይ እናቴ ከቤታችን ቄስ ተመካከራ ግርማ የተባሉ እውቅ ቄስ ዘንድ እንዲወስዱኝ አቅደው እኔ ፊት ላይ የቤታችን ቄስ መጥተው እናቴ እንዲህ አለች፣ ከሁሉም ልጆቼ ይልቅ ዳነኤል ላይ ነበር ተስፋ የማደርገው ፤አለች ።

ሌላ ብጨምርም Teodor Aylan and Nathan Ezril 1968 a Book called Tooken Economy የተባለ መጽሃፍ ሲጽፉ የዚህ መጽሃፍ ይዞታው
ምእራባውያን ተቋማቸው ላይ የሚጠቀሙበት ነው። ።።አንድ ሰው 100፣000
ብር የሚያወጣ proformance ከሰራ የሚሰጠው 100፣000 ብር ሳይሆን smoll coin,slice pizza,cupon ነው የሚሰጡጥ በይበልጥ መጽሃፉን ማንበብ ወይም ጉግል ማድረግ ይቻላል።

እኔ ምርታማነቴ ቀርቶ አደለም እስካሁን በድህነት የምኖረው ኩፖን ቁራጭ ፒዛ ሣንቲም እየሰጡ ለምሰራው ፕሮፎርማንስ የጠቀመው የኢትዮጵያ መንግስትና ኮራፐት የሆኑ የማህበረሰብ አካላት ነው።
ለ27 አመት የገዛው ።መንግስታችን የኔን አይቶ ኢትዮጵያውያን ወደ ውጭ ሃገር ይደልብ ነበር።ደልበዋልም።ይህንን ሃተታዮ ሊከብዳቹ ወይም ከሃዲድ እንደወጣች ባቡር የሆንኩ ከመሰላቹ ፉት ሶልጀር ጉግል ማድረግ ይቻላል።ፉት ሶልጀር ነበርኩኝ የኢትዮ ኤሪትራ ጦርነት ላይ።ፉት ሶልጀር ማለት የአንድ ሃገር መንግስት በጣም አስፈላጊ የሆነ ስራ ሳይሰራው ሲቀርና ስራው በአንድ ግለሰብ ብቻ ሲሰራ የመንግስት ሃላፊነትን የተወጣው ግለሰብ ፉት ሶልጀር ይባላል።
በ 1998 ባድመ ኤርትራ ስትወር እኔ ኖርወይ ነበርኩ ።ኤርትራውያኖቹ ስፖርት ሲሰሩና ሲሮጡ እኔም I did All kind of sports. የኢትዮጵያ
መንግስት የኔን ፕሮፎርማንስ የተገበረው ከሁለት አመት በኋላ ነበር።ከሰረኋቸው ስፖርቶች

skining ኢትዮ ኤርትራ መጀመርያው ጁን1998 ነበር።በረዶ ስላልነበርና ሳመር ስለነበር ስኪይንግ መስርያው ዘንድ በመሰላል ወጥቼ ላይ ድረስ ተንከባለልኩ።ሊላም ስልክ እንጨት ላይ በመውጣት ልክ አክሱም ፍቃዳ ስናደርገው እንደነበር ካልሲዮን አውጥቼ ድንጋይ በማስገባት ጥምጥም የተባለው ጫዋታ ተጫወትኩ።የነበርኩበት ቦታ ትንሽ መንደር ስለነበረች ሁሉም ነገር
yእተሞላባት ነበር።ስፖርቱን ለ3 ቀን በተከታታይ ስርቼው የተጠቀምኩበት ታክቲክ ልክ Doom and doom2 scarborough(cannada)ቤዝመንት ላይ ስጫወት በአጭር ግዜ ውስጥየጌሙ ዲፓርትመንቶች አንድም ሳልረሳ ቁልፎችንም ሳልረሳ ጨዋታውን መጨረስ ነበር። .doom ስጫወት ግዜ ለመቆጠብና ሁሉንም ቁልፎች አግኝቼ በአጭር ግዜ ወስጥ ግራ ግራኩን ይዘከ ስትኬድ ነው።ከ 13 አመት በኋላ እኔ የተጠቀምኩበት ዘይቤ ማለት ታክቲክ አንድ የነርዎይ ቤተሰብ ደኩመንት በመስራት የኖብል ተሸላሚ እንዲሆኑ በቅቷል።

ፕሮፌሰሩ አዝናኝ ተስፋሁን ከበደ ደጋግሞ እንደሚናገረው ፍራሽህን አድስ እና አልጋህን ብርሃን ከሚታይበት ቦታ አስጠጋ ሲል አልጋቸው ብርሃን ከማይገባበት ቦታ ያስጠጋሉ።ስለ አልጋው ወደ ብርሃን ያለበት ቦታ ዘንድ አለማኖር ተስፋሁን ከበደ ደጋግሞ ቢነገርም ሰዉ አይገባውም። እና ከዚህ በተያያዘ ሱቅ ስትሄድ ግራ ግራኩን ይዘህ ሂድ you will find everything hiden.move consciouslly

ይህን ላነበበ ሱቅ ስትሄዱ ገና መግብያው በር ስትደርሱ ወደ ግራችሁን ይዛቹ ከሄዳቹ በትንሽ ሰአት ወስጥ ሁሉም ሴክሽን ተደርሳላቹ Treasures ታገኛላቹ።ይህን ስልት ያወቅኩት ካናዳ ስካርብሩ 1996 ሲኮን ስልቱ የደገምኩበት 1998 nöme (nöme)የተባለች የኖርወይ ትንሽ የስደተኞች ጣብያ ነበር።በ 2011 አንድ የኖርወይ ፋሚሊ ስልቱን በቪድዮ ቅንጅት ደኩመንታሪ ሰርተው ኖብል ፕራይስ አገኙ። ስኪይንግ መስርያው ላይ ወጥቼ ከላይ ስንከባለል ከፍታ ስላለው ላቲቲዩድ ስላለው አለምፒክ ወርቅ መዳልያ ያስገኛል።ለማነኛውም ይህን የምጽፈው ለቤተሰቦቼም ጭምር ስለሆነ።Aggression እንዴት ህጋዊ በሆነ መንገድ እንደምትተገብረው የሚገልጽ Psychology.The Science of Mind and Behaviour Edition 5 page 668 ማየት ይቻላል።

መእራባውያን በመለስ ዜናዊ አገዛዝ ጀምሮ ሰርገው ገብተው ነበር። መንግስትም ማህበረሰቡንም ኮራፕት አድርገውታል።ከስፖርት ዜና መግቢያ ሙዚቃ በስዊድንኛ ነው። እነ ፕሮፌሰር በየነ ጴጥሮስ የስዊድን ሶሻል ዲሞክራት ነን ማለቱ ፕሮፌሰር ብርሃኑ ነጋ ከአመሪካ ስዊድን ድረስ መጥተው ስብሰባ ማድረግ የስዊድን ሶሻል ዲሞክራት ነን ማለት እና እያንዳንዱ ቤት ኮራፕት እስከማድረግ።እኔን ካዝናችን አራቆትከው ተብሎ መነገሩ።ከራሽያ ና ኢትዮጵያ ያላቸው ግኑኙነት አይጋጭም ወይ። እኔን አካታች አለማድረግ ሁናቴው ውስብስብ ያደርገዋል።እንቅፋት ሳይሆን መፍትሄው እኔ ብቻ ነኝ።ሃገርቤት ስሄድ እኔን አለማስተናደግ ፤ይስከፍላል።

ሳይካትሪስቱ ያደነኝ ልክ ቤተሰቦቼ ካናዳ እንደገቡ ነበር።በ1994 መጨረሻ አከባቢ

ፎልክዩኒቨርሲቲ ስማር አንድ
ተርሚን ከጨረስኩትኝ በኋላ ፍቅረኛዮ ለመንብኘት ጃለኒ ጣይብ አባጀቢር AKA ጀሊ አህመድ አዲስ አባባ ለሜ ሳስብ
ትምህርትቤት ላይ አንድ አስተማሪ በጥላቻ ያየኝ ስለነበርና በዛን ግዜ ክላስ ወስጥ ለምመልሳቸው ጥያቄዎች ታቡ
ወይም ክልክል ስለነበር በዛን ግዜ 1994 የአስተማሪው ጥላቻ እየከረረ መጣ።ቡሊድ አደረገኝ። በጣም የከረረ ቡሊድ ሲመጣ የምታሳያቸው ምልክቶች ሲኮስ ነው።ልክ ማሪዋና አጭሶ ሰው ሲኮስ እንደሆንኩኝ ።ለ6 ወር ማለሮል የተባለ መድሃኒት ሲሰጡኝ ሆስፒታሉ ውስጥ የቸቸንያ እና ራሽያ ጦርነት ላይ እኔን ራሽያ ፉት ሶልጀር ሲያደርጉ ጃለኒን የቸቸንያ ማለት የመራባውያን ፉት ሶልጀር አደረጉዋት ።ለቸቸንያ ተዋጊዎች ከምእራብ በሚልዮን የሚቆጠ ዶላር ሲዘንብላቸው ጦርነቱን አድቫንስ ያደርጉ ነበር።ጀሊ በዛን ግዜ አዲስ አባባ ስለነበረች ከሆስፒታሉ ስደውልላት ይከታተሉ ነበር።ያም ሆነ ይህ1995 ከስድስት ወር ሆስፒታል ቆይታ በኋላ ቤቴ ስሄድ ሙሉውን 1995 በዲፕረሽን አሳለፍኩት ጀሊ አህመድም አመሪካ ገባች 1996 ስገድ ወንድሜ ሊጠይቀኝ መጣ እኔም ለጉብኝት ካናዳ ሄድኩኝ።It Takes a Village የተባለ መጽሃፍ ሂለሪ ክሊንተን ስትለቅ መጽሃፉን አልወደድኩትም ምክንያቱም ጀሊን ወሰዱብኝ።ይህን በተመለከተ ታዋቂ ዘፈን ወጣ።
አመሪካ ዩሮፕ አንደኛ ሂት ሊስት ...All She Want is Another Baby...She is going tomorrow..
boy all she want is another baby . Ice of Base.ልቤ ብዙ ቦታ ላይ ተሰባበረ።ለዚህም ሂፕኖታይዝ አድርገው እኔን እንደ ራሽያ።ጀሊን እንደ ቸቸንያ ማለት መእራባዊት ያሆነ ማለት ነው።ሂልሪ የጻፈችው መጽሃፍ በአሁኑ ግዜ ስር እንደሰደደ ይነገርለታል።ከመጽሃፉ ጎን ለጎን የሚሄድ By
Victor Fransil"Mens Search for Meaning"

2016 የ አመሪካ ፕረዚደንታዊ ምርጫ ለማካኤድ ሲጀማምር ሲያሚሙቁት ስቶክሆልም ከተማ ውስጥ ሶደርማልም የተባለ ቦታ እየሄድኩኝ መንገድ ላይ ሁለት አመሪካውያን ስለምርጫው እያወሩ ሲሄዱ ተጠገኋቸውና ሂልሪ ክሊንተን ካሸነፈች አንድ የአመሪካ ባንዲራ ያለበት ፎጣዮን አልጠቀምበትም ስለው አንዱን ሌላኛው ለምን ብሎ ጥያቄ ሲጠይቀኝ ..couse She Took My Village!ተባብለን ተለያየን።ትንሽ ወራቶች በኋላ ምርጫው ሲካሄድ እከታተለው ነበር።ሂልሪ እየመራችህ ነበር ።ራሴን አመመኝ። ዮርዳኖስ እህቴ ደወለችልኝ።ምን እያደረክ ነው ስትለኝ አይ የአምሪካ ምርጫ እየተከታተልኩኝ ነው ዪቼ ሴትዮ ዋይትሃውስ ልትገባ ነው መሰለኝ ብየ በሃዘኔታ ስመልስላት ትንሽ ናፕ ልወስድ ነው ዮርዳ ብያት ወሬአችን ጨረስን።በዛን ግዜ ማለት 2016 የምኖርበት ቤት ራሽያውያን ነበሩ(x-cones)
በሃላፊነት ተወከለው የሚያከራዩት እንደ ግሩፕ ሃውስ ማለት ነው ።45 ደቂቃም አልወሰደም ከ እንቅልፌ ስባንን
ትራምፕ አሸነፈ ሲሉ ቤቱን በደስታ ጩሀት ቀውጢ አደረኩትኝ።ካርማ ማለት ይሄ ነው። ሂልሪም እስካሁን መግቢያ መውጫ አጥታለች ። She is Indited on Minority Sex.ተብሎላታል።የሂልሪ ክሊንተን መጽሐፍ ኢት ቴክስ ኤ ቪለጅ የሚለው በ 90ዎቹ የወጣ

ሲሆን ስር እንደሰደደ ይነገርላታል።በዚህም በተመሳሳይ Macwage and Nadia Murad የተባሉ ወሲብን ጦርነት እና ግጭት ላይ እንደ መፍትሄ አድረገው ለሚወስዱ ላይ ያላሰለሰ አድርጓል።ለዚህም የኖብል ሽልማት አኝይተዋልእንዲሁም ለኖብል ፕራይስ ያበቃቸው Sexualism in war and conflicts.

202303272235

አንድ አንድ ግዜ ብቻዮ ቁጭ ብዮ ሳስብ እንዴት እስካሁን በህይወት ልኖር ቻልኩኝ ስል መልሱ የሳይኮሎጂ መጽሃፍ እንደሚገልጸው Intelligent
People have easy way of servaiving from Brain Damag .እድሜዮ ልክ ሰዎች ሲያደንቁኝ ነው የሚኖሩት ።ይህ ሁናቴ በታታሪነት
እንድቀጥልበት አድርጎኛል።ራሴን ከማደንቀው ስራ ስደት ያለሁበት አገር አእምሮ በሽተኛ ነክ ሲሉኝ ባለመቀበል ስለ የአእምሮ ህመም አካሚዎችና
ታካሚዎች ላይ ብዙ ጥናት ላደርግ ችያሎው።በሳይንስ Neurotists ተብለው ሲጠሩ They Avoid Danger Due to Adaptive Competetivnes.
on the other side Neurotism Shortens Life span Neurotism can be a Pillar of Strength in Time of Crises.(Pillar for Governments)ይላል።እኔ ላይ ልዩ የሚያደርገው ወንድሜ ዳዊት ኪዳነማርያም እንደሚለው ጠርጣራ ነክ።ግን ጥሩ ነው። ያልጠረጠረ ተመነጠረ ይባላል።። ።ሃኪሞች ሲያዋክቡኝ የሃኪሞች መጽሃፍ በማንበብ ቻለንጅ ላደርጋቸው ችያሎው። ሃገርቤት ሆነ በስደት ኑሮዮ Whistle Blower(The Flow) የሚባል ስም አለኝ።
daki *ነኝም።*
ይህን ያውቁ ኖሯል

Neuroticism is not as horrible as people think. Neurotics can avoid danger due to adaptive competitiveness. Mostly, governments use them as a pillar of strength in times of crisis.

A whistleblower can challenge existential power.
A whistleblower can resist existential power against his values and overwhelming peers. *daki* 2016 U.S. election voted as American Conservative.

All Europeans are Hollywood and Democrats.

በ2016 ከአዲስ አበባ ስቶክሆልም ስበር አውሮፕላንዋ በቪየና አድርጋ ነበር የበረረችው።ቪየና ተሳፋሪዎች ለመጫን ስታርፍ ወድያውኑ የመጣልኝ

ታዋቂው Psaychoanalist Sigmon Froud አውስትሪያዊ መሆኑ ስላወቅኩኝና ለምን ወርጄ ኤግዛምኔሽን አላደርግም ብዮ ወድያውኑ አውሮፕላንዋ ቪየና ስታርፍ በቀጥታ ወርጄ ለምርመራ ሆስፒታል ፍለጋ ሳደርግ የመረመረኝ ሃኪም እንዲህ አለኝ።አንተ የአ እምሮ በሽተኛ አደለክም ።በ 10 ደቂቃ ውስጥ ከሆስፒታሉ ኮምፓውንድ ካልለቀክ ፓሊስ እንጥራብካለን አለኝ። በንጋታው ስዊድን ስበር ተቀብለው ከኤርፖርት ወደ ሆስፒታል ሲወስዱኝ ከሃኪሞቹ ለአንድ ወር ያክል ስከራከር ነበርኩ።ድያጉኖስ ከጀመረ መብቂያው እንዳለ እውነታ ነው።ለምሳሌ ትርፍ አንጀት ካለብክ ኦፐሬሽን ታደርግና ዲያጉኖሱ ያቆማል።ካንሰር አለብክ ተብለክ ቆይቶ ሃሰት መሆኑ ሲነገርክ በደስታ ትቦርቃለክ።ዳኪ *ሻምፔን ትከፍታለክ።*ሃኪም በስህተት የአእምሮ በሽታ አለብክ ካለክ

ወይም ሃኪም እውነታ ባልተሞላው የአእምሮ በሽታ አለብክ ብሎ ዲያግኖስ ማድረግ ትልቅ አደጋ ያመጣል። ይህም አንድ ዶክተር በስህተት የአእምሮ በሽታ አለብክ ካለክ ሃሰት መሆኑ ቢረዳም አቋሙን አይቀይርም።ይህ ሊሆን የሚችለው አንድ ዶክተር በዶክተርነቱ ስለሚመካ አንዴ የተናገረው መቀየር ስለማይፈልግ ማለት ነው።

በዶክተርነቱ ስለሚመካ ሃሳቡን አይቀይርም።Rosenhan(The Problem is Not with the Physician, Nurse, or Ward assistance.

The Problem is not Integrating patients with The Whole Hospital environment.)

202303281636

Authoritative Parents are Demanding and Warmth.

Authoritarian Parents are Demanding but not Warmth.

Induligent Parents are Warmth but not Sense of Direction Towards Their Children.

Neglect Parents Neglectfull Towards Their Children.

202304061354

እኔ ትንሽ ኦሮሚኛ አቃሎው።ይህ ማለት በትንሹም መግባባትን ፈጥሬ እንደ ኦሮሞ መኖር ስችል።አቢይ አህመድ እንደ ትግሬ ሆኖ መኖር ይችላል።በፐርሰንት ልዩነት አለው። 2020 ልዩ ሃይል ያተባሉት በመከላከያ ስር እንዲዋቀሩ ብያሎው።

ሌላም አበይ አህመድን ወረድ ማለቱ አይገባኝም።ከወረደ ህይወቱ አጠያያቂ ደረጃ ላይ ስለሚደርስ አይወርድም።ሌላም እንደ ጋዳፊ እጣ ፈንታ ይደርስካል ማለቱ እንዳይወርድ እንጂ እንዲወርድ አያደርግም።አፍሪካ ሃገራት የሰባዊ መብት ትንሽ ዋጋ ስላለው የአፍሪካ መሪዎች በተመሳሰለ ሁናቴ የመሪነት ቦታቸው ያበቃል።

ሌላም ሳይንስ እንደሚለው አንድ ጎበዝ ተማሪ ጉብዝናውን ካከተመ ታጽናናዋለክ

ትደግፈዋለክ። አብይን ከሞያሌ እስከ አስመራ ሰዉ አጨብጭቦለት ማበረታታትን ነው እንጂ። ።ልክ እንደ የሩስያ ፕረዚደንት ቦሪስ የልሲን ህዝባቸው ራሳቸው ስልጣናቸው እስኪለቁ ድረስ ትቋቁሞዋቸዋል።(Part of Mindfulness..ACT:-just Notice, Focus and even Embrase the Unwanted once.)

ዳኪ* አብይ እንበል ከስልጣን ወርዶ አደጋ ሳይኖሮው መኖር ከቀጠለ ለማህበረሰብ ትምህርት እና እድገት ያስገኛል።እንደ አብይ ያሉ ብዙ እንዳሉ በማስታወስ ከ አብይነታቸው ወርደው ተራ ሰዎች ሲሆኑ ለሚያሳዩት *ባህሪ* ማህበረሰብ ይማርበታል እንዲሁም መቻቻልን ይፈጥራል። የሰባዊ መብት አከባበር በኢትዮጵያ እንደ ምእራባውያን ይሆናል.።በይበልጥም ዴሞክራሲ ፕራክቲስ ማድረግ ከቀሩት አፍሪካውያን በልጠን እንገኛለን። 2023040601440

ከላይ የተጠቀሰው በኢንትሮቨርት ሲሆን በ ኤክስትራቨርት ማለት በ ኤትዮጵያ አነጋገር * አብይን እንነግድበት ።ከስራው ቢወርድ እንኳን ህይወቱ አ።ተያያቂ መሆን የለበትም ።ልክ እንደ ሃይለማርያም ደሳለኝ መኖር ማድረግ ማለት ሰዎች ይማሩበታል።ይህን ኢትዮጵያ ዴሞክራሲን ኤክሰርሳይስ ማድረግ ን ያሳያል።

202304132:51
Voice ወይም ድምጽ
እና
ከውስጥህ የሚመጣ ሃሳብ የመለየት ታክቲክ።

በአደጉት ሃገራት ቮይስ የሚሉት በሃገራችን ደግሞ ድምጽ ወይም ግድግዳ ተናገረ የሚባለው
እና
ከውስጥህ የፈለቀ ሃሳብ ወይም ውስጣዊ ስሜት እንዴት እንደምትለያቸው
ዝም ብለክ እቤት ብቻክን ተቀመጥ።
ምንም አይነት ውጫዊ ድምጽ እንደ ሬድዮ ወይም ጫጫታ የሌለበት ይሁን።
የሚመጣልክን ሃሳብ ወዲያውኑ አጠር ባለ ቃል ውይም ኮድ ሰአትና ደቂቃ ማስታወሻ ላይ ጻፍ።
ከላይ የተጠቀሰው ለ 45 ደቂቃ ይሆናል ብቻክን ቤት ቁጭ ብለክ ሳታወራ የመጣልክን ሃሳብ ማስታወሻ ላይ የምታሰፍረው።
የጻፍክበት ማስታወሻ እጠፍና ለሌላ 45 ደቂቃ ሌላ ስራ መስራት ከሰው ጋር መገናኘት ማውራት ወይም ውጫዊ ድምጽ መጠቀም ማድረግ።
ማስታወሻክን ግለጥና የጻፍከው ተመልከት ማስታወሻው ላይ ተመራመር።
ማስታወሻ ላይ የጻፍከውን ተመልከተህ ሁናቴዎቹ ካላመንክባቸው ድምጽ ወይም Voice ናቸው ማለት ነው።
ማስታወሻህ ላይ ከጻፍከው ካመንክባቸው ሁሌ ከሰአታት ቅናት ሳምንታት ሆነ ወራት ሃሳቦቹ የሚመጡብህ ከሆነ እውነታን የተላበሱ የውስጥህ ስሜት ናቸው ማለት ነው።

2023041514:06

ስዊድን የሚኖሩ ዳንኤል ተብለው የሚጠሩ ስዊድናውያን ለማየት ገጥሞኝ ስታዘባቸው ባህሪያቸው ተመሳሳይና አንድ አይነት ነው እሱም የኔን ባህሪ የተላበሱ ናቸው ።በተመሳሳይ የሚሰሙት ሙዚቃ ስጠይቃቸው እኔው የማዳምጠው አርቲስት ነው የሚሰሙጥ ወዳጄ እጅጋየህ ሺባባው እንዳለችው እኔን ሊያመነምን ከብቶቹን ሊያረባ አለች ።

የራሴውኑ የሆኑ የግሌ ንብረት ሳይቀር ወስደውብኛል።ሌላ ሳይቀር carhartt የተባለ የአሜሪካ ብራንድ ያለው ጃኬትና ቡትስ ከአሜሪካ በግሌ አስልኬ የገዛሁትኝ መስርያቤት የሚሰሩ ሰርቀውኛል።Physical Bulling is not Just Hiting,Slaping or Pushing. Physical Bulling is also takeing Some ones Belonging and Extorting Money.
ለዚሁ ከላይ የተጠቀሰው ድርጊቱን ለፈጸሙት በአለማቀፍ እግ እንደሚያስከሣቸውና ካሳ እንደሚገባኝ ይገልጻል።

በተጨማሪም እኔ በግሌ ከማነባቸው አረእስቶች እንዲሁም ያነበብኩትን እንዳልረሳ በስልክ ከጓደኛዮ ስገናኝ እገልጽለታሎህ ምን እንዳነበብኩኝ።ይህም ያነበብከው ሜሞራይዝ ለማድረግ ስታወራ ያነበብከውን በጣም ጥሩ ደረጃ የሚባለው ሜሞራይዝ ወይም ማስታወስ ትችላለክ። እጅግ በጣም ጥሩ የሜሞሪ ደረጃ የሚሰጥ ደግሞ አረፍተነገሩን ወይም ሃሳቡን ስትተነትን ይሆናል።ደብዘዝ ያለ ደረጃ የሚሰጥ ደግሞ በምስል የምትማረው ይሆናል
ማለት ነው።

ከላይ የተጠቀሰው ኮሌጅ ላይ ለተማሪዎች አዳራሽ ሰብስበው ስታጠኑ እንዲህ አድርጉ ይልዋቸዋል።የኔን ዘይቤ ሰርቀው ማለት ነው።

ይህ እና ይህ ከሌላ ጋር ተሰባስቦ እኔን በብዛት ስለሚያሳዝነኝና ስለሚያበሳጨኝ አገሩን ለቅቄ ኢትዮጵያ ስመጣ።ዲያስፖራ የወከሉዋቸው አላሳርፍ
አላስቀምጥ ብለውኝ መንግስትም ብድሩን ሆነ እርዳታው በቢልዮን ተቀብሎ እኔን ወደ ስደት እንድወጣ ያደርጋል።እና በአጭሩ እኔ ኢትዮጵያ ብኖር ሰላም ስለሚሆን በግልባጩ ስዊድን ስለቅ ጸጥታ ስለሚደፈርስባቸው የከፈሉትን ከፍለው ሆነ አማላጅ ልከው እኔ ወደ ስዊድን እንድመለስ ያደርጋሉ። የኢትዮጵያ መንግስትም ስለኔ ስለዜጋው ምንም ሙብት ሳያስከብር በገንዘብ ይቀይረኛል።መጨረሻ ላይ ኢትዮጵያ የነበርኩት ከ ጁላይ 29 /2019 እስከ ኦክቶበር 26
2019 ሲሆን በዚህ ግዜ የ ዴንማርክ ንጉስ ከንግስቱ ጋር አብረው ኢትዮጵያን ጎብኝተዋል።

2023041520:27 መቻቻል መከባበር እና አብሮነትን ለመፍጠር የሚያስችሉ ሃሳቦች

መለስ ዜናዊ ስልጣን ላይ እያለ ጀምሮ እኛ ኢትዮጵያኖች ማለቅያችን እንደሚመጣ ሁሉም ስጋት እንደነበረው ሳንረሳ ይሄው ሆነ።
Michel Wrong የተባለች የቢቢሲ ኮሮስፖንደንት "I Didn't Do It for You! በሚለው መጽሃፏ እንዳሰፈረችው ምስራቅ አፍሪካ ላይ ግጭትና
የሰዎች ፍልሰት እንደሚከናወን ገልጻለች ።ይህ መጽሃፍ መለስ ዜናዊ ስልጣን ላይ እያለ ሆኖ ሳለ ግጭቱና ፍልሰቱ እየሆነ ነው።
አሁን እኛ ኢትዮጵያውያን ግጭቱ በየመሃላችን ይሁን ወይስ ከሌላ?መልሱ እኛ ኢትዮጵያውያን ተባብረን ከባእድ አገር ከሚመጣብን የግጭት መስተንግዶ
መመከት
በኔ ግምት የኢትዮጵያ ግጭት ምእራባውያን የፈበረኩት ነው የሚል እምነት አለኝ።መንግስት ብቻ ሳይሆን በከፊል ማህበረሰቡ ኮራፕሽን ወስጥ እንደገባ አምናለው።እርሱም መእራባውያን ሰርገው ህዝቡን ኮራፕት ያደረጉት በመለስ ዜናዊ ስርወመንግስት ጀምሮ እንደሆነ ይነገርለታል።

ዛሬ ሱዳን ካርቱም ላይ ተከስ ጦፏል።ለዚህም ነው የምስራቅ አፍሪካ ትንበያ ላስታውስ ያስገደደኝ።በተጨማሪም ልዩ ሃይል ያተእባለ ኢትዮጵያ ላይ አበቃለት
ክልል የሚባል ደግሞ የሚያበቃለት ያሳየን።
እኔ የኢትዮጵያ አገልግያለው አይቆጨኝም።ብዙ ሃብት ኢትዮጵያ ውስጥ እንዲፈስ አድርጌአለው።ተዋናዮች ግለሰቦች ጭምር።በቀይ ምንጣፍ እየተራመዱ በሊሞዚን ሃመር እያገቡ በመቶዎች ሺ የሚቆጠር ሻምፓይን እያስከፈቱ እኔ ማታማታ ሽንት ቤት እይሮጥኩኝ የ ስዊድንና ዴንማርክ የሚያገናኝ ድልድይ የገነባሁት ሳይቀር ምንም ሽልማት ሆነ እውቅና አላገኘሁም። ቢሆንም ቅሉ It makes Me to Go Farther more..
Get off me!
የሰራሁት ብዙ የቀረኝ ጥቂት
49 አመት ሳድን እውቀት ።

2023041619፤13 እየበደሉና እየወነጀሉ ይጸጥታችን ሃላፊ ነህ ማለት

እንደ አይጥ ከሰላሳ አመት ሲጠቀሙብኝና በተኳዳኝ ቁጥር ያሌለው ገንዘብ ለኢትዮጵያ ሲሰጡ ። እኔ ህመም እንዳሌለብኝ ሳስመስክር የሚይዙትና የሚጨብጡት ካጡ ሁለት አስርት አመታት አልፎታል።
በ 2014 ከ አዲስ አበባ ስቶክሆልም አውሮፕላን ስጓዝ አውሮፕላንዋ በ ቪየና አድርጋ ትበር ስለነበር፤መንገደኞች ለመጫን ቪየና ስታርፍ ግዜ፤እኔ ቪየና ወረድኩኝ።ለዚህም ዋና ምክንያት ስለ አእምሮ በሽታ የመጀመርያው ተመራማሪ ሲግሞንድ ፍራውድ በመሆኑና የአውስትርያ ተወላጅ መሆኑ መጽሃፍ ላይ ስላነበብኩትኝ ምርመራ ለማድረግ ነእር ወደ ስቶክሆልም መጓዜ ቀርቶ ቪየና የወረድኩትኝ።

ቪየና ሆስፒታል ሄጄ ምርመራ ሳደርግ፤ሃኪሙ የአእምሮ በሽታ የለብህም። ከሆስፒታላችን

ዙርያ በ 10 ደቂቃ ውስጥ እንድትለቅ አለኝ።የሚቀጥለው ቀን ስቶክሆልም በረራ ሳደርግ ፖሊሶች ይዘውኝ ወደ ሆስፒታል አጎሩኝ።በሽታ የለብኝም አውስትርያ ምርመራ አድሪጌያሎው ስላቸው ምንም ሊሰሙ አልቻሉም።
እድሜ ልክህን መድሃኒት ትወስዳለክ ስዊድንም እንድትለቅ አንፈቅድልክም አሉኝ።መድሃኒቱ በግድ ሲሰጡኝ፣ከሚሰማኝ ስሜት like Autistic I start to have rigged behaviour,repititiv,unrisponsive to others and poor comunication.ሃገር ስኬድ መድሃኒቱ ስለማልወስደው ትክክለኛ እኔነቴን አገኛሎው።ቀልጣፋ።አክቲቭ እንዲሁም ድምጼ ጥሩ ይሆናል። ለዚህም ወድያውኑ ሃገር ቤት ስሄድ ሳይሆን የወሰድኩት መድሃኒት ከ ሰውነቴ እስኪወጣ ድረስ ከ አራት ሳምንት በኋላ ነው።መድሃኒቱ እንድናገርም አያደርገኝም። አለመናገሬ ተፈጥሮዮ ሳይሆን መድሃኒቱ ነው ዝም የሚያስኘኝ።እንዲሁም አለመናገሬ ከቤተሰቦቼ ዘንድ ትልቅ ቅሬታመሃል ፈጥሯል።ለምን እድሜዮን ሙሉ መድሃኒት እውስዳሎው
when diagnos apears after treatment diagnos ends.If the diagnos is Apendex after operation diagnos ends.wrong dignos of cancer leads to ceromony,wrong diagnos of mental problem has serious qunciqunces.this is due to the doctor who diagnoses you has problem in changing his discission.

2023041921:09

First Impression

ለምሳሌ ስለ አንድን ሰው ስትናገር ፣1-He is Intelligent,Boreing,silly,shay
2-He is Shay,silly, Boreing ,Intelligent.
ፈረስት ኢምፐረሽን ላይ የሚመጣልክ በ 1ኛ ኤንተሊጀንት እንደሆነ በ 2ኛው አይነአፋር እንደሆነ ትናገራለክ።

ስለ አንድ ሰው ተነግሮክ እሱ በጣም ደባሪ አይነ አፋር ነው ከተባልክ ሰውየውን ስታገኘው ትርቀዋለክ።
በተጻራሪ እሱ በጣም አሪፍ ሰው ጠንካራ ሃሪፍ ነው ከሰማህ ወይም ከተባልክ ስታገኘው እራስክን ዝቅ ታደርጋለክ።

20233042001:02 Interesting.......!

If People With Big Heads have Big Brains, Does That Mean they are Smarter than People with Smaller heads?

100 years ago, Sir Francis Galton Proposed a link between brain size and intelligence.

Researchers, beginning with Galton, found that brain size is minimally related to intelligent.ለምሳሌ፣

የድሮ ሰዎች ኒያንደርታልስ የሚታወቁት በጭንቅላት ግዙፍነታቸውና በጣም አዋቂዎች መሆናቸው ይነገራል።

ሴቶች ከወንዶች ተመሳሳይ IQ ሲኖራቸው የሴቶች ጭንቅላት ኘ ከወንዶች ያንሳል።

አንድ የ ሚዞሪ ተመራማሪ አልበርት አንሽታይን በ 1955 ከሞተ በኋላ ጭንቅላቱን ተመራምሮ ብዙም ከኖርማል በቀር ግዙፍ አልነበረም።

In the case of Albert Einstein's brain, histological examination showed that his parietal lobes were densely packed with both neurons and glial cells, which produce nutrients for neurons and support them. As a result, his parietal lobes were about 15 percent wider than normal. Significantly, this area of the brain is involved in mathematical thinking and visuospatial function—precisely the abilities that seemed to underlie Einstein's creative genius (Jung & Haier, 2007; Witelson et al., 1999).

እንቅልፍ ዋና ጥቅሙ የተጎዱ ሴሎችን ይጠግናል።ሰው እድሜው እየጨመረ ሲመጣ የ እንቅልፍ ሰአታት REM sleep ይቀንሳል።ለዚህም ነው የተጎዱ ሴሎች ለመጠገን የማይቻለው።አልፎም ተሎ የማረጅ ወይም የቆዳ መጨማመድ የሚያሳየው ።በሌላ በኩልም እንቅልፍ በሚልዮን የሚቆጠሩ ኒዩሮኖች የሚያመርተው።

የነዩሮኖች ጥቅም ጉልበት ወይም ለመስራት አቅም ሲሰጥ በፍጥነት ትምህርትን የመቀበል አቅም ይፈጥራል።

አንድ ሰው ካልተኛ ይነጫነጫል፣እውነታ ያለው አስተሳሰብ (logical thinking) ያስቸግረዋል። እንዲሁም ፣ሲናገር ቃላቶችን ይረሳል።

20233042005:52

Optimism is seeing the glass as half full.

Pessimism is seeing the glass as half empty.

Heritability ratio of the Big Five (OCEAN) personality traits:

- **Openness** – 0.57
- **Conscientiousness** – 0.49
- **Extraversion** – 0.54
- **Agreeableness** – 0.42
- **Neuroticism** – 0.48

source:-Hans Eysenic 1967

Sigmund Freud died at the age of 82. He was born in Austria and moved to England in 1938 after the Nazis occupied Austria. He passed away a year later. Freud had many children, and he was Jewish. Among his children, Anna Freud followed in his footsteps. Anna specialized in child psychoanalysis and made significant contributions to the field.

2023042019:12

Depression ያላቸው ሰዎች ጥሩ ነገር ለሌላ ሰው ሲሰሩ፣ጥሩ ያልሆነ ነገር ለራሳቸው ይሰራሉ።

Conflict በሶስት ሲከፈል እሱም

Approach-Approach conflict

Approach-Avoidance conflict

Avoidance-Avoidance conflict ተብለው ይጠራሉ።

Approach-Approach conflict: Choosing one between two desirable options. During an approach-approach conflict, choosing one means losing the other.

Avoidance-Avoidance conflict: Choosing one between two undesirable options.

Approach-Avoidance conflict: Choosing a desirable option that also has undesirable aspects. For example, if you approach a

pigeon to feed it, the pigeon approaches you but at the same time fears you and tries to back down. Similarly, a man who loves a woman tries to ask her out but at the same time develops a fear of rejection. source:(-Neal Miller 1944).
source:(-Neal Miller 1944).

202305030047

ካጋጠሙኝ ክስተቶች በጥቂቱ

እኔ እስከ 12ኛ ክፍል የተማርኩት አክሱም ሲሆን በኢትዮጵያ አቆጣጠር 1979 ሲሆን እስከ 1983 አዲስ አበባ ስቆይ በቆይታዮ ግዜ ስራ እሰራ ነበር።
ስራው ቆንጆ ነበር በ 1979 እስከ 1983 ስራ ላይ በቀን እስከ 2000 ብር ይገኝበት ነበር። እድሜየም 17 ፣18 ነበር አሉ የሚባሉ ቦታዎች ተዝናንቼሎው።
በ 1983 መጀመርያ ላይ ወጭ ስወጣ ከሰዎስት አመታት በኋል ሃገር ቤት ለጉብኝት ስሄድ ጀሊ መሃመድ አ፣ካ፣አ ጃለኒ ጣይብ አባጀቢር በተባለች ኢትዮጵያዊት ጋር ጓደኝነት አሳልፌ ወደምኖርበት ውጭ ሃገር ስመለስ ከምኖርበት ከተማ ወደ ዋናው ከተማ ስቀይር ሂፕ ሆፕ ሶል፣ አር ኤንድ ቢ መስማት ማዘወተር ጀመርኩኝ ይህም በፈረንጆች 1993 ሲሆን በዛን ግዜ ብዙ ራፐሮች ይዘፍኑ ስለነበር ሁል ግዜ መስማት ጀመርኩኝ።

ይህን ያየ ወያኔ መቀሌ ሁላ ራፐ ለዛውም እኔ የምሰማቸው መስማት መቀሌ ላይ ተስፋፋ። ወያኔን የምቃወመው ያለምክንያት አይደለም።
202305050056

በፈረንጅ 1998 ኖርወይ የሰራሁት ስፖርት ለምን አይደር ባድሜ ተደበደበ ብዮ በመቆጣት ነበር።ልዚህም አሎምፒክ መዳሊያ አገኘሁኝ።ይህም ሜዳሊያ
እንደተሰጠኝ ሳይሆን እንደተናገሩልኝ ሆኖ ሳለ፣ነጮች ከልጅ አንስቶ እስከ አዋቂ እበልጣቸዋሎው።የሚል እምነት አለኝ።ነጮች እኔን የሚበልቱት በዳታ ጌም ብቻ ነው የሚል እምነት ኖሮኝ።በዳታ ጌም ጨዋታ ለሚበልጡኝን ለመብለጥ የግድ ትክክል ወታደር መኮን አለብኝ ብዮ በ ፈረንጆች 2004 አዲስ አበባ ውጭ ጉዳይ ሚኒስቴር በመሄድ ወትሃደር ማስተማር እፈልጋሎው ብያቸው *በሪሁን*የተባለ ባልደረባ መቀሌ ኀበዛይ ወልደአረጋይ አንጋግር አለኝ።ኀበዛ ዘንድ ደውዮ ከአዲሳበባ መደወሌና ማኝይት እንደምፈልግ በስልክ ነግሬው መቀሌ ኒያላ ሲጋራ እና ብርድ ልብስ በመያዝ መቀሌ ሄድኩኝ።ኀበዛይ ቢሮው ሄጄ ወትሃደርን ማስተማር እፈልጋሎው አልኩትኝ።እኛ የምንቀጥረው እድሜው እስከ 24 አመት ብቻ ነው አለኝ።በዛን ግዜ እኔ 34 አመት ነበርኩ ።ኀበዛይም በኢንፎርሜሽን ቴክኖሎጂ አግዘን አለኝ።

ያልኩትኝ ቢያደርግ ኖሮ ባጣም ትልቅ ሰው እሆን ነበር የሚል እምነት አለኝ።

202305050211
ካጋጠሙኝ ሁናቴዎች አንዱ

ስዊድን የምኖርበት አፓርታማ የምትኖር አንዷት የ እድሜ ባለጸጋ ስዊድናዊት ዜጋ ልቧ ታማ አምቡላንስ ደውልልኝ ብላኝ ።ከፎቁ ከሚገኘው መግቢያ በራፍ ነበረጨኔ አምቡላንስ ደውየ አምቡላንሱ እስኪመጣ 7ተኛ ፎቅ በመሄድ ወንበር ብርጭቆ ሙሉ ውሃ ብርድልብስ አምጥቸላት አንቡላንሱ እስኪመጣ ከሷ ጋር ቆሜ እጠብቃሎው ያለሁትኝ።አምቡላንሱ መጥቶ የሰጠኋት ብርድልብስ ትከናንባ ወሃ ይዝ ቁጭ ብላ wow አሉ።ብርድ ልብሱ ከኛው ይበልጥ ያሞቃል ብሏት እሷን አምቡላንስ ደግፌ አደረስኳት ።

ከትንሽ ግዜ በኋላ አዲስ አበባ ሂድኩ።እንዳጋጣሚ እኔ tv እያየሁኝ የሰፈርኩት ፔንሲዮን በኢትዮጵያ ቲቪ ዜና ይሰማል ። ያ አዛውንት ቀን ዛሬ ተከበረ።y|ና አባዱላ ገመዳ አንዷት ኢትዮጵያዊት አዛውንትን ጨርቅ ሲያለብሳቸው ይታያል።በውስቴ ይገርማል ነው ያልኩትኝ። እኔ social media ዘንድ ከጫንኩት ትንታኔ እዚህ ጽሁፍ ላይ ለማስፈር ብሞክር፣የሰሜኑ ጦርነት ከመጀመሩ በፊት፣ለትንታኔ ላቀረብኩት በጥቂቱ
1ኛ ልዩ ሃይል ወደ መከላእያ ተቀላቅሎ ለሃገር ጥቅምና ሏላዊነት ዘብ መቆም።
2ኛፌደራል መንግስት ህወሃትን ከትግራይ ህዝብ መነጠል የህወሃት ተጠያዊዎች ከህወሃት መነጠል።
3ኛ የትግራይ ምርጫ ህወሃት ከማድረጉ በፊት ለትግራይ ህዝብ ያስተላለፍኩት
1ኛ ለ27 አመት የተጠቀመ ወይም የበላ ህወሃትን መምረጥ ይችላል ያልተጠቀመ ህወሃትን እንዳይመርጥ።
2ኛ ልክ ከአዲሳበባ እንደተወገደ ከመቀሌም መወገዱ አይቀሬ ነው አልኩትኝ።

ግጭት ተፈጥሮ የተፈጠረው ግጭት የህወሃት ተጠያቂዎች መሆኑ ቀርቶ ሰላማዊ የትግራይ ህዝብ ተጥየቀ።ድርጊቱ እኔን አሥቀጣኝ።
አብይ ህወሃትን እንደጠየከው ባዴንና አሄደድ በድርሻቸው ጠይቅ አልኩትኝ።አዎን የአሄደድ ተጠያቂ ከሚሆኑት አንዱ አባዱላ ጋመዳ WORD UP!!!!

2023052220:59
place:Hudinge sjukhus
plan5 avd#69(48)
I had been physically and emotionally harrased by 3 ethiopian origen አስራት፣ አያሌው እና ዮናታን።ፖሊስ ባመለከትም ፖሊሶቹ ምንም ትኩረት አልሰጡትም።ህጻናት ልጆች ማን እና እንዴት ሊያውቁት እንደቻሉ ገርሞኛል።ህጻናቶቹ ወላጆቻቸውን ያስቾግራሉ።ንፋስ

ለመውሰድ ውጭ ስወጣ ፣ያውና ይሄ ነው ይሉዋቸውና ህጻናቶቹ እኔን አይተው ይረጋጉና ይሄዳሉ።ከፍተኛ አፊሴሮች በየታዳጊዎች የሚነዱዋቸው አናሳ ብስክሌት ይመጡና ከሃላፊው ዶክተር ይነጋገራሉ።የሚያወሩት ባልሰማውም ስለኔ እንደሆነ ምንም ጥርጥር የለኝም።

2023052520:50

sport komentator som heter Daniel och David Batra i en show fick David Batra fråga vad daniel(sport komentatören görde...då David Batra svarade "han åt kebab"

Jag gillar kebeb sedan 90talet.inte bara kebeb jag brukar ficka kaffe med "mazaril"
De görde film en man på filmen äter massa mazaril.
det fans "kebebkungen" i odenplan (stockholm) .när de serverar de ger folk med paperstarlik med bild på en man i liende som ser ut mig..på bilden ser ut Daniel skötare från huddinge sjukhus plan5 avd 69 tidigare avd 48.
när jag var på resa hemifrån med taxi..frågade taxin om han kan stana någonstans för att köpa kebeb med bröd.då stanade i odenplan kebebkungen.det var mycket folk flesta var svenskar..sedan plockade min beställning kebeb med bröd. i tillbringaren fans daniel från halv tanzanya halv svenskt i liende.vi liknar varandra jag och daniel skötaren.jag skratade mycket.när jag berettade till nagån om bilden från kebebkungen.senare efter två tre månader gick jag till odenplan bibliotek.när jag passerade förbi kebebkungen...det fans inte längre kebebkungen restaurant.

what goes on comes around.jag kan garantera Er det är jag som är känd om att äta kebeb.det är billigt och got.
de har gört en film.jag vill inte avslöja inhållet på filmen.men man kan se klip att skådisen äter fullt tarlik mazaril.det fans fulltup mazaril foljö på tarliken.

på avd 48 när jag var tvångvårdades....skötare etiopisk tigre yonatan prcis loggade på datörn och var glad.ledningen hade berättat att han fått medalj.skrek han "jag fick medalj"och komer mot mig och" jag fick medalj"Daniel"!du är hjälte" så han till mig på amarigna.

för det pristish jag görde,han fått medalj.och anan etiopisk man Ayalew hade sakt till sina kollegor att han jobade i etiopien som läkare.

jag aveck till etiopien på grund av all motgångar.ser man på film..två..poliser tittar på film...i filmen ser en man reser utomlands (det var Jag) då den ena polis så...
avvikelse! vänta!
ring fortioåtta!

2023052522:25

ከኔ ጋር የማያይዛቸው መጽሃፎች፣ፊልሞች እና ሙዚቃዎች ጥቂቶች
It takes a village... by Hillary Clinton
Man's Search for Meaning... by Viktor Frankl
Nobel Prize winners... Denis Mukwege and Nadia Murad... about using sex as a solution in war and conflict
A song by Ace of Base... "She is going by tomorrow, boy. All she wants is another..."
"Georgia" ... by Louis Armstrong
Onyx... "F**k Jaleny! I used to love you. I can't love you no more! The only thing you got is tight asses* Don't trust that bit**ch."
A Beautiful Mind... by Russell Crowe
Terminator... by Arnold Schwarzenegger

2023052601:12

የ33 አመት ያከል የማውቀው ጓደኛዮ ጋሹ ሙሉጌታ ከዚህ አለም በሞት መለየቱ አሳዝኖኝ በጣም ለሚወዱት እናቱ መጽናናት እየተመኘሁኝ፣
ሳስታውስ ጋሹ ሁል ግዜ ደጋግሞ እንደሚናገረው፣ዳነኤል!ሁሉንም ነገር መስራት የሚችል ቢሆንም፣ነጮች አንድንም ነገር መስራት እንደማይችል አደረጉት ይል ነበር።ሬሲዝምን መቋቋም ሳልችል ስቀርና ወደ ሃገሬ ሳመራ፣ይህም ከ100 ያላነሱ ጉዞዎች ሳደርግ፣ነጮች ዲያስፖራዎችን ሲወክሉ በአንጻሩ ዲያስፖራዎች ሃገር ቤት ሃበሻ ወክለው እኔ ሃገር ቤት ስሄድ ያዋከቡኝና ወደ ስደት እንድመለስ ያደርጋሉ። ምእራባውያን መንግስትን ብቻ አይደለም ኮራፕት ያደረጉጥ።ተራ የሃገራችን ኗሪ ጭምር ነው።ከበበው ገዳ እንደሚለው ዲያስፖራ for good ብሎ ሃገርቤት ሲመጣ ወይ ጉድ ብሎ የመለሳል ብሎታል።
2023052606:48

perception አንድን ነገር አተረጓገሙ አንድ አይነት ሳይሆን ከቦታ ቦታ ይለያያል።ለመተንተን ብሞክር፣
ሁለት ጥንድ ነጮች ጃንግል ሄደው እንደአጋጣሚ ሲሳሳሙ በጃንግሉ የሚኖሩ ሰዎች አይተዋቸው አይ!እየተባሉ ናቸው አሉ።በሌላ ቦታ ማለት እተማ ሲሳሳሙ ያየ እየተባሉ እንዳልሆነ ያውቃሉ።አውሮፓውያን ቋንቋቸውፈጣን በመሆን ስትናገር ወይም በቋንቋቸው ስፀፍን ካዩ ይወዱሃል።ሌላ ግዜም ሲያዩህ ሊርቁህ አይፈልጉም። ይቀርቡሃል።

አማርኛ ሁለተኛ ቋንቋህ ሆኖ ቀልጣፋ ሆንክ ሰባብረክ ብትናገር፣ አማርኛ የመጀመርያ ቋንቋቸው የሆኑ ሰዎች ማድነቅ፣ማክበር ሲገባቸው ይኮሩብሃል።አማርኛ ሲናገር አፉ ይይዘዋል። ትባላለሕ።የዛሬ 20 አመት መሃሙድ አሕመድ ሊዘፍን መጥቶ በቲቪ ቃለ መጠይቅ ሲደረግለት ፣እኔ የምዘፍነው የኢትዮጵያ ትክክለኛ በሆነው አማርኛ ቋንቋ ነው አለ።እና አሁን ላለው የርስ በርስ ንትርክ መነሻው አንዳችን ሌላውን ለባእድ አሳልፈን መስጠት ነው የሚል እምነት አለኝ።

2023052806:28

Inför Facebook LIVE for aggressive video games and violent movies can make you aggressive.
Violent media is turning you out of your psychic thumb.psychic thumb ማለት ሳይኪክ አውራ ጣት ሲሆን ሳይኪክ ማለት እንደ ተሌፓቲ
To transmit or receive power supernaturally.
Psycic has three structures. (id, ego, supper ego). The opposite of psychic is hylic. Hylic, also called somatic. Somatic encoding means encoding, which is the greatest encoding by verifying or defining a statement.

Aggressive video games, Aggressive movies. You become aggressive media effects turn you into into psychic thumb. Mental health.verbal aggression.

መሳደብ፣ማንቋሸሽ፣ማስፈራራት የመሳሰሉጥ።
ልክ አንድ ፊልም ለማየት የሚፈቀደው ከተወሰነ እድሜ ያላቸው እንደሆና ካውሽን ማስጠንቀቅያ እንደሚሰጥው።ቫዮለንት መዲአ ማሳየት ግድ ካለ፣ህጻናት እንዳያዩ ለማድረግ አዋቂዎች ብቻ እንዲያዩ ማድረግ ይቻላል።ለሊት ሰው ከተኛ በኋላ ተነስቶ ቫዮለንት መዲአ መመልከት ይቻላል።
ከጓደኛዮ ጋር በስልክ ሳወራ ኢንጀክሽኑ ሲሰጡክ እንዴት ያደርግሓል ብሎ ሲጠይቀኝ ጭንቅላቴን ያቅለሸልሸዋል ስለው ግዜ ምን ልታዘዝ የሚል ትምህርት አዘል ኮመዲ ላይ አንዱ ተዋናይ ጭንቅላቴን አቅለሸለሸኝ አለ።ማንበብ ሙሉ ያደርጋል ሳይባል ያልተነገረለትን እንድትናገር ያደርግካል።ጭንቅላት ማቅለሸለሽ ፕራይመርሊ ከኔ የወጣ መሆኑን አውቁበት፣ የኔን ሰምተው ቲያትር መስራት ማለት መብቴ እንደተጋፉ ያመላክታል። አሁን ምን ልታዘዝ የሚል ኮመዲ አላየውም ቀረ ማለት ነው።ባን አደረግኩት ማለት ነው።

ሶሻል ሚድያ ቀረጽ ሳይደረግለት ብሄራዊ ትያትር ማሳየት ይችላሉ።
ቲቪ ላይ የማታገኘው ጋዜጣ ላይ ታገኝዋለክ።
ቲቪና ጋዜጣ ላይ የማታገኘው ማህበረሰብ ውስጥ አብዞርብ በማድረግ የምታገኘው ኢንፎርሜሽን ይኖራል።

2023053120:50
ትምህርት ቤት ውስጥ ምግብ የሚቀርብላቸው የዩኒቨርሲቲ ተማሪዎች ብቻ ናቸው።ለወደፊቱ የሆነውን የመጣ መንግስት ማኒፌስቶው ላይ ክ፤ኛ ክፍል ተማሪዎች ጀምሮ ሁሉንም ተማሪ ትምህርት ቤት ውስጥ ወተት አቅርቦት መደረግ የሚል አስተያየት አለኝ።በእርግጥ የወተት አቅርቦት የማይቻል ሊሆን ይችላል።ኮረፌ እና ሻሜታ ወተትን የሚተኩ የገብስ ውጤቶችን ማቅረብ ይቻላል።

2023053120:56

profieser Birhanu Nega ስለነጮች ኢትዮጵያ ህዝብ ላይ አስተያየት ሲሰጡ በጣም የሚያደንቁትን የሚገረሙበት ህዝብ መሆኑን ይናገራል።በእርግጥ የሳይኮሎጂ መጽሃፍ you fix complex problem in complex area. ይላል።ነጮች በኛ የሚገረሙና የሚያደንቁ መሆናቸው አልፎም የሚቀኑብን መሆናቸው እኔ እንደታዘብኩትኝ ለወገኔ በተለይ ለታዳጊ ወጣቶች ማበሰር የምፈልገው ቢኖር እድሉ መጠቀም እንዳለብን ነው።

አንድ መንግስት ይመጣል ይሄዳል።ይህ እውን መሆኑ ከተረዳን Ethiopian Democracy Practicing (ከመእራብና ከራሳችን ባህል እሴት የተውጣጣ)
ብንለማመድ ጥሩ ነው። ለመተንተን ያህል አንድ የኢትዮጵያ መሪ ይመጣል ይሄዳል።የአፍሪካ መሪዎች እጣ ፈንታቸው አንድ አይነት የሚሆነው የዲሞክራሲ እጦት ነውን እናስታውስ።አንድ መሪ ካልፈለግነው ወይም ካልፈለገ ብዙ ምርጫዎች ተቀምጠውለት ራሱ ናቪጌት አድርጎ ሌላ ስራ እንዲሰራ ህዝብን እንዲቀላቀል ማድረግ ዲሞክራሲን ፐራክቲስ አድርገናል ማለት ነው። ይህ አባባል ታዳጊ ወጣቶች እንደሚስማሙበት አምናለው። daki(To forgive is passion). በተጨማሪም ለሌሎች ሓገራት በተለይ ለአፍሪካ ተምሳሌት ከመሆናችን አልፎ ነጮች በ እኛ የሚገረሙ ከሆነ ይበልጥኑ እኛ ላይ እንዲያደንቁ ማድረግ የበለጠ ይሆናል።

አንድ የሳጥን ምስል ውስጥ ግራ ቀኝ ግራ ቀኝ የሚል ጽሁፍ ተዘበራርቆ ሲቀመት ለማለት በሳጥኑ ምስል በስተቀኝ በኩል ግራ የሚል ጽሁፍ ሲኖር በሳጥኑ ምስል በስተግራ በኩል ቀኝ የሚል ጽሁፍ ሲሰፍር የሚያሳየው ያደጉ ሃገራት ላይ ለፍት ፓርቲ ውስጥ ራይት ዊንግ አለ ። ራይት ዊንግ ላይም ለፍቲ አለ።እና መንግስታቸው በዚህ መልኩ ስራውን እንዴት እንደሚሰራ ድብቅና ሰኪኡር ነው።
በኛ አገር የኦሮሞ ትግሬ የ አማራ ትግሬ ፣የትግሬ ኦሮሞ የትግሬ አማራ እንደመሆን ማለቴ ነው ። *ሰለሞን ተካልኝ ፣ታዮ ቦጋለ፣ሄርሜላ አረጋዊ የመሳሰሉትን በምሳሌነት መጥቀስ ይቻላል*ዳኪ20230601I727

2023060211:54

ዛሬ በታክሲ ስጓዝ እንዳጋጣሚ ሾፌሩ አንድ ሃበሻ ትግርኛ ተናጋሪ ነበርና እኔ ፍቃደኛ ሳልኮን በግድ ሊያናግረኝ ሲጥር እኔም በቃ እሺ ብዮ ሳይንስ በተሞረኮዘ ሃሳብ ስተነትንለት አቋረጠኝና " እዚአ ትብላ ዘለካ ፅብቅቲ እምበር፣አየስተባሃልኩላን ኔረ ! " እኔ ደግሞ ምን ብል ጥሩ ነው፣ ይቺ ያልኩህን ያላስተዋልካት ስላላነበብክ ነው።እኔ ግን መጽሃፍ ስላነበብኩኝ፣መጽሃፍ ውስጥ አኝይቼ ነው አልኩትኝ።

በአጼ ሃይለስላሴ ያደገ ትውልድ አሁን ግዜው እንደዛ እንዲሆንላቸው ሲናፍቁና ሲመኙ፣
በኮነሬል መንግስቱ ሃይለማርያም ያደገ ትውልድ ያን ግዜ እንዲመጣለት ሲመኝ።
በ አቶ መለስ ዜናዊ ያደገ ትውልድ አሁን ያን ግዜ እንዲመጣለት ሲመኝ፣
የፖለቲካ ፓርቲዎች በብሄር በክልል ከሚዋቀሩ፣በጀነሬሽን እውነት፣ እውነት፣ እውነት ነው የምላቹህ ፣በጀነሬሽን የአጼ ሃይለስላሴ ፣የኮነሬል መንግስት ትውልድ which is golden generation ፣የ አቶ መለስ ጀነሬሽን ተብሎ ቢዋቀር እውነት፣ እውነት፣ እውነት ነው የምላቹ ወዳጆቼ ቤተሰቦቼ ስብጥር ሆኖ ሁሉን የሚያቅፍ አካታች የሆነ አንድነት ለዛውም passion የተሞላበት ኑሮ ህዝባችን ይኖራል የሚል ሃሳብ አለኝ።ታዳጊ ወጣቶች አትርሱ ይህን አስቡበት ፊቸራቹህ ነውና አስተማሪ፣አባት እናት ጋር ተሚገቱ በአንድ እግራቸው እስቁሙዋቸው። like,share,subscribe

ሃብታሙ አያሌው አንዳንድ ግዜ መጽሃፍ ቅዱስ ስትተነትን አስተውላሎ፣ያሁኑ ሁናቴ ፣ታድያ ፣ ፈጣሪ ያመጣው ነው ለምን አትልም ወይስ አብይ አህመድ ነው ያመጣው lucas of controll:-lucas french word plural luci means place or location.Internal lucas of control.one can control once life..example civil right movement.ወይስ ሁለቱንም ነው መጠቀም ይሄማ ሳየንስ አይደግፈውም።ወይስ ልክ እንደ ማታ ቢራቢሮ ከተጠቀምክባት በኋላ ፊትክን ማዞር ።አትርሱ ብሊፍ ወደ ቫልዩ ሲወስድክ፣ኤክስፐሪያንስ ወደ ሳክሰስ ነው የሚያመጣው

External lucas of control fate, chance complaining about.source: Rotter 1966

2023060113:07

የሚጨስ ነገር ተቀባብለክ የምታጨስ ከሆነ salivery glands የምራቅ እጢ ከአንዱ ወደ አንዱ ሲተላለፍ ሳይንስ የሚለው nerv ላይ ጫና ይፈጥራል።
Aversive therapy የሚባል ደግሞ አንድ ተራፒስት ታካሚው ላይ የማይፈልገው ባህሪ ካየ የማይፈለገው stimuli ጭንቅላትን ወይም አንደበትክና አስተሳሰብክ የሚቀይር ነገር እንድትወስድ ያደርገሃል እንደ ኤሌክትሪክ ሾክ ከሚካል መውሰድ እንድትጀምር ያደርገሃል።

2023060212:55

እኔ ዳነኤል ኪዳነማርያም መኮንን ሶስት ነገሮች ለአሁኑ ማንሳት እፈልጋሎው
1] ስዊድን ኤምባሲ ቆንስላ የምትሰራ "Daniel የገንዘብ ካዝናችን አራቆትከው ገንዘብ የለንም! አለችኝ።
2]ስደት አገር የሚገኙ ታዋቂ የሃይማኖት ሰባኪዎች፣ሁልሉንም ካሉ በኋላ " የዳነኤል ድርሻ ስንት ፐርሰንት ነው! አለ።
3] አንድ ቤተሰብ ከ32 አመት በኋል አዲሳበባ ሳገኘው ከመቅጽፈት "Daniel ላንተ የተባለ ሃብት ወደ ሌላ ተገለበጠ ! አለኝ።
ሌላም በአቶ ሃይለማርያም ደሳለኝ ግዜ ከ ገርጂ በአፓርታማ ቦሌ ሩዋንዳ በአቋራጭ ስሄድ ፖሊሶች ይጠብቁኝ እንደነበርና አንድ ቀን ከገርጂ ብሄራዊ ትያትር ዋና ብሄራዊ ባንክ ተጠቅሜ ስመለስ ኢትዮጵያ ሆቴል ላይ አንድ ሰውዮ ምን ቢል ጥሩ ነው ? " ሃገር አጋንንት እየመሩዋት ዳነኤል ተሸከማት "

ከላይ የተጠቀሱ ሶስት አረፍተነገሮች ለሰው ሳላካፍል ወይም ለሰው ሳልናገር ፣ሰዉ የተናገሩኝንን ናቸው።እውነታም አላቸው።የምፈልገው ሃላፊነት ተሰጥቶኝ ሃገሬን በቅንነት ማገልገል ነው። እውቀት አለኝ ብዮ አልተናገርኩም።ስለ እውቀት አውሎ የሚያሳድር እውቀት አለኝ።እኔ በተደጋጋሚ የምለው ያለሁት ባለንብረት ስለሆንኩኝ የሃገር ሁናቴ እኔን አካታች ይሁን ነው እምለው ያለሁትኝ።

2023060221:14

ግልጽ ደብዳቤ ለኢትዮጵያ ህዝብ

ከዳነኤል ኪዳነማርያም መኮንን

የሃገር መሪ ለመሆን የግድ እውቀት መኖርህ ብዙም አስፈላጊ አይደለም።የሚያስፈልገው ምርጥ ተንኮለኛ መሆንህን ነው።
እናት ሃገር ዘንድ ሁሉም የውጭ አገራት ልኡካን ይመጣሉ።ሁሉም መጥቶ ሃገራችን ዘንድ

መጥተው ይፈተፍታሉ ።አብይ እንግዳ አለመቀበሉና ለተከታዮቹ እንደ እነ ደመቀ መኮንን እንግዳ እንዲቀበሉ ማድረግ ብዙም ጉዳት ያለበት አይመስለኝም።ለምሳሌ ም እራባውያን እና ራሽያ ፈደረሽን አይግባቡም በጠላትነት ነው የሚተያዩጥ።ታድያ ሁሉንም ማስተናገድ ችግር አይነሮውም ብላቹ አትገምቱም, ።ይታሰብበት፣

2023060700:48 Monday morning.

በዚህ የ33 አመት የስደት ግዚኢኢኤዎች ወደ ሃገር ቤት ከ100 ያላነሱ በረራዎች አድርጌአሎው። በአንድ ወቅት ቆይታዮ እንዳጋጣሚ ሆኖ አከሱም ነበርኩትኝና፣ያለማጋነን ሳይኮሎጂ እንደሚጠቅሰው Internal lucas of controll:-thos who belive one controlls some ones life.ex civil right movement.External lucas of controll:-those who belive in luckk,faith and happenes.እኔ ኢንተርናል ሉካስ አፍ ኮንትሮል ነኝ።ለዚህም ላብራራ፥
ጠላ ጠጥቼ ቢቢሲ ሳዳምጥ የጠጣሁት ሃሪፍ ኮኛክ እንደሆነ ቢቢሲ ተናጋሪው ነገረኝ።
ላልተወሰነ ግዜ ሴት ጓደኛ ስላልያዝኩ አንሽታይንም ብቸኛ ነበር ብሎ ያው ቢቢሲ ያጽናናኛል።
ቀኑ ሙሉ ቢቢሲ ሰምቼ እንቅልፌ አሁንስ ብዮ ሳደግም ግድግዳው ይናገራል|ድምጽ መስማት ጀመርኩትኝ|
ድምጹ የሰማሁት ምን ነበር.
ያለሁት ከማርያም ቤተክርስትያን ቅጥር ግቢ 5 ሜትር ራቅ ብሎ ከሚገኘው ቤት 1ኛ ፎቅ ነኝ ያለሁት ተከናንቤ መተኛት ስፈልግ ድምጹ ምን ይለኛል፣ እርግብ ያዝና ሰርተክ ብላት ይለኛል ድምጹ።
እኔ ደግሞ አልፈለኩም ደከሞኛል።ድምጹ ቀጠለ።እርግብ ያዝና ብላ ይለኛል።
አሁንም ፍላጎት የለኝም እዛው ከሰፈሩ እርግቦች አንዷን ይዞ ሙብላጥendaጋጣሚ ሽንት ቤት ወጣ ብሎ ስለሆነ ደርሼ ስመጣ ወደመኝታው ክፍሌ።
አንዲት እርግብ ተንከብክባ ውድቅ ብድግ ውድቅ ብድግ ስትል አይቼ በመያዝ አሮስቶ አደረግኳጥ አልበለኋትም ለድመት ሰጠኋጥ

ሳይኮሎጂ መጽሃፍ ላይ እንደሚለው አንድ ኤክስፐሪመንት ሁልት አይጦች ኬጅ ላይ ታደርጋቸውና when you electrify the cage,the rats start to fight.
ዳኪ (ኢትዮጵያ ሃገራችን ፣በመላው የኢትዮጵያ ክፍል ለሚደረገው ሁሉ ሰማይ ላይ ያለው Suppernatural Force የግጭት የሁከት የሰላም የፍቅር ያደርጋታል ።በየቦታው Electrify እያደረገ)

ሃገራችን የሁሉንም የውጭ ሃገራት የምትገናኝ ተገናኝታም ወል የምትፈራረም ከሆነ በሌላ ይበልጥኑ አነጋገር የሁለትዮሽ ስምምነት ከአስር ሃገራት ካደረገች የአስር ሃገራት ቴሌስኮፖች ኤትዮጵያ ሰማይ ላይ ያንሰራሩና ኤለክትሪፋይ ሲያደርጉት ወገኖች እርስበርሳቸው ላይ ልክ እንደ አይጦቹ ያልሆነ ኤንፎርሜሽን ወይም የሚያጋጭ ድምጽ ያስተላልፋሉ።ይጣላሉ ።
ዳኪ2023060702:49 monday morrning temp.9ዲግሪ

እኔ ዳነኤል ኪዳነማርያም መኮነን lay detecter በሬኮርድ የሰበርኩ ነኝ።

202306120734

አቨርሲቭ ተራፒ därför att min therapist var inte glad på min atitude.Min attitud var när jag går till openvård mottagningen,ta jag t-bana från hässelbygård till odenplan ,,,där efter byter jag i odenplan till flemingsberg.under resan sitter jag på en av stolarna ...en kommer och spotar sedan en anann keomer och spottar. flemingsberg rosar jag med university student sen omer jag till helix.då blir det mycket och visat kort stubin.dena gillar inte min läkare...därför substanc abiuse för att känna SKAM

2023061803:55

Internationally known being make change.ሃገር ቤት ስሄድ ጫዋታው አለማቀፍ ይሆንና፣ መጨረሻ ላይ ትግሬነቴ እንዲረጋገጥ ለሆነ ትግሬ ገንዘብ እንድሰጥ ያደርጉና ማለት በሲስተም ይለምኑኝና ገንዘብ ከሰጠሁኝ ትግሬነቴ ያረጋግጣሉ።አሸናፊ ታዮ የተባለ ምሁር እንዳለው succesfull ካልሆንክ change your identity.ገንዘብ ሰዎች ጠይቀውኝ ላለመስጠት ወሰንኩኝ።ችግር ላይ ናቸው ኝ ትንሽ ብሰጣቸው ተቸግሬ ትግሬነቴ ይረጋገጣል።በትግሬነቴ መታወቅ የለብኝም።ገንዘቤ ወስደው እነርሱ እኔን መክፈል ሲገባቸው የነርሱ ችግር የሚፋቀው እኔን የትግሬ አይደንቲቲ ማረጋገጥ ነው

በርግጥ የምርዳት የ9ኝ አመት ልጅ አከሱም አለች ትንሽ ገንዘብ ተቸግሬ እንኳን ከላኩላት በትግሬነቴ ስለሚመድብኝ ለማንም ገንዘብ መላክ እንደማልፈልግ ወሰኛሎው።

2023061922:07

እኔ ራስን የመተማመን ረገድ ወደ ታች የሚወርድበት ምክንያት ሰዎች ሳያውቁት እኔን ሲያሙ ማለት የሚያሙኝ ነጮች ሲሆኑ ሃሪፍ ልጅ ነህ ግን

self-esteem ወርዷል ይላሉ፤ይሉኝል።ግን ወደ ነበረበት ከፍተኛ ደረጃ የራስ መተማመን ለማምጣት ciquence = በጣም ትንሽ ፐርሰንት በዚሮ እና ዚሮ ነጥብ አምስት ባሉት ቁጥሮች ብቻ ነው የሚያስፈልገኝ።ለዚህም በየ ሁለት ሳምንት በግድ የሚሰጠኝ መርፌ ነው ሰበቡ። መርፌው ስወጋ rigid behaviour,unresponsive to others,repitative,poor comunication የተባሉትኝ ያደርጋል።ልክ Autism እንዳለው ሰው።ሞክሬው ሃገርቤት ስሄድ መርፌው ስላሌለ በራስ መተማመኑ እንደ ሮኬት ይወነጨፋል።ስናገርም ሰው ሁሉ ይገርመዋል። ነጮቹ ይህን ያደረጉ እንዳያስጠይቃቸው ሃገር ቤት መጥተው ሆነ ሰው ልከው የኢትዮጵያ መንግስት ሆነ ማህበረሰብ ኮራፐት አድርገው ወደ ውጭ እንደገና እንድመለስ ያለፈው 27 አመት ሆነ የአሁኑ መንግስት በዘዴ ወደ ስደት እንደመለስ ያደርጋሉ።ይባል የለ keep your enemy cloth to you! አሁን አሁን ጨዋታው አብቅተዋል። ልክ እንደ ኤርትራ ህዝብ 27

አመት ብቻውን እንደተሰቃየ ፣እኔን 30 years abanden አድርገውኛል።

ለመድገም ያህል ያለፍላጎቴ በግድ በየሁለት ሳምንቱ መርፌ ሲሰጡኝ፣እንዳጋጣሚ ሆኖ አንድ መርፌ ሳልወጋ ከቀሮሀ ለነገሮች በጣም ፈጣን Active እሆናሎው።ስለ sexual vaiolence in war and conflict ከጻፉት Dennis macwage from kongo and Nadia Murad from Iraq ሁለቱም መጽሃፍ ጽፈው በ2018 Nobel price ተቀብሏል። ሴክሹዋል ቫዮለንስ ኢን ዋር አንድ ቾንፍሊክት የሚፈጥሩት ራሳቸው ም እራባውያን ከአመሪካ ሆነው ሳለ ሰዎች ነቅተው መጽሃፍ ሲጽፉ በሌላ አነጋገር የምእራባውያንና አመሪካ ሴራ በመጽሃፍ እያጋለጡ እያጋለጡ እያለ ተሸላሚዎች ያደርጓቸዋል።መጽሃፉ ከኔ ህይወት ታሪክ ይመሳሰለዋል።በፈረንጆች 1993 እኔንና አንዷት ኢትዮጵያዊት በ 1995 ከአዲስ አበባ ወደ አመሪካ የሄደች አሁንም አመሪካ የምትኖር 47 አመት አብረን የነበርነው የ 24 እና የ22 እድሜ እያለን ነበር።ሌላም በእስራኤል አመሪካዊ የሆነ Daniel Kenneman የተባለ ምሁር "Thinking fast and slow" በተባለው መጽሃፉ እኔ ከምእራባውያን ያለኝን ግንኙነት የሚመሳሰል ይዘታ አለው። ዳነኤል ከነማን መራባውያን ስራቸውን በመጽሃፉ ሲያጋልጥ የኖቤል ፕራይስ ተሸላሚ እንዲሆን አድርጎታል። ኖበል ፓራይስ አንቀበልም የሚሉ ጥቂቶች አይደሉም።እኔንና የወጣትነት ፍቅረኛዮን
ለ sexual vaiolenc in ራሽያ/ቸቸንያ conflict ከዳረጉን አንዷ ህሊሪ ክሊንተን ስትሆን በጻፈችው ወጽሃፍ "It takes a village" ሰፍሯል።ይህ መጽሃፍ በአሁኑ ግዜ ስር የሰደደ ስለመሆኑ psychology መጽሃፍ ይገልጻል። እኔም እንደ ተጽእኖ ፈጣሪ ህልሪ ክሊንተን በ2016 ለፕረዚደንትነት እንዳትመረጥ የብኩሌ ተጽእኖ አድርጌአሎው carma ይሉሃል ይሄ ነው። ብዙ የአመሪካ ተቋማትም ህሊሪ ክሊንተንን she is indited on minorities sex ብሎዋታል። ።

ከህልሪ ክሊንተን መጽሃፍ ጎን ለጎን የሚሄድ በ Victor francil የተጻፈ Mens search for meaning የሚለው መጽሃፍ ማንበብ ጠቃሚነት እንዳለው እገልጻሎው።

2023062014:02

የኮንጎ ተወላጅ የሆነ ደኒስ ማክዋጌ እና የኢራቅ ተወላጅ የሆነችው ናድያ ሙራድ ፣በ2018 ኖብል ፕራይስ ተሸላሚዎች የሆኑበት ግብረሰባዊነትን በጦርነትና ግጭቶች ላይ እንደመፍትሄ መጠቀም ላደረጉት ከፍተኛ ስራ እና አስተዋጽኦ ተሸላሚዎች ሆኗል።የኔ ህይወት ታሪክ ተመሳሳይነት ሲኖረው እኔ ከ ጃለኔ ጣይብ አባጆቢር aka ጆሊ አህመድ የጉራጌ ተወላጅ ፣ የሁለታችን ፑኝነት በ ቸቸኒያ ራሽያ ጦ ርነት ላይ እንደ መፍትሄ ተጠቅመውበታል። ውጭ አገር እኔ እሷ ደግሞ ኢትዮጵያ ተራርቀን ተነፋፍቀን አንዳንዴ በስልክ ስናወራ ጆሊ ለምን አትመጣም ትለኝ ነበር እኔም ኢትዮጵያ ለመሄድና ከጆሊ ጋር ለመዋሃድ ስዘጋጅ አድነው ሆስፒታል ዘጉኝ።ይህም ለ 6 ወር ነበር።ሆስፒታል የገባሁት ያምሃል ብለው ነው።እኔ የ አእምሮ ህክምና የገባሁት በፈረንጆች sep-oct 1994 ነበር
የገባሁ እለታ የቸቸኛና ራሽያ ግጭት ተጀመረ። በጣም ከባድ መድሃኒት ነበር።ሁሌ ለምን ዘጋችሁኝ ብዮ ከነርሱ ሆስፒታል ከሚሰሩ ጋር ስጣላ ነበር እነርሱም

አብሮ ለመስራት እሺ በል ነበር የቁጣ አነጋገራቸው።የ Russel craw beutiful mind መመልከት ይቻላል። እኔ የምፈልገው ግን ኢትዮጵያ መሄድና ጄሊን ማግኘት ነበር። የምፈልገው። ከስድስት ወር በኋላ የቀረው ግማሽ አመት april 1995 ሙሉዉን
ስድስት ወር ከባድ መድሃኒት በኋላ እስከ 1995 መጨረሻ በዲፐረሽን አሳለፍኩት ።ጄሊም 1995 USA ሄደች ።በአለም ላይ በአንደኛነት የወጣ ዘፈን
ice of base ...ohh all she want is another boy የሚለው ዘፈን እኔን የሚያመላክት መሆኑን እገነዘብ እበር። ከኔ ህይወት ታሪክ ጋር የተገናኘ መጽሃፍ የ hillry clintእን መጽሃፍ ሌላ መጽሃፍም በ Daniel keneman የተባለ እስራኤል አመሪካዊ ለኖብል ሽልማት ያበቃው መጽሃፍ Thiking fast and slow የኔ ባህሪ የሚያመላክት መልእክት አለው። እኔና ጄሊ የተስማማነው እኔ አዲስ አበባ እንድመጣ ስለነበር ፤ለመሄድ ስዘጋጅ 7 ወንድም እህቶቼና እናቴ ወድያውኑ ካናዳ ሄዱ።ማን እንደላካቸው ባላውቅም የኔን አዲስ አባባ መሄድ ያልፈለጉ እንደልኳዋቸው ተገንዝቤአሎው።
ሂሊሪ ክሊንተን እንዳትመረጥ አስተዋጾ አድርጌአሎው።መጽሃፏን በአሁኑ ግዜ ክሮኖሳይድ ወይም ስር የሰደደ እንደመሆኑ የ psychology core-concept edition 7 ይገልጻል። እኔ ያለ ወይዘሪት ለምን ኖርኩ ብዮ አላዝንም አላስብም አልበሳጭም አልተከዝም። ልክ አስተማሪው አሸናፊ ታዮ እንዳለው።የአንድ ነገር መነሻ ካወቅክ ብርቱ ጎበዝ ትሆናለክ ማለቱ ልክ ነው። እኔ ያለሁት መእራብ አውሮፓ እኔን እንደ መፍትሄ የወሰዱት በራሽያ በኩል፤ጄሊን ደግሞ ያለችው በቸቸኒያ በኩል አድርገው ጄሊ አሁን አመሪካ ስትኖር፤እኔ ስዊድን እየኖርኩትኝ የራሽያ አድርገው ሲያዩኝና ሲያስልፉኝ ሲያበሳጩኝ ሆኖ ሲበዛ ወደ ኢትዮጵያ ስሄድ አብሮኝ የሚሄድ ሆኖ ከኋላዮ እኔን ተከትሎ አዲስ አበባ የሚመጣ ።መጥቶ ከኢትዮጵያ መንግስት የሚፈራረም ገንዘብ የሚሰጥ ፤

2023062023:28

What do I think about the war between Russia and Ukraine?

If I were the president of Ukraine, I would make a statement: **"No! No! No! Ukraine and Russia we are close families. As Ukraine, if we are going to be a member of the EU, Russia must also become a member of the European Union!"**

When George Bush Jr. was in power, he once said, **"Russia must also be a member of the European Union!"** His speech struck me. Let's talk realistically—why not Russia? The EU has always been Germany's agenda, just like climate change is related to China.

I have personally thought and strived to find a solution for the tensions between Sweden, where I live, and its neighbors regarding Russia. I even wrote to former Foreign Minister Margot Wallström, urging her to bring the issue of Russia to Brussels and appeal for Russia's membership in the European Union. The Swedish government should support Russia on one hand. On the other hand, Sweden and its neighbors should agree with Russia to **respect the sovereignty of the Nordic countries** and establish a **100-year agreement** ensuring peace and stability.

2023062101:09

Using sexualized violence as a weapon in war and conflicts has damaged Somalia by its own people and outsiders and left Somalia without a functioning government for several decades.(daki 2023062101:13:13

2023062101:30:43

When you are 15-25 years old, find a good boss.
When you are 25-35, choose competence.
When you are 36-45, do what interests you.
When you are 45-65, help young people.

2023062102:26:41

Wednesday morning.

when I am in the hood the b**f used to go away(daki).
አብይ ዝም ብሎ ነው እንጂ የሱ ጸጥታ እጠብቅለት ነበር። ይህን ስል ልክ lowrens kholberg (1964-1981) ባወጣው ሁለተኛው የ moral issue
doing infavour of some one for own interest.or If you scrach my back you scrach main.በሚለው መርህ ሳይሆን።አብይን የምደግፍበት ዋና ምክንያት።የሚታየኝ መሪ ስላሌለ አብይን ስልጣኑ እንዳለ ሆኖ በውስጥ ተዛዝና ምን መደረግ እንዳለበት የሚወስኑ አቋቁሞ ውሳኔና ተዛዝ በአብይ በኩል እንዲተላለፍ ማድረግ the only option.

የኔ አካታችነት ያሌለው መንግስት በሃያላን እጅ ያስቆጣል።የኔ አካታችነት ቲያትር ወይም ፊልም ላይ Its socidal.
የኔን አካታችነት ያሌለው መዋቅር አብይን ብቻ ሳይሆን ሃላፊነቱ የሚወስደው ሁሉም ብሄረሰብን ነው። የኔ ንብረት ሁሉም የኢትዮጵያ ዜጋ ዶርሶታልና።
2023062110:23

Long term memory

college students asked to recall high school events.the less grade they had the less memory they recall.daki(ከ 20 ወንድም እና እህቶቼ በይበልጥ ተቆላምጬ ስላደኩ ለማለት I was Dads favorite.he was not only may Dad,he was just frien too.ወንድሞቼ እና እህቶቼ በጠቅላላ ቤተሰባችን አብረው ሲያወሩ።በጨዋታችሁው መሃል የድሮውን ማስታወስ ካልቻሉ፣ዳነኤልን ጠይቁት!እሱ አይረሳም ይላሉ። እንዲሁም ከጠቅላላ ወንድም እና እህቶቼ ጎበዙ ተማሪ እኔ ነኝ።

ካናዳ ካለችው ኤልሳ እህቴ የዛሬ ሃያ አመት በስልክ ሳዋራት ከዩኒቨርሲቲ ተመርቃ ማለት ሁሉም ወንድሞችና እህቶቼ ከዩኒቨርሲቲ ተመርቋል። እና ኤልሳ በስልክ ስታዋራኝ" ዳነኤል! ለምን አትማርም? እኛ እንኳን ተምረን አለችኝ"።ያኔ ነበር ሆን ብየ ከዩኒቨርሲቲ ቤተመጻህፍት ተውሼ በራሴ ማጥናት የጀመርኩትኝ።
እስከ 7 edition አጥንቻሎው።አሁንም ከምን ግዜም በላይ ስራዬ ብዬ እያጠናሁ እገኛሎው። ብቻ አቢቾ soft ሆኖ ነው እንጂ አገርቤት ሄጄ ወገኖቼን ጠቅሜ ራሴን እጠቅም ነበር። ሰዎች ይገርሙኛል አንድ መሪ ሲመጣ ወደ ስልጣን፣ቆይተው ውረድ ይላሉ።ያሰቡት እና ያዘጋጁት መሪ ያለ ይመስል።

2023071806:35

Scapegoating

በጣም የሚያሳዝን ሁናቴ ካጋጠሙኝ

በ2017/18 ዛና ሄጄ ማለት የአባቴ ትውልድ ስፍራ ዛና ገጠሩ ስገባኝ፤።አንድ ፍየል በ1500 ገዝቼ አክሱም ስመጣ እናቴ ኪሮስ ገብረመድህን ፍየሉን አልፈልግም ብላኝ።አንድ አክሱም የምመገብበት ምግብ ቤት ፣ስሙ ባላስታውሰው ፍየሉን ግዙኝ ስላት ለምግብ ቤቱ አስተዳዳሪ ሴትዮ።በ800 ብር ነው የምገዛህ ብላኝ፤ያው ባለችኝ ዋጋ ሼጠላት ወደ አዲስ አበባ ሳቀና በዛውም ወደ ስዊድን ስመጣ፤ያው በ 2019 ወደ ኢትዮጵያ ስመጣ በዛውም አክሱም ሄጄ፣ያው ፍየሉን የሸጥኩላት ባለምግብ ቤት ሴትዮ ለምሳ ስገባ ያው ፍየሉን ዋጋ የተስማማንበት ግቢ ላይ ነበር።ከአንድ ሁለት አመት በኋላ ስመለስ ዋጋ ስንስማማበት የነበረው አጥር ግቢ እኔ ቆሜ ስዋዋልበት የነበረችው ቦታ ላይ የ እሳት ክሰል አመድ እኔ የቆምኩበት ቦታ ላይ አየሁትኝ።geባኝ ፍየሉን ያበሰሉበት እንበለው ፍየሉን የጠበሱበት ቦታ መጨረሻ ላይ የቆምኩበት ቦታ አየሁኝ። ይገርማል።ያሳዝናል።

ሌላም በ 2019 አመት በአል ማግስት አንድ የጭነት መኪና እኔ ቁጭ ባልኩበት ሻይቤት አጠገብ የጭነት መኪናው ቆሞ ሁለት ሰዎች ከመኪናው አንድ እኔ ነኝ ያለ ፍየል አውርደው የፍየሉን አንገት እኔ ላይ እንዲመለከት አንገቱን ቆልምመው ለሁለት ሰወስት ደቂቃ ፍየሉን እኔን እንዲመለከት አድርገዉት እኔ ሳላስበው ከ8/10 ሜትር ርቀት ላይ ሁለት ሰዎች የፍየሉን ራስ ወደኔ እንዲመለከት ሲያደርጉ፣እኔ ጥሩ ስሜት አልሰጠኝም። በንጋታው አመት በአል ነበር እንደ አጋጣሚ ወደ ሻይ ቤት ስመጣ ልክ እኔ ቆሜበት የነበርው ቦታ ላይ እንስሳ ማረዳቸው ተገነዘብኩትኝ።የትላንትናው ፍየል ነው ብዮ ራሴን ነገርኩትኝ።ያው ቡና ለማዘዝ ስቃጣ ሰው የለም ተዘግተዋል። አንድ ሰውዮ አግኝቼ ስጠይቀው ፣መቀሌ ሄዱ አለኝ።አመት በአል ማግስት ወደ መቀሌ መሄድ ግራ ያጋባል።ኝ ነገሩ ገባኝ።ፍየሉ ታርዶ መቀሌ ስጋው ሊበላ እንደሆነ scapegoating ይሉሃል ይሄ ነው።አንዳንድ ግዜ ሳስበው ለራሴ ዳንኤል ክብረት የሚለው እንደዚህና እንደነዚህ የመሳሰሉትን ነገሮች ያውቅ ሆኗል የሚል ሃሳብ ይመጣብኛል።

2023071818:00

ሎሚ መአልቲ ምስ ጎረቤተይ ልኡል አቦ ክልተ ደቂ እላል ጌረ።እቲ ዘአለልናዮ ናብ ኢምባሲ ኤሪትርያ ከወስደኒ።ናይ ኤሪትርያ ዜግነት ንክወሃበኒ።ነዚ ናይ ዜግነት
ሁቶ ዝምልስ ጉዳይ ውሽጢ ሃገር ኤሪትርያ እንትከውን ቪዛ ተዋሂቡኒ አስመራ ዝርከብ ውሽጢ ሚኒስተር ከምልከጠንተተካኢሉ አብዚ አብ ሽወደን ከልኩ ዜግ ነት ንክወሃበኒ፣ እንተዘይተካኢሉ አስመራ ብ አካል ተረኪበ ከምልክት እዩ።ካብኡ ኤርትራዊ ጠበቃ ጌረ አብ 27 አመት ጀሚሩ ኢትዮጵያ መንግስቲ ዝተቀበሎ ሃፍቲ ግደይ ንክወሃበኒ።ካብቲ ዝወሃበኒ ናይ ነብሲ ወከፍ ሃፍቲ 30% አነን ጠበቃየን ተካፊልና ዝተረፈ 70%ናብ መንግስቲ ኤሪትርያ ክከፈል

ምግራብ።
ኣብ ሽወደን ነባሪ ዝኮነ ኣይተ ብርሃነ ዝበሃል 2018 ምሳይ ዘ እለልናዮ፣ኣነ ዝብለካ ብርሃነ ኤርትራዊ ክከውን እየ ዝደሊ ኤምባሲ ክይደ ፓስፖርት ክረክብ እደሊ እየ እንዳበልኩ እሽግሮ ኒይረ።ብርሃነ ካብ ዝሃበኒ ሃበሬታ ኤሪትራዊ ኮይኑ እዩ ዝስመኣኒ ኢልካ ኒምባሲ ንገሮም ይብለኒ ነይሩ።ኣን ንብረት ዘለኒ ምኳኑ መረጋገጺ፣ኣብ ኤትዮጵያ ዝርከብ ሽወደን ኤምባሲ ቆንጽላ ማሪያ ዝተባህለት ብ 2016 ስልኪ ደዊለ መምለሲ ቲኬት ናብ ሽወደን የብለይን እሞ ተሃባበርኒ ሽወደን ምስ በጻህኩ ክመልሰልኪ ኢለ እንተ እልላ ንሳ ዝሃበትኒ መልሲ ዳነ ኤል ናይ መንግስቲ ካዝናና ባዶ ኣትሪፍካዮ ካዝናና ባዶ እዮ ወዴካዮ ኢላትኒ።ብተወሳኪ ተስፋይ ነጋ ዝተባህለ በ ኣልቤት ሃፍተይ ብረይ ኪዳነማርያም ድህሪ 30 ኣመት ኣብ ኣዲስ ኣበባ ፈለማ እንትንራከብ ካብ ዘ እለለኒ ዳነ ኤል ናካ እተባህለ ኩሉ ናብ ካሎት ተገልቢጡ ኢሉኒ።እዚ ህቶ ኣብውሽጠይ ኣቢጠዮ ንዘበናት ዝጸና እኩዎ መዛርብቲ ሲነሉ እቲ ናይ ውሽጠይ ዝተኣበጠ ነገር ካብ ካሌ ሰብ ሰሚ እዮ እየ።

2023071819:54

ለብዙ አመታት እኔ መድሃኒት አልወስድም ስል ሃኪም አዞን ነው ብለው ሲቭል ፖሊሶች አስገድደው በሲቪል መኪና ወደ ሆስፒታል ሲወስዱኝ ሆስፒታል እንደገባሁኝ እግሬና እጆቼ አልጋ ላይ ታስሬ መርፌ ይወጉኛል።ከግዜ በኋላ ተጠያቂነት እንዳይኖራቸው አንድ ሴክሽን ሙሉ ኢትዮጵያውያን የሚሰሩበት ዘንድ አስገብተው ሃበሾቹ ሲያዋክቡኝ፣ጉልበት እኔ ላይ ሲጠቀሙ ተጠያቂነቱ ስዊድኖቹ ዘንድ ሳይሆን ኢትዮጵያውያን ሰራተኞች ላይ ይጥሉታል።

ሁሉም አይነት ስፖርት ሲኖር በስፖርቶቹ አሸናፊና ጥሩ ውጤት የማመጣ መሆኔን ሰዎች ሲያውቁ ሆስፒታሉ ውስጥ የሚሰሩ ሃበሾች አውቀው ቀይተው፣በቅርቡ በተፈጠረው ግጭት በስፖርት አሸናፊ መሆኔን ቀድመው አውቀው ቀኝ እግሬን እኔ በማላውቀው ሁናቴ ሲመቱኝ ፣ ቀኝ እግሬ ካነከሰኩኝ አራት አመት ሞልቶታል።ለዚህም እንዳላሸንፋቸው እንዳልቀድማቸው ቀኝ እግሬ መተውኝ እስከ አሁን አነክሳለሁ።ሃቁ እንደ ህወሃት ሳይሆን እንደ ለተቀሩት 3 የኢሃዴግ ግምባሮች መሆኔ ባለመቀበል እግሬን እንዳነክስ አድርጓል።ሰራተኞቹ በወር 50 ሺህ ይከፈላቸዋል።ልክ እንደ ዶክተር ወርሃዊ ደመወዝ።የቋንቋ ችሎታ የሌላቸው የአዲስ አበባ ድሩየዎች ናቸው።ሁሌ ግጭቱ በኔና ሃበሻ ሰራተኞቹ ሆኖ ስዊድኖቹ ገለል ብለው ይመለከታሉ። በሃይለማርያም ደሳለኝ ዘመን ኢትዮጵያ በቃ ትፈርሳለች የሚል ፖለቲካዊ አስተሳሰብ ኖረዋቸው እኔ በበኩሌ ቪዝን እንደነበረኝ ና ሳረጋጋቸው ነበር።ቀኝ እግሬ በጣም ያመኝ ስለነበር አሁንም እያመመኝ ይገኛል።የሆኑ ድሩየዎች ስራውን ለመቀጠር ብለው አንዱ የውሽቱን ኢትዮጵያ እያለው ዶክተር ነበርኩ ብሎ ኢንተርቪው አድርጎ የተቀጠረ ነው።እኔን ትግሬ መሆኔን እንጂ ኢትዮጵያዊ እንዳልሆንኩ አድርገው የገመቱኝ ስለሆነ ይህ ትግሬ እንዳይበልጠን ብለው እሌክትሪክ ሾክ ያደረጉብኛል። የኢትዮጵያ ፓስፖርቴን ላወጣ ኢትዮጵያ ኤምባሲ ዘንድ ስሄድ አቶ ተሾመ የተባሉ የኤምባሲው ሰራተኛ ጋር ቃል ስንለዋወጥ እኔ ለዘመናት አገሬን ያገለከልኩኝ ማለት ኢህወዴግን ያገለገልኩ ሲሆን ከኢሃዴግ አንዱ ክፍል መቀሌ ቢገባም ቀጣዩ

አብሮነቴ ከተቀሩት 3 ፓርቲዎች ነው ብዮ አቶ ተሾመን አስተያየቴ ሰጥቼአቸዋሎው።ከዛ በኋላ አበሾቹ የሆስፒታሉ ሰራተኞች እኔን ወያኔ ነው ብለው እግሬን እስከማነክስ አድርገውኛል።
አንድ ቀን በህልሜ አብይ አህመድ ሲያስታምመኝ አድሯል።
2023080103:29

የአለም ሃገራት አሰላለፍ በኔ እይታ።

አመሪካዊ ብሆን ሪፐብሊካን መስመር ስይዝ፣ጆርጅ ቡሽ ጁንየር እንዲመረጥ ስሮጥ ማለት በቀን የጅም ውሎዮ ፐራክቲስ አደርግ ነበር።ጆርጅ ቡሽ ጁንየር ተመረጠ።እኔም ደስ አለኝ።ብዙም አልቆየም ኢራቅ ላይ ጦርነት ተከሰተ።ምእራባውያን አመሪካ ኢራቅ መግባትዎ አልደገፉትም። ለዚህም ውጊያው ቀጥሎ መጨረሻ አላገኘም።ለዚህም በኔ እይታ ኢራቃውያን ጦርነት ከአመሪካ እንዲከሰት ካደረጉት ዋናው ምክንያት፣ምእራባውያን በመቃወማቸው ኢራቃውያን አመሪካ ላይ ፕሮተስት ሊያደርጉ ችሏል።ልክ ጆርጅ ቡሽ ሲንየር ቀደም ብሎ ኢራቅ ኩዌትን በወረረች ግዜ ሁሉም ምእራባውያን ከአመሪካ ጎን በመሰለፋቸው ጦርነቱ በአጭር ግዜ ልቋጭ ችሏል።

ጆርጅ ቡሽ ጁንየር ምእራብውያንን ሲላቸው የነበረ፣ሁሉም ኢሮፐያን ዩንየን ሲቀላቀሉ ራሽያም ትቀላቀል ብሎ ሲነግራቸው አልሰሙትም።የፐረዚደንት ግዜው ሊገባደድ ሲል አውሮፓ መጥቶ የትም አገር ሳይሄድ ስሎቬንያ ብቻ በመሄድ ተሰናበተ።

እስቲ ሰው ይፍረድ ራሽያም አውሮፓ ዩንየን ትቀላቀል ማለቱ አንጀቴን ነበር የበላው። በኢንተርናሽናል አነጋገር ጠላትህን ካጠገብክ አድርግ እንደሚባለው፣ስዊድኖች ራሽያ እንዳታጠቃቸው ሁሌ ስጋት ሲኖራቸው ከትውልድ እስከ ትውልድ ስጋቱና ፍራቻው እያወረሱ ቆይተዋል አሁንም ስጋቱና ፍራቻው እንዳለ ሆኖ፣ እኔ ጠላትክን ከጎንክ አድርግ የሚለውን አምንበታሎው።በ 2016 ኢትዮጵያ ነበርኩኝና ደብዳቤ ጽፌ ኢትዮጵያ ያለው የስዊድን ኤምባሲ ከተትኩ። የደብዳቤው ፍሬ ነገር እንደሚከተለው ይሆናል።
ደብዳቤው የተጻፈው በወቅቱ ለነበሩት የውጭ ጉዳይ ሚኒስተር ማርጎት ዋልስትሩም ነበር። እሱም ራሽያ ከሚያጎራብቱ ሃገራት ምንም አይነት የዛቻ የፉከራ ወይም ወረራ እንዳታካሂድ ለ100 አመታት ካጎራባች ሃገራት የዛቻ ሆነ የወረራ ነገር እንዳታደርግ ቢያንስ ለ 100 አመታት ስምምነት ፈርማ።ከዛ በኋላ የውጭጉዳይ ሚንስትርዋ ብራስለስ ሄደው ራሽያ ከአውሮፓ ዩንየን እንድትቀላቀል ያደርጉ ዘንድ የሚል ነበር።እውነት ነው ሁላቸውም ሃገራት አውሮፓ ዩንየን ሲቀላቀሉ ለምን ራሽያ ብቻ፣ ራሽያን የምታዋስናቸው ሃገራት ስጋት ካላቸው ልክ ሰጥቶ መቀበል እንደሚሉት፣ የስዊድን ውጭ ጉዳይ ሚኒስተር ብራስል ሄደው ራሽያም አውሮፓ ዩንየን ትቀላቀል የሚል ደብዳቤ ካስገቡ በኋላ፣በራሽያን አጎራባች አገራት የ 100 አመት ስምምነት ያለዛቻና ማስፈራራትለ 100 አመት እንዲፈራረሙ ማድረግ የሚል ፐሮግራም የያዘ ደብዳቤ ነበር።

2023080106:44

ሰሞኑ ካጋጠሙኝ ነገሮች አንዱ፣

ሰፈራችን አንድ የማውቀው ኢትዮጵያዊ የሚሰራው ለ 3 ሺ የባንክ ሰራተኞች ምሳ ማስተናገድ ሲሆን፣ስራ ጨርሶ ሲመጣ ከተረፈው ምግብ ፓክ አድርጎ ወደ ቤቱ ይመጣል።አንድ ቀን ትፈልጋለክ ወይ ላምጣልክ ሲለኝ እምቢ አላልኩትም ከአንድ ሁለት ሰወስቴ ይዞልኝ መጣ። በዋጋ አንድ ትሪ ምሳ ከ 100/150 ክራውን ያወጣል።ቀምሼው ውሃና ጨው ብቻ ነው ጣእሙ። አዘንኩ፣ተበሳጮሁ፣ተናደድኩኝ።እኔ ከምታወቅባቸው ነገሮች አንዱ የሚጥም ምግብ በመስራት ነው።ልጁ ያመጣልኝ ምግብ ፍርጅ ወስጥ ነበርና አውጥቼ ጣልኩት ለልጁም እንዳያመጣልኝ ልነግረው ወሰንኩትኝ።እኔ ከምታወቅባቸው ነገሮች መካከል ዩኒቨርሲቲ ሆነ የትኛውም ትምህርት ቤት ማስተማር እንደምችል፣አቅም ያነሰው መርዳትና ከጉልበተኞች መከላከል ሲሆን ፣ጣእም ያለው ምግብ መስራት ጥቂቶቹ ናቸው ። ።ግን ቆይ የኔ በጣም ከምደነቅባቸውና በጣም ሰዎች ቀምሰው ከሚያደንቁኝ የምግብ አይነቶች ሁለት አይነት የምግብ አይነት ሲኖሩ፣ እነኚህ ሁለት የምግብ አይነቶች በሳምንት ሁለት የምሳ ሰአቶች ሰርቼ ማስተናገድ እችላሎው ስልና ማድረግ ባለመቻሌ አበድኩ አዘንኩ ተበሳጭሁ።አልፎም እንቅልፍ እምቢ ብሎኝ አነጋሁት ።ነብሱን ይማረው ጓደኛዮ ጋሹ ወልደሀይወት ስለኔ ከሌሎች ጋር ሲያወራ፣ዳነኤል ሁሉንም ነገር መስራት እየቻለ አንድ ነገር እንዲሰራ አላደረጉትም። ይል ነበር።

2023080500:00

Fight or Flight Helps Us To Avoid Stressfull Events. daki (የሆነ ነገር ለመተግበር ስዘጋጅ በቅድሚያ አብሰለሰልና ይህን ላደርገው የተዘጋጀሁትኝ ትክክል ነው ወይስ ትክክል አደለም እላሎው።ትክክል ነው ወይስ አደለም ብዮ ራሴን ስጠይቅ I Start To Dig.ቆይ! አባቴ እንደዚ ያደርገው ነበር ብዮ ወደኋላ ሳስብ በርግጥ አባቴ እንዳሰብኩት ያደርገዋል። አባቴ ሲያደርገው የነበረ ትክክል ሳይሆን ከቀረ እኔ ማድረግ እንዳሌለብኝ ራሴን እመክራሎው ። ሳይንስ በተሞላበት ድርጊቱን ላለመተግበር I send Antigens.

Stress ካለህ፣የደም ስብ ወይም ፋት ኮሎስትሮል እንዲሁም የደም ግፊት ተጋላጭ ትሆናለክ። እኔ ስትረስ ከሆንኩኝ ሃገር ቤት በመሄድ ቀኖቼና ወራቶቼ በደስታ ሳሳልፍ የስኳር በሽታ ፣የደም ግፊት እንዲሆም ኮሎስትሮል ወይም ደም ውስጥ የመሳሰሉት ይጠፋሉ።ስለዚ ፋይት ወይም ፍላይት መጠቀም የግድ ይላል።

2023080515:46

There Are Two Types Of Motivation......
1-Intrinsic Motivatio
2-Extrinsic Motivation

People Motivated Intrenisticlly and Extrenisticlly. Both are Effective. But Extrenistic Motivation is Not As Effective as Intrinsic Motivation. Because Extrenistic Motivated People relay on Drugs and Alcohol. If WE take an Example ኢሱ*ወዲ አፎም* is motivated Intrensticlly. Intrinsic Motivated People They pay 100% of their capacity, Energy, willingness, and everything...and Then They sacced and Hit The Target of their plan. Intrinsic Motivated People, we Call Them weasel Blowers or The Flow. The Existential Power Has One Challenge. i.e., weasel blower. Weasel Blower can Resist The Existential Power Against His Value and Overwhelming Peers.

2023080516:12

እኔን ለ30 አመታት የአእምሮ በሽታ አለብህ ብለው ሲያጉሩኝ፣ያጎሩኝን ሆስፒታል ተከፍሎአቸው የሚሰሩ ጋር ለጅም ወይም ለውድድር ሲዳርጉኝ።እኔ አይከፈለኝም እነርሱ እንደ ዋርድ አሲስታንስ ተቀጥረው እስከ 50 ሺህ ክሮነር በወር እየተከፈላቸው ሲወዳደሩ ከኔው ጋር ፈይር አይደለም።አንድ ታሪክ ልንገራቹህ፣

እኔ የተዘጋሁበት ሆስፒታል አንድ ሞሮካዊ አከመድ የተባለ ሰራተኛ እንደቀልድ አፍሪካኖች በበረዶ ላይ ስኪይንግ ስፖርት ሲሰሩ አይተን አናውቅም ሲል።እኔን መንካቱ ነው። በፈረንጅ 1998 Nöme የተባለች የኖርወይ ትንሽ ቀበሌ አይደር እና አዲግራት ሲመታ በቁጣ ያዙኝ ልቀቁኝ ስል ከሰራኋቸው የጅም ስፖርቶች፣ስፖርተኞች በበረዶ ስኪይንግ የሚያደርጉበት በ እንጨት የተሰራ አቀበት ላይ በመውጣት በረዶ ስላልነበር ተንከባልዮ ሰወስት አራት ግዜ ከላይ ከአቀበት ወደ ታች ተንከባልዮ ወረድኩትኝ። ።ይህ የሰራሁት ስፖርት ፍሪዝ ተደርጎ ለሁለት አመታት ያክል ከዛ በኋላ ኢትዮጵያ ኤሪትራ ላይ ጥቃት ስታደርግ የኢትዮጵያ ሰራዊት እሱን በመሞርከዝ ኮምባት ፈጸመ ።ኢትዮጵያ ጥቃት የፈጽመችው ከሁለት አመታት በኋላ ቢሆንም እኔ የሰራሁት ስፖርት june1998 ነበር ኢትዮጵያ ማጥቃት የፈጸመችው ከሁለት አመት በኋላ ቢሆንም ፎልክ ፓርቲ መሪ የሆነ ሰውየ ላርሽ ላዮንበሪ የተባለ አድቨርታይዝ ያደርገው ነበር። ልክ አዲሱ ለገሰ እንደተናገረው፣ሰራዊቱ እንደ አንድ ሰው ሆኖ ነው ግዴታው የተወጣው ብሏል። አንዳንድ የፊዩውዳል አስተሳሰብ ያላቸው እንደሚሉት አደለም ብሏል። ግዳጁ የተወጣው የእኔ እንደ ፉት ሶልጀር ሆኜ ማለት ነው።ፉት ሶልጀር ማለት አንድ መንግስት ሊሰራው የሚገባው ሳይሰራው ሲቀር በምትኩ አንድ ግለሰብ ሳይገደድ በራሱ የመንግስት ስራ ሲሰራው፣ ያ ግለሰብ ፉት ሶልጀር ይባላል።ሲሳይ አጌና ሲተነትን አንድ ጦርነት በወትሃደር

እርምጃ ነው የሚለካው የሚለው Its none sense.እና አከመድ ሞሮኮው አፍሪካኖች ብበሮዶ ላይ ስኪይንግ ሲያደርጉ አይተን አናውቅም ሲለኝ።እኔ ደግሞ ፓሪስ ቲያትር ላይ ለተደረገው ሆሞሳይድ ስሜ መሃመድ አደለም አከመድ ነው አልኩትኝ።እኔ የሰራሁት ሹክ ሲሉት እርሱ አከመድ የሰራው ደግሞ ሹክ ስላሉን ነው።ይህ ያልኩበት የኔ ስራ ለአከመድ ሹክ ሲሉት አከመድ የሰራው ደግሞ ለኔ ሹክ ብለውኛል።አይ ባቢሎን።አንድ የዴንማርክ ሰአሊ እየሱስ ብሎ አፍንጫው ትልቅ አድርጎ ሲጋራ ሲያጨስ ሲስለው መሃመድን ደግሞ ሴቶች ሲሚግጥ ስሏል። ለዚህም ብዙ ትችት እና ማስፈራርያ ደርሶበታል።አከመድ ሴቶች በየግዜው እንደሚሚግጥ እናቃለን።እኔ ደግሞ ሴቶችን መሚገጤ ሳይሆን ሁሌ በነርሱ ሰበብ በሽተኛ ነክ ሲሉኝና በግድ መድሃኒት ሲሰጡኝ በንዴት ሲጋራውን ነበር እማጨሰው።በሃገርቤትም ፊልም ተሰርቶበታል። ስገልጸው ሰውየውን ሊገድሉት ፈልገው በሲጋራ ገደሉት ይላል።ይህ ዴንማርካዊው ከመሞቱ አንድ ቀን ቀደም ብሎ አንዲት ሞሮካዊት ወጣት ካንተ ጋር ካላደርኩ ብላ ዋይን ግዛልኝ ብላኝ ገዝቼላት አብረን ያመሸን ምሽት ተጨዋውተን ልንተኛ ስንል ሶፋ ላይ ተኛች እኔ አልጋዮ ላይ ጋደም አልኩኝ።ሞሮካዊትዋ አንድ ቃል ስትናገር ሰሙኋት፣እሡም እመጣሎው ካንተ ጋር ስትለኝ፣አልመጣችም።ነጋ ከዛ በኋላ ቁርስ ሰርቼ በላን እሷን ከመሸኘቴ በፊጥኝ አንድ ቃል ጣል አደረግኩላት እሱም እኔ ዲሲፕሊን ያለኝ ሰው ነኝ ።ሌላ ቢሆን ወሲባዊ ጥቃት ያወርድብሽ ነበር አልኳት ።በንጋታው ዜና ስከታተል እየሱስ ሲጋራ ሲያጨስና መሃመድ ሴቶች ሲማግጥ የሳለው ሰአሊ በመኪና አደጋ ከዚህ አለም በሞት ተለየ። ። በተጨማሪም አንዲት የ እድሜ ባለጸጋ *ሊልባብስ*የተባለች ስዊድናዊት ተዋናይ እሱማ ጨሰ ስትል ባ አንድ ቲቪ ፕሮግራም ላይ የፊልሙ ይዘት የኔን የመሰለ መስሎ ታይቶኝ በሃዘን ስወጣ ትንሽ አልቆየችም ወራት ባልበለጠ አምላክ ወሰዳት ።

ሌላም ከጓደኛዮ ይትባረክ የተባለ ስልክ ስናወራ የሚሰጡህ መርፌ ሲወጉህ ምን የሰማሃል ሲለኝ ጭንቅላቴ ያቅለሸልሸኛል ስለው፣ምን ልታዘዝ የሚል የሃገርቤት ፊልም ላይ ጭንቅላቴ አቅለሸለሸኝ አለ።ዳኪ*ወይ ጉድ*ተወርቶ አያልቅም።ሌላም ልበላቹ፣በሃበሻ 1980 እስጢፋኖስ ሼል ስሠራ በቀን 2000 ሺ ብር በቀን አገኝ ነበር።ታታሪ ሰራተኛም ነበርኩኝ።ከምሰራቸው ስራዎች በብዛት ካሼሪ ሲሆን በሳምንት ሁለት ግዜ ቡታ ጋዝ የጫነ አይሱዙ እናራግፍ ነበር ። እስካሁን እጅ መዳፌ ላይ ምልክት አለው፣።እና በ2020 ኢንግሊሽ ፓርክ በተባለ ቦታ ቁጭ ብየ ቡታ ጋዝ በማውረድ በተፈጠረብኝ ምልክት እጄ ላይ ላለው ቡጉር ነገር ላስለቅቅ ስሞክር በኋላ ቤት መጥቼ ሬድዮ ስከፍት ፒ3 በተባለው የሬድዮ ስርጭት ላይ በ እጁ መጸዳዳት*ብልትን መጸዳዳት * ከማብዛቱ የተነሳ ብጉር አወጣ እያሉ ሬድዮ ኤፍ ኤም ሲሳለቁብኝ ሰማሁኝ። እንደሚጠሉኝ አቃሎው።ስዊድኖች የአርኖልድ ሺዋዚነገር ተርሚኔተር አይወዱትም። በፈረንጆቹ 90ዎቹ ሃበሻዎች ተርሚኔተር የሚል ስም አውጥተውልኝ ነበር።

2023080519:37

ፍትህ አይደለም።

ወደ ስዊድን የመጣን ብዛት ያለን ሃበሾች መሃከል አንዱ ዳዊት የተባለ የአማራ ተወላጅ ትግሬ ጠል ከአምስት አመት በኋላ ወደ ሃገርቤት ተመልሶ እዛው ሃገርቤት ኑሮውን ቀጥለዋል።ትግሬ ጠል ቢሆንም የጠየቀው ማንም ሰው የለም።እዛው ሃገርቤት በሾፌር ይኼዳል።ልክ ደስታ አስመላሽ ፍራሽ አዳሽ እንዳለው አንበሳ ቤት ሰርቶ ከየት አመጣው ቢባል ተበድሮ ሲሉ መልሰው ከየት አምጥቶ ሊከፍለው ነው ሲሉ መልሱ ማን ጠይቆት አሉ ብሏል።እንደነ ዳዊት ትግሬ ጠል ሆነው ሳለ ማንም ሳይጠይቃቸው ተንደላቅቀው ሲኖሩ እኔን ዳነኤል ፉት ሶልጀር ሆኜ የሃገር ሏላዊነት አክብሬ እያሎው እኔን ወደ ቃሊቲ፣አልፎም ወያኔ ፖሊሶች ብትር ሲያወርዱብኝ ኖሯል።ከትግሬ ሌላ ብሄር የሆኑ እስረኞች ትግሬ በመሆኔ የመወጣቻ ዱላቸው አሳርፈውብኛል።

ዛሬ ጥዋት ስዊድን ስቶክሆልም የሰፈሬ ልጅ የሆነ አንድ ሃበሻ ሰላም ተባብለን ጥቂት ወሬአችን ስንቀጥል፣ኢትዮጵያ ደርሶ መምጣቱ አውቄ እኔ እስካሁን ኢትዮፕ፣ያ አለመሄዴን በቁጭት ስነግረው፣ኢትዮጵያ አውሮፕላን ማረፍያ ስደርስ አክም ናጉማ ፈያ እያልኩኝ ኦሮሞዎቹ ዘንድ ስጨባበጥ አሁንም ፈያ አካም ናጉማ እያልኩኝ ኦሮሞዎቹ ጋር ኤርፖርቱ ጋር እየተመላለስኩኝ እጅ ተጨባበጥኩኝ። ገርሞአቸው ባለስልጥን ነክ መሰለኝ እስኪሉ ድረስ ብሎ ጉራውን እንደመንዛት ሲል፣ቆየት ብሎ።እንደ ኦሮሞ እንስሳ የለም ኋላ ቀር ናቸው። ቀጠል አድርጎ ህጻን ልጅ ከነፍሰጹር ቀደው የሚበሉ እያለ ሲናገር በትንሽ ደቂቃዎች በፊት ቦሌ ኤርፖርት ያደረገው ተናግሮ ሲያበቃ እንዴት እንደጆተኒ ተገለባብጦ ሌላ ነገር ሊያወራልኝ ሲዳዳ፣መጨርሻ ላይ ቻውቻው ተባብለን ተለያየን።ብቻዮ ሳስብ እሱ ነበር ስጋት እኔማ አልሳደብ ሰው አክባሪ ለዛውም ኦሮምኛ ቋንቋ በራሴ ዲክሽነሪ ተውሼ አፋን ኦሮሞኦ የም ማር ስጋት እንዳልሆንኩኝ ነፍሴን ነገርኳጣሁን አብይ የአሁኑ ግዚያት ሁናቴ ከተወጣው መመለሻ አይኖረውም ስልጣኑን የሚቀማ አይገኝም።ጎ አቢይ ጎ።፣

እኔ ብዙ ግዜ ወደ ኢትዮጵያ ተመላልሼ ያየሁት የኔ ንብረት መላው ኢትዮጵያ ላይ በመፍሰሱ አውቄ ውስጤ አምቄ በ እራሮት ስኖር ቆይቼ።በአንድ ወቅት ከ30 አመት በኋላ ያገኙሁት የ እህቴ ባል፣እንዳጋጣሚ ሆኖ በሩን ሳንኳኳ እሱ ከፍቶልኝ ከመቅጽበት ያለኝ አንታ ዳነኤል ነአካ ዝተባህለ ኩሉ ናብ ካሎት ተገልቢጡ አለኝ።የውስጤ ሳልናገር አምቄ የያዝኩትኝ የ እህቴ ባል የውስጤን ነገረኝ።

2023080802:24

ዳነኤል ኪዳነማርያም መኮነን በስዊድኖች አይን።

ስዊድኖች እኔን ፣ የወላጆችን ሃላፊነት የወሰደ ነው።ስዊድኖች እኔን፣ ለስለስ ያለ ብዙ የሚያውቅ ነው።ይሉኛል።እኛ እንደማህበረሰብ የማዳመጥ ሚናችን በጣም ትንሽ ስለሆነ፣እናም ብዙ የሚለው ስላለ እድሉን ከፍተን ማዳመጥ አለብን ብለው የራሳቸው ሰዎችን ይመክራሉ።አንድ የታወቀች ደራሲ፣ካሚላ ሊክበርግ የጻፈችው መጽሃፍ በብዛት የተሸጠላት የሸጠችው መጽሃፍ 500 ሜትር የሚሆን፣ርዝመት የሚሆን እንዲሁም እንግሊዞች መጽሃፍዋን ፊልም እያደረጉት የሚገኙ ስትናገር ልጆቻችን እኛን አይሰሙንም የኛን ማለት የወላጆች ሚና ወሰዶታል።ብላ አስተያየትዋን ሰጥታለች ።
በእርግጥ የሳይኮሎጂ መጽሃፍ እንደሚለው ኢንተሊጀንት ሰው ካጋጠመህ እሱን ለመስማት አትዳዳ ሪስፔክት አድርገህው ብቻ እለፍ ይላል።

ይትባረክ የተባለ ጓደኛዮ ከኔ ጋር በቀን እስከ 4 ሰአት የሚያክል በስልክ ስናወራ፣ተገርሞ ያገኘሀው ሰው የሚሰማህን፣የምታውቀውን ነገር ሁሉ ተናገረው ብሎኛል።

2023080803:32

Russia

እኔ የምኖርበት አከባቢ ሰግርጌት የሆነ ድሆች የሚኖሩበት አከባቢ ሲሆን፣ከፖላንድ የመጡ በአብዛኛው የሚኖሩበት ሲሆን ሰላምጵ የማንሰጣጥ የፖላንድ ዜጎች ሲያሙኝ ፑቲን ነው ይሉኛል።ይህ እውነታ ሊኖርበት ይችላል።በ90ቹ እኔን እንደራሽያዊ ሂፕኖታይዝ አድርገው የራሽያ Foot Soldger አድርገው ልክ Nadya MUrad and Dennis Mackwage ለኖብል ሽልማት ከካቢቃቸው ስለ ወሲብን የጦርነት እና ግጭት መፍትሄ አድርገው ለሚወስዱ የጻፉት ሲሆን፣ እኔን እንደ ራሽያ ፉት ሶልጀር የድሮ ፍቅረኛዮን እንደ ቸቸኒያ ፉት ሶልጀር አድርገው በመውሰድ ቸቸኒያዎች በፕረዚደንት ቦሪስ የልሲን ግዜ ጦሩነቱ አድቫንስድ አድርገው ነበር ማለት ፍቅረኛዮን።ጀሊ አህመድ aka ጃለኒ ጣይብ አባጀኢር በፈረንጆች 1995 ከኢትዮጵያ ወደ አመሪካ ጆርጂያ ነዋሪነትዋ ያደረገች ።
ስዊድን እየኖርኩ ስዊድናዊ የማልሆንበት 33 አመት ስዊድን ኖሬ ለ ሁለት ሳምንት ብቻ በመስራቴ እውቀቴና ጉልበቴ ለ30 አመት ያክል በቢልዮን የሚቆጥ፣ገንዘብ ለራሴ የሚገባ ገንዘብ እኔ እጅ ሳይገባ ለኢትዮጵያ በመስጠትና ድህነት አረንቋ ውስጥ በመከተታቸው ነው።

እኔ አመሪካዊ ብሆን የሪፐብሊካንን መስመር የምይዝና America First የሚል እይታ ይኖረኛል።ዲሞክራትስ በአንጻሩ የዩሮፕ የሆሊዉድ መርሲነሪ ናቸው
የሚል እይታ አለኝ።

2023080806:24ሲጨፍር

ስለ ራሴ በውስጤ አምቄ ለሰው ሳላካፍል ያስቀመጥኩዋቸው ነገሮች ሻሞን የተባለ የኢራቅ ክርስትያናዊ እና የ እህቴ ባል ተስፉይ ነጋ የተናገሩኝን።

አንድ ሻሞን የተባለ ክርስትያን ሃይማኖቱ ኢራቃዊ፣ብዙም ቅርርብ ያሌለን ኝ በመንገድ ሰላም ሳንባባል የማንተላለፍ አንድ ቀን ቁጭ ብለን ጸሃይ ስንሞቅ።ሻሞን ምን አለኝበፈረንጅ 2007 አንተ ነህ የንግስቲትዋ ልጅ ትክክለኛ ፐሪንስ ብሎ ተናገረኝ፣እኔ ደነገጥኩና ምንም መልስ አልመለስኩለትም። እኔ
እዚህ አገር ለስደት የመጣሁት ፐሪንስ ለመሆን ባይሆንም፣በፈረንጆች 90ዎቹ ያጋጠሙኝ ነገሮች ለፐሪንስነት አብቅተዋል።ይህ ሆኖ ሳለ በውስጤ ለሰው ሳላካፍል ከያዝኳቸው ነገሮች መሃከል ሲሆን ትክክለኛነቱና እውነታው የሚታወቀው ሌላ ሰው ሲናገርባቸው ነው።ሻሞን አሁን በህይወት የለም ራሱን አጥፍተዋል።ነፍስህ እግዚአብሄር በአጸደ ገነት ያኑረው።

ከ30 አመት በኋላ አዲስ አበባ *መገናኛ ያገኘሁት የእህቴ ባል አቶ ተስፉይ ነጋ ከመቅስፈት ተገናኝተን ከመቅጽበት የተናገረኝ፣አንታ ዳነኤል ነአካ እተባህለ ናብ ካሌ ተገልቢጡ * አንተ ዳነኤል ለአንተ የተባለ ወደ ሌላ ሄድ ወይም ተገለበጠ።አልኝ ይህም በውስቴ ተይዞ የነበረ ለሌላ ሰው ሳልናገር ነበር።ትክክለኛነቱ የማረጋግጠው ሌላ ሰው ሲናገረው ነው።የነበረ የ27 መንግስት ንብረቴን ኢትዮጵያ ወስጥ ዘርቶት ሲያበቃ ድርሻውን አባከኖ፣አሁን እኩል የሆነ የሃብት
ክፍፍል ብሎ እየተናገረ ይገኛል።ከየት የመጣ ሃብት ፣ከደደቢት ሆነ ቆላ ተምቤን የመጣ ሃብት የለም።

2023080806:47

ጠቅላይ ሚስተሩና ዳነኤል ክብረት ከተናገርዋቸው።

እኔ ተጸኖ ፈጣሪነቴ ያወቅኩትኝ በፈረንጆች ከ90ቹ ጀምሮ ነው።ዳን ኤል ክብረት ምን አለ፣ ሁለት ጀኞች ተወራርደው አንዲት ሴትዮ ውሃ በ እንስራ ተሸክማ ስትሄድ ፣እንስራው ውስጥ ያለው ወሃ እንዳይንቦጫቦጭና እንዳይፈስ የሚከላከል ላዩላይ የሆነ አንቀልባ ወይም ጣሳ እንስራው ላይ ይቀመጣል።አንዱ ጀኛ ምን ብሎ ተወራረደ።እንስራውን ለይቼ ላዩላይ ያለችውን አንቀልባ ወይም ጣሳ ከሩቅ እመታሎው ብሎ ተወራርዶ መታ።ወሃውም ፈሰሰ ።ብሎ ስለ ሁለቱ ጀኞች ዳነኤል ክብረት ተናገረ።እና እኔን ያለ ፍትህ ያጠቁኝ ስለነበር ስዊድን ሳመር የሚባል አልነበረም ዝናብ ብቻ ነበር። space ላይም Nasa ,Mir የተባሉ መንኮራኩሮች አክቲቭ ነበሩ ።ሚር ከሰረ።መጨረሻ ላይ ሚር ማርሽ visa card አገኝሁ አለ። አብዛኛውን ግዜ ዲዛይን ማድረግ ጥሩ ነው ።አንዳንድ ግዜ ግን ሰሳይዳል ነው።በ90ዎቹ ሳመር ይዘንብ ነበር እንዳልኩት ሰዎቹ ቀይ፣ቢጫ፣አረንጓዴ ጃንጥላ ዲዛይን ማድረግ እልህ ይዞዎቸው፣ቀይ፣ቢጫ፣ሰመያዊ ማለት የሮማንያ ባንዲራ ያለው ጃንጥላ ስቶክሆልም ሞላው። ሃገሪትዋ የጎዳና ለማኝ ያልነበራት፣

ሮማናውያን ለማኞች ሃገሪትዋ ላይ ሞሉት ።

እኔ በፈረንጆች 1994/95/96/97/98 ስዊድን ሃገር የጸሃይ ወቅት አልነበረም ሳመሩ ሁሉ ዝናብ በዝናብ ነበር።ሲያዋክቡኝ ሳዋክባቸውና ሳሸንፋቸው።እንዲሁም ዳንስ እውድ እና ታዋቂ ዳንሰኛ ስለነበርኩኝ ፣ባዋከቡኝ ግዜ አዋክቤአቸው ማታ ላይ ጭፈራ ቤት ሄጄ እጨፍር ስለነበርኩትኝ ፣የራሽያ መሪ ቦሪስ የልሲን ሲጨፍሩ በቴሌቪሽን ይታዩ ነበር *Rip

እንዲሁም ሲያዋክቡኝ እያዋከብኩዋቸው፣ጣር ሲያስዩዙኝ ጣር ሳስይዛቸውና ቀኔን በአሸናፊነት ስወጣው ያላቸው መላ ሳቦታጅ ማድረግ ሲሆን።የማገኛትን
ቼክ ሳቦታጅ አድርገው ከአራት አምስት ቀን አገኛታሎው።ለዚህም አንድ ታዋቂ የራሽያ ጀነራል *አለክሳንደር ለብደ ቆይተው በሄለኮፕተር አደጋ የሞቱ Rip ደመወዜ አልተሰጠኝም ብሎው በቲቪ ሲናገሩ ነበር።

2023080812:20

ዛሬ ኢትዮጵያ ኤምባሲ ሄጄ ቦታው ቀይረው ዳንደሪድ በተባለ ቦታ ስፍሯል ።አምባሳደሩን ለማግኘት ነው የመጣሁት ። ብዮ አንዲት ቡና ስታፈላ ያገኘኋትየኤምባሲው ሰራተኛ ሳነጋግር ፣የዛሬ ሁለት ወር አምባሳደሩ ለማግ ኘትና ቀጠሮ ለመያዝ በጽሁፍ እንዲሁም ደውዮ ነበር ። መልስ ሳይሰጠኝ ሲቀር መጣሁትኝ ፣አምባሳድደሩ ማነጋገር እችላሎው ወይ ብዮ ጥያቄ ሳቀርብላት፣ፎርሙ ላይ ስምህ እና አድራሻክ ጻፍና ኮንታክት እናደርግሃለን አለችኝ ። የአምባሳደሩ ሰክሬታሪዋ ማነጋገር ነበረብኝ ።ቡና የሚያፈሉ አስቸገሩ።ኢትዮጵያ ስሄድ ቡና የሚሸጡ ያስቸግሩኝ ነበር ።ወያኔ ከእናቴ ሽርኮና ወግኖ ከም ኖርበት ቤት ከማባረሩ በፊት ጥዋት ከእናቴ ጋር ነበር የምጠጣው።እናቴም ቡና መጠጣት ከዳነኤል ነው ብላ ለተቀሩት 7 እህትና ወንድሞቼ ተናግራቸዋለች ።
ታድያ እናቴ ጋር ቡና መጠጣት የለመድኩትኝ ፔንሲዮን ሲሆን ኑሮዮ ፣ከጎዳና ቡና ሻጮች ዘንድ ሲሆን እድሌ።ቡና ሻጮቹ ያስቸግሩኝ ነበር።ኤምባሲው ደጅ ሆኜ አንዲት ቡና ሻጭ ቦሌ ሩዋንዳ ሰፈር አንደ ቡና ሻጭ ያለችው ትዝ አለኝ።እኔ ቁጭ ብዮ ቡና ለመጠጣት ሳይሆን ርቦኝ ሻይ በብስኩት ሳዝ ፣ይኮመጥጥብሃል አለችኝ አይ ግድ የለም ብስኩት እና ሻይ ስጪኝ ስላት ሁለቴ ደ ይኮመጥጥብሃል ብላኝ እኔም ግድ የለም ብያት ለዛውም ሁለት ብስኩት
ብያት አንድ ብቻ አቅርባልኝ፣ተቋደስኩት፣ትንሽ ከቆየን በኋላ ስልኳን አንስታ ወደ ደንበኞችዋ ደውላ ኑ ቡና ጠጡ አረንጓዴ ነው ስትል ሰማኋት።ከዛ በኋላ ስልኩን ዘጋችው። ከትንሽ ደቂቃ በኋላ ሰወስት ሰዎች መጡና ቦርጨማው ሳብ ሳብ አድርጋላቸው ሲቀመጡ አንዱ ምን አለ፣ያ የማይናደፈው ጉንዳን ነው ሲል,እኔ ልሰማው ነው፣ሌላ የማስብ መስዮ ዝም ብዮ ስልኬን እገለባብጣሎው።ይህን ትዝ ሲለኝ ቡና አፍይዎች አስቸገሩ እኮ ብዮ ኤምባሲው በጣም እሩቅ ስለነበር እየዘነበብኝ ሄጄ እየዘነበብኝ ሰፈሬ ደረስኩ።

2023080814:31

እኔ የሚቀርቡኝ ሆነ የማቀርባቸው ሰዎች ሰገጤዎች ሲሆኑ፣የራሴ ጥፋት አይደለም።ሸረሪት እንደምታልመው።ነጮች ሆን ብለው ከሰገጤዎች ዘንድ እንድቀርብ ያደርጋሉ።የኔ ጥፋት አይደለም።ከአገሬ ሰዎች እንዳልቀርብም ነጮች ያለሙት ሴራ ነው።bcaዮ ስሆን ውሎዮ ከታዋቂና አገር መሪዎች ነው።አንድ ያየሁት ፎቶግራፍ የ ኢትዮጵያ ጠቅላይ ሚንስቴርና የስዊድን ጠቅላይ ሚንስቴር አብረው የተነሱት ፎቶ ሆኖ ሳለ ፣የኢትዮጵያ ጠቅላይ ምኒስተር እጃቸው ኪሳቸው ውስጥ ከተው ሲሆን ከፎተው እንደተረዳሁት ከዛ ሁሉ የአለም መሪዎች መሃል ሁለቱ የሚያገናኛቸው ምክንያት ምንም ነገር የለም ለመነጋገር የቀረበው ደግሞ የስዊድኑ መሪ ሳይሆን የኢትዮጵያ መሪ መሆናቸው መገንዘብ ችያሎው ።በተጨማሪም የኢትዮጵያ ኤምባሲ አሁን የሰፈረው ከ አንድ የስዊድን ህይወት አድን ድርጅት መሆኑ የጥርጣሪዮና ግምቴ እውን የመሆኑ እድል ከፍ አድርጎታል።
የሚያሳስበኝ ነገር የራሽያ ግንኙነት ኢትዮጵያ ላይ ምን እንደሚሆን ሳስብ፣እንዲሁም እነ ፕሮፌሰር በየነ እና ብርሃኑ ነጋ ማኒፌስቶአቸው ላይ እንደ ስዊድን ሶሻል ዲሞክራቶች ነው አላማችን ማለታቸው እንዲሁ አሳሰቦኝ፣ይበልጥኑ የኢትዮጵያ ፖለቲከኞች እንዳሉት መራባውያን ገና በመለስ ዜናዊ ስርወመንግስት ጀምሮ ነው ስርገው የገቡት ማለታቸው እና እንዲሁም እኔ ኢትዮጵያ ብዙ ግዜዎች ተመላልሼ ባገኘሁት እውቀት እና ልምድ መራባውያን ኮራፕት ያደረጉት የኢትዮጵያ መንግስት ብቻ ሳይሆን ህብረተሰቡን ጭምር ነው የሚል ድምዳሜ ሲኖረኝ ኢትዮጵያ ከመራባውያን እና ከራሽያ ፌደረሽን ያላት ፖሊሲ አንዱን መሳብ አለባት ነው The More You F**k People, The More Rich You Get! እንደሚባለውከሁሉም አቅጣጫ ከመጣ ጋር ውል እና ስምምነት። ማድረግ ኢንቬስተርን ጨምሮ ማስተናገድ ኢትዮጵያ ላይ ለተዳቀነው ሁኔታ ዋና መንስኤውና Chronic እየሆነ የመጣው።በአጠቃላይ ይህ ክሮኒክ ብልጦች ካገኘ የሚፈታ ነው የሚል ድምዳሜ ነው ያለኝ። daki(For Every Problem There Is a Solution).

አቶ አበይ ስልጣን ከመያዛቸው በፊት እኔ ስለ ስዊድን የጸጥታና ሰላም ሁናቴ ሳስበው ባጣም ይገርመኛል ከ ሃያ አመት በፊት ጀምሮ።ለምን ይፈራሉ ፣ፈርተውስ ለምን ለሚፈጠረው ትውልዳቸው ፍርሃት ያወርሳሉ።ጠላትህን ሁል ግዜ ካጠገብክ አድርገው የሚል አባባል ለምን አይጠቀሙበትም።ገፋ ቢል እንኳን የኢትይዮጵያ በረራ በሳምንት ሰባት ግዜ አለ ወትሃደርን ከኢትዮጵያ ማጥለቅለቅ ቻይላል የሚል አስተሳሰብ ከሃያ አመት በፊት ጀምሮ ይመጣብኝ ነበር ፣ይህን ሃሳብ ለማንም ሳላካፍል ያሰብኩትኝ ነበር ።አቶ አበይ ስልጣን ይዘው ኢትዮጵያውያን ወትሃደሮችን ወደ ሌላ አገር መላክ እንደሚፈልጉ ተናግሯል።ይህ እንደ *ዝናቡ*የተናገሩት ያወቅኩትኝ በፈረንጆች በ90ዎቹ ጀምሮ ነው።ልክ በ15 አመታቸው የጀነራል ሳሞራ ራሽን የቆረጠሙት ግዜ።

2023080820:57

Text Book Says "You Don't Need To Change Environment To Be Succesful" Highly Educated Psychologists Interviewed Students Of Psychology From Slovenia, Albania And ChekRepublic and Students From All Three Countries Answered"We Need and Must Go To America and Weast Europe To Be Succesfull. The Highly Educated Psychologists leave Their Pen At The Desk and quit their Research without coming To an End.አሸናፊ ታዮ (If it doesn't Become Succesfull Just Change your Identity.).

daki(ገንዘብ አገኘሁ ማለት አልፎልሃል ማለት አይደለም።ተማራማሪዎች ነገሩን ሳይቋጩ እስክርቢቶአቸው ጠረጴዛ ላይ አስቀምጠው የተዉት ምክንያት
እንዲያልፍልን ብለው ሃገራቸው ጥለው ወደ አመሪካ እና አውሮፓ የመጡትን ሲያስተውሉ የመጡበት አገር ሰርተው ደህና ክፍያ ካገኙና የተመኙትን ገንዘብ የማግኘት ዘመቻ ከተሳካላቸው በኋላ complain ሲያደርጉ እና ዲፕረሽን ውስጥ ገብተው ስደት ጥሩ አደለም ሲሉ ይገኛሉ።-
-

2023080900:29

በ 2015/16 አከባቢ ከ x-cones ወደ magnusladelasgatan መኖርያ ስቀይር፣በአዲሱ የሰፈርኩበት መጀመርያ ላይ ድርብ በአንድ ግዜ የሁለት ወር ኪራይ ክፈል ብለውኝ ከፍያ ለምግብ እና አንዳንድ ነገሮች ሳንቲም አጥሮብኝ፣የግድ እርዳታ አስፈልጎኝ ዌልፋር ሀሰልብይ የሚገኝ ዘንድ በመሄድ የምግብ
ኩፖን እንዲሰጡኝ ለመጠየቅ ከጥዋቱ 8 ሰአት ሄጄ ጠብቅ አንዷ ሶስዮነም መጥታ ታናግርሃለች ብለውኝ ቀኑን ሙሉ ስጠብቅ ውየ ከሰአት በኋላ 17 ሰአት ሲዘጉ ቤቴ ሄድኩኝ።ቀኑን በሙሉ ለመጠበቅ በተግስት የቻልኩትኝ የሳይኮሎጂዮ መጽሃፍ እያነበብኩ ስለነበር ነው።በንጋታው ስመለስ እንዲሁ ማንም ሳያስተናግደኝ ከሰአት በኋላ 17 ሰአት ላይ መስርያቤቱ ሲዘጉ ማንም ሳያስተናግደኝ ተመለስኩ።ዘወትሮ ጉዳይከ የምትጨርሰው ወይም የሚያስተናግዱህ በ2 ሰአት ውስጥ ነበር።በነኚህ ሁለት ቀኖች በየቀኑ ከ 50 ያላነሱ ሰዎች መጥተው ተስተናግደው ሄዷል። እኔ መስርያቤቱ ስገኝ ከሁሉም ተስተናጋጆች ቀድሜ ስመለስ ሳልስተናገድ መጨረሻ የምሄደው እኔ ብቻ ነበር።ለካ የመስርያ ቤቱ አለቃ አንድ ሃበሻ ነበር።የሆነ ስፖርት እንበለው ወድድር ላይ እንደዳረጉኝ ገባኝ ።መጽሃፌ እያነበብኩትኝ ዘና ብዮ ነበር ሁለቱ ቀናት ያሳለፍኩትኝ።ሃበስሃ አለቃው የሰራተኞቹ መግቢያና መውቻ በር እየከፈተና እየዘጋ የሆኑ በር ሰሪዎች ሲያነጋግር አየው ነበር።እነኝህ ሰዎች የስራ ልብስ የለበሱ አናቲዎች መሰል እንደነበሩና ከኔው ቲም እንደሆኑ ሸተተኝ። በሰወስተኛው ቀን ግማሽ ቀን በኋላ አንዲት ናታልያ የተባለች እርጉዝ ሴሶኝም መጥታ አንተ መጽሃፍ የምታነበው ና ብላ ስትጣራ ቀረብ ብዮ ዳነኤል ኪዳነማርያም መኮነን ዶክቶራንድ ሳይኮሎጂ ኢንዳስትርያል ፐሮዳክሽን ኤንድ ኢንዳስትርያል ዲዛይን ብየ እጅ ስጨባበጣት፣የ200

ክሮነር ኩፖን ሰጥታኝ ተቀብየ ቲማቲም እና ቀይ ምስር ገዝቼ ሰርቼ በድርቆሽ በላሁትኝ። ማታዉኑ ዜና ስከፍት Hans የተባለ Internationally knownበሳይኮሎጂ ተንታኝነት የሚታወቅ በድንገት አረፈ የሚል ሰማሁ።ከዛ በኋላ hans och dorren የሚባል ቲቪ ሾው ተፈጠረ።ስሜቴ ትንሽ ነካው።ከረጅም ግዜ በኋላ ዊልፋር መስርያቤት ስሄድ።የሰራተኞቹ መግቢያና መውጫ በር ከፍት አድርገውት እንዳፈለክ የምትገባና የምትወጣበት በር ሆኖ ቀረ።

2023080901:35 Steariotypes

When Some Of Them Diagnos Me,The Rest Of Them Use Steariotypes.Methadon ለማግኘት በጥዋት ከሚሰለፉት ጎን እኔ ጉዳት ያለው እንዲሁም ቦርጭ የሚያስወጣ መድሃኒት በግድ እንድወስድ ሃኪሞች ሲያስገድዱኝ።መትሃዶን የሚወስዱ ሄሮይኖች ቦርጫም ነህ ይሉኛል።
አንድ ቀን ታንቱ የተባለ የሳመር ጸሃይ መስጫ ቦታአንድ ልጅ ከሚሰራበት ቦታ ቀኑ ሳያልፍበት ምግብ የሚያድል ዘንድ ምግብ ለማምጣት ስሄድ ከምሄድበት አቅጣቻ በተጻራሪ አንዲት የእድሜ ባለጸጋ ሴትዮ ዌልቸር ላይ ተቀምጣ ትራፊክ ጭንቅንቅ መብራት ላይ ስንገናኝ ዌልቸሩ ማሽከርከር አልቻለችም ነበር ከእርጅናዋ ብዛት ።ያው የትራፊክ መብራቱ ቀይ ከማብራቱ በፊት እኔ ቀልጠፍ ብዮ ሴትዮዋ ዘንድ ሄጄ አቅጣጫዮን ቀይሬ ሴትዮዋን ለመግፋት ወሰኜ፣ወዴት ነሽ ስላት ምግብ ለመግዛት ወደ ሱፐርማርኬት ነኝ ብላኝ ሱፐርማርኬቱ ዘንድ ገፍቼ ወስጄ ምግብ ገዝታ ወደምትኖርበት ዘንዳ አደረስኳትና እኔ ወደ ምግብ የምትሻማበት ቦታ ድረስ ሄጄ ሻንጣዮን ስሞላ፣ፖሊሶች እዚህ ቦታ ሁለተኛ ግዜ እንዳታመጣ ብለው ልጁን ማስጠንቀቅያ ሲሰጡት፣ከፈለጋቹ ሳልቬሽን አርሚ በተባለ የረዴት ድርጅት ምግብ አለ ሂዱና ብሉ ብለው ሲያበቁ ሌላኛው ፖሊስ Han Spårar kompitens ችሎታውን አይጠቀምበትም ብሎ በአሽሙር ተናገረኝ።ለሴትዮዋ ያደረኩላት እገዛ እስከ 3000 ክራውን ያስከፍላል።ፖሊሶቹ ሀኪም እንድሰራ ያልፈቀደልኝ መሆኑ አላወቁም።ኝ ጥሩ መስራቴ መከፈል ወይም መወደስ ሲገባ Steariotype ይሉሃል ይሄ ነው።

2023081404:55

Yesterday, 20230813, I Had The Finest Dream In My Life, Which Makes Me How To Resolve My caustic Relationship With My Brothers Sisters, Including My Mother, Who lives in Canada And the United States.
I Have Unresolved Problem With The Swedish Aughterities Too.To begin With My Mother Including My SSister Acuesed Me Faulsly For Not Accepting To Go And Meet The Ethhiopian Priest Who Has Conection With Countries Outside Ethiopia And Ethhiopia It Self.ዕናቴ እና እህቴ ፋና ከነበረው የ ሃያ ሰባት አመት መንግስት ቀድመው ጥቅም በመቀበል እኔን ቄስ ግርማ ዘንድ ሄጄ እንድለፋለፍ።I Am Not The Kind

Of Person Who Babels About My Life ,Experiance and What Hapend To Me In The Past In Open Highway.I know Who I Am.I Move Consciously.I Am Always With The Sense Of Direction.ወንድም እና እህቶቹ ጋር ስገኝ ሰዉ ሁላ ትኩረቱ እኔ ላይ ስለሆነና እንሱ ዞር ብሎ Intention ስለማይሰጣቸው ከዚህ ውርደት ለመውጣት እነርሱ ባሉበት እንድገኝ አይፈልጉም።እንዲሁም
አባቴ ከልጆቹ ሁሉ ቁከረት ሰጥቶና አቀማጥሎ ስላሳደገኝና እናቴን Abiuse ያደርጋት ስለነበር እኔ ላይ karma ሊፈጽሙ ስለሚፈልጉ ነው።በኔ ስም እና በኔው የቴና ቀውስ ሰበብ ከመንግስት ጥቅም ተቀብላ እኔን ቄስ ግርማ ዘንድ እንድሄድ ከነበረው መንግስት ተስማምታ እኔ አልሄድም ማለቴ የተቀበለችው ጥቅም መርጣ በሃሰት ከታናሸዋ እህቴ ጋራሸርባ አብሬአቸው ከምኖረው የመንግስት ቤት ከፖሊስ ጋር ተስማምታ በ2016 ፖሊስ እቤት ሁለተኛ እንዳልደርስ ማድረጉና እኔ ከሰባት አመት በፊት ጀምሮ በየፔንሲዮኑ ስንከራተት ልቤ ተሰባብሮ ጸጉሬ ያኔ ነበር የሸበተው።ትርሃስ እና ኤልሳ የልጅነት ጓደኞቻቸው የሆነች ልታገባ እና ሰርጓ ላይ ለመገኘት ልጆቻቸው ይዘው ከካናዳ አክሱም ሲመጡ እንደ አጋጣሚ ሆኖ እኔም ከስዊድን አክሱም ስሄድ መምጣቴ ሰምተው ወድያውኑ ልጆቻቸው ይዘው በፍጥነት ወደ አዲሳባባ ሲመለሱ ።የነኝህ ሁለት እህቶቼ ተግባር ይመቸኛል እኔን ማግኘትኝ ሆነ ማናገር አለመፈለጋቸው ይስማማኛል። I Respect ፋና እና እናቴ ዊድ ሁሉ ያጨሳል ብለው የኔን ክፉ ተመኝተው አደጋ ሊያደርሱብኝ ተቃጥተው ሲያበቁ ፋና አብራ ላበረችው ፖሊስ ከስዊድን አልመጣም ከሩስያ ነው ብላዋለች ። እኔ ቤት እንዳልደርስ ካደረጉ በኋላ ቤቱ ሊቦች ገብተው 10 ሺህ ዶላር ሲዘርፍዋቸው ሌቦቹን እንድይዝ
አያፍሩም ጥያቄ አቅርበውብኛል።እናቴም በኔ ምክኛት ባገኘችው ጥቅም ባለ አንድ ፎቅ ቤት አክሱም ጎንደር ሰፈር በተባለው እኔ እንዳላውቅ በሚስጢር አሰርታ ስታበቃና ቤቱ ተገንብቶ ሲያበቃ ሰዎች ነግረውኛል።

የአቶ ሃይለመለኮት ልጅ ዘመዳችን ካናዳ የሚኖር እኔ በ1997 ካናዳ ሄጄ ሳሎው አግኝቼው በጣም የበሰለ ሰው መሆኑን ስለተገነዘብኩትኝ ስዊድን የምትኖረው የአክሱም ልጅ ተክለወይኒ ታደሰን ደውየ የአቶ ሃይለመለኮት ልጅ ስልክ ቁጥሩን እንድጸጠን አድርጌ ልጁን ካናዳ ደውዮ ያለውን የቢተሰብ ቢዛር
አናግሬው ለመላው ወንድም እና እህት እናቴን ጨምሮ መንገዴ ላይ ስለቆሙና በኔ ስም ጥቅም ስለወሰዱ ጉዳቸው እንደደረስኩበት እንዲያውቁ አደርጋሎው።በተለይ ሰገድ እና ሌሎቹ ጉሮራቸው ከመያዜ በፊት ከዚች አለም እንድለይ ትልቅ ፍላጎታቸው መሆኑ ስለደረስኩበት መግቢያ መውጫ መንገዳቸው ያግኙ።ሰገድ እኔ ይህ ሁሉ ጉድ ሳላውቅ በመቅረቴ በስልክ ባገኘሁት ግዜ ይጨቀችቀኝ ና ስልኩ ይዘጋብኝ ነበር።ለብዙ ግዜዎጭ በ2019
ሃገርቤት እኼዳሎው ብዮው 200 ብር በየወሩ እልካሎው ብሎኝ ሳይልክ ሲቀር ለ40 ቀናት ያህል ሳይልክልኝ ቀርቶ 40 ቀናት በችግር አሳልፌዋሎው።ሁል ግዜ ደስታዮን ይወስድብኛል Shakesper said "I Am Happy!Becouse I Dont Expect Any Thing!
አርቲስቱና የአክሱም ልጅ ብርሃኔ ሃይለ ከአመሪካ ወደ ስዊድን መጥቶ በርሱ በኩል 500ብር ሲልክልኝ ከ6 ወር በኋላ ነው እንደገና የምልክልህ ብሎ ቃል ገብቶ እኔን አቢኡስ ለማድረግ ድምጹ አጥፍተዋል።ከእንግዲህ በኋላ ምንም ነገር ከማንም አልጠብቅም።የኔን ፐሮፐርቲ

ለወስዱ ማምለጫቸው ያኝዩ አልለቃቸውም።ስገድ ከኔ የማይሻል ስታበርን ሰው ነው።ብርሃኔ ሃይሌን ስገድ እንዴት ነው፣ብዮ ስጠይቀው ዝም ብሎ ይበሳጫል ሲለኝ ልቤ ተሰብሯል።ስገድ ኝ በኔ ተጠቅሞብኝ ከየሺ ገብረመድህን ጋር አብሮ ወደ መቀሌ ኪድናፕ ለያደርገኝ ሞክሯል።7 ወይም 9 የሚሆኑ መኪናዎች አስገብቶ ለሰዎች አድሏል።እኔስ መኪና አልፈልግም።ይገርማል። በ ፈረንጆች 2001 የ200 ብር የእግር ኳሶች ገዝቼ ለአክሱም የድሮ ትምህርትቤቴ ሰስጥ የኔን አይቶ በ2019 አክሱም እያሎው የገባልኝን ቃል በመተው ለአክሱም ታዳጊዎች የስፖርት ልብስ ልኳል።አዎ ይገባኛል ፖርትላን አረጎን አብሮ ከሚውላቸው ሃበሾች ያዘዙት በቀን ከ200 እስከ 300 ብር ከፍሎ ጠረጴዛውን እንደሚጠርግ አቃሎው።ማንም የሚረባ የለም እኔ በቅቤና አዋዜ የታሸ ዳቦቆሎ ከሃገር ቤት ሳመጣ እነሱም እንደዛው።እኔ ሳምቡሳ ለቁርስ ስለምወድ ገዝቼ ስበላ እንeሱም እንደኔ እኔ ከስዊድን ምስር ይዤ ኢትዮጵያ ስሄድ እነርሱም ከካንዳ ምስር ይዘው Mother F***rs.

2023091205:26
place;-stkm (Sweden)

ormänsgatan 26

16556 Hässelby

አባቴ ፣አቶ ኪዳነማርያም፣መኮነን፣ምራጭ፣አጽመይ፣እንቆይ በልዩ ከሁሉም ልጆጬማለት 20 ዎልዷል ከ20ያዎቹ እኔን በልዩ አቀማጥሎ ነበር ያሳደገኝ ከዚህ የተነሳ እኔ ከትምህርት ቤት መጥቼ እርሱ ስራ እሄዳሎው የከሳሽና አቃቤህግ ምስክር በለው ግፍ የሰራ ሰው እስከ ተላላኪ ምስክሮች ከመመስከራቸው በፊት በትክክል እንደሚመሰክሩ ቃለ መሃላ ተላላኪ ስያሳልማቸው፣
ከም ጉንዲ የንቅጸኒ
kእም አውዲ ይኮስትረኒ ብለው ቃለመሃላ ሲሰጡ ማየትና መስማት አግዳሚ ወንበር ላይ እግሬ የመስርያቤቱ ወለል ሳይነካ ተንጠልጥሎ ሁሉን አይቼ ስራ 4 ሰአት ሲያበቃ ሆቴል ሁለት ከበዛም ሰወስት ቢራ ነበር የሚፈቀድልኝ ጠጅ ከሆን ወሰን የለውም።እንዳፈሎክ ነበር የምጠጣው። አንዳንዴ ጣፈጥ ያለ ብርዚ የሚባል አንዳንዴ እኔ ነው የሚባል ጠንካራ ብርሌ ያዝልኛል።እኔ በጽጋ እጠጣሎው።እኔና አባቴ እንደ አባትና ልጅ ብቻ ሳይሆን እንደ ጓደኞሞች እንተያያለን። አስተዳደጌ ለዚህ አሁን ያለሁበት ሁናቴ በጣም አስተዋጾ አለው።አድርገዋል።

More Or Less ,,,It Makes Me To Be "Determin"!

ወላጅ አባቴ፣ ይፈራ፣ይጠላ፣ይከበር እና ይወደድ ነበር።እኔም እንደአባቴ እፈራሎው፣እጠላሎእ፣ እከበራሎው፣ እወደዳሎው! It's Gene
እናቴ የሃብታሙ አያሌው አድናቂ ናት እናቴ፣ስለሃብታሙ አያሌው የኢትዮ 360 ይህ ነው የሚያውቀው ትላለች ሃብታሙ አያሌው። እኔም የሃብታሙ አያሌው አድናቂ መሆኔ፣ It's gene

Hans Eysnck 1967 Viewed Two Dimensions Factor Model Of Personality Trite.

UNSTABLE	vs	STABLE	INTROVERT	vs	EXTRAVERT
modesty		touchy	passive		sociable
anxious		restless	careful		outgoing
rigged		aggression	thoughtful		talkative
sober		excitable	peaceful		responsive
pessimistic		changeable	controlled		easy going
reserved		impulsive	Relatable		lively
unsocial		optimistic	even-tempered		carefree
quite		active	culm		leadership

Raymond Cattell 1965 Compared 16 personality traits between Olympic athletes and Famous Artists.

No.	Olympic Athletes	Famous Artists
1	Reserved	Ooutgoing
2	Less Intelligent	More Intelligent
3	Affected By Feelings	Emotionally Stable
4	Submissive	Dominant
5	Serious	Happy-Go-Lucky
6	Expedient	Consciousness

7	Timid	Venturesome
8	Tough-Minded	Sensitive
9	Trusty	Suspicious
10	Practical	Imaginative
11	Forthright	Shrewd
12	Self-Assured	Apprehensive
13	Conservative	Experimental
14	Group Dependent	Self-Sufficient
15	Uncontrolled	Controlled
16	Relaxed	Tense

The Big Five(OCEAN) Personality Traits.
By MaCcrey and Costa 2008

Trait	Facets
Openness vs. Closeness for Experience	Ideas, Fantasy, Aesthetic, Actions, Feelings, Value
Conscientiousness vs. Lack of Direction	Competence, Order, Dutifulness, Achievement Striving, Self-Discipline, Deliberation
Extraversion vs. Introversion	Sociable, Assertiveness, Activity, Excitement Seeking, Positive Emotion, Warmth
Agreeableness vs. Antagonism	Trust, Straightforwardness, Altruism, Compliance, Modesty, Tender-Minded
Neuroticism vs. Emotionally Stable	Anxious, Angry, Depression, Shy, Impulsive, Vulnerability

2023100607:31

በነጮች 1994 ስለ አውሮፓ ዩን ዮን ምርጫ ላይ በተደረገብኝ ኤክስፐሪመንት ለምን ናይ ፎር ለአውሮፓ ዩን ዮን።እስኪ ከቻለው ለብቻውን እንየው ብሎ ካርል ቢልት የተባለ የቀድሞው ጠቅላይ ሚኒስተር ከጓዶኞቼ ሲነጥለኝ ግዜ ፤ይሄው ብቻዮን ቻልኩትኝ ።እነኛ የነበሩኝን ጓደኞቼ የት እንዳሉ አይታወቅም ግማሾችም በህይወት የሉም።

202310100336

ቀኝ እግሬ ከታመምኩ ከ 2020 ሲሆን ለዚህም ቀኝ እግሬ ልታመም የቻልኩት ኤሌክትሪክ ሾክ ተሰጥቶኝ ነው። ይህ የሆነው አልጋ ላይ ጋደም ባልኩ ግዜ አያሌው ሽፈራው በተባለ ኢትዮጵያዊ ዋርድ አሲስታንስ 69 በተባለ የህክምና ሴክሽን ነበር።ኤሌክትሪክ ሾክ የሰጠኝ። ከዚህ ኤሌክትሪክ ሽክ በተነሳ ቀኝ እግሬ አሁንም ያመኛል አንከሳሎው።

ከብዙ ግዜ ማሰላሰል የቀኝ እግሬ መታመም የበቃሁት ትግሬ ነው በማለትና እኔ ላይ ትልቅ ፍርሃትና ስጋት አድሮባቸው የካቲት 2020 ነበር እኔ ላይ ጉዳት ያደረሰው አያሌው ሺፈራው።

የሰሜን ጦርነት ትጀምሮ ተኝቼ በህልሜ አቢይ አህመድ ሲያስታምመኝ ነበር ህልም ያለምኩት ።

2023101418:39

A Book called It takes a Village by Hillary Rodham Clinton And Men's Search For Meaning by Victor Francil. Both Go Hand In Hand. Thinking Fast And Slow By Daniel Kenneman ላይ የኔ ገጸ ባህሪ System Two ይባላል።

2023102806:23

ምእራባውያን ድሮ ኮነሬል መንግስቱ ሃይለማርያምን ከጠየቅዎቸው መጠይቅ፣ ሰው እየተራበ ለኢሰፓ ምስረታ በአል መአት ውስኪ አወረድክ ብለው ጠይቀዋል።አሁንስ ምእራባውያን ኢትዮጵያ ላይ ለሚያፈሱት ገንዘብ ለምን ድሮን ገዛህበት ብለው ለምን አይጠይቁም።ወገኔ ሆይ ለኛው እልቂት ሰበብ ዋናዎቹ እነርሱ ም እራባውያን እንደሆኑ ዘንግተህዋል መሰለኝ።

2024092820:26

DJ

Örebro በተባለች ከተማ ስኖር በነጮቹ 1993 አንድ አፍሪካዊ ፌስት አዘጋጅቶ ዲጄ ሁነኝ ብሎኝ አጫወትኩለት ትንሽ ቆይቶ የነጮች ክለብ ውስጥ ዲጄ እርሱ ሆኖ ተቀጥሮ ይሰራል። ነብሱ ይማረውና ጋሹ ጓደኛዬ
ዳነኤል ሁልም ነገር ማድረግ ሲችል ነጮች አንዳች ነገር እንደማይሰራ አድርገውታል ብሎ ይናገራል።እውነት ነው። ከ ባለ ሬስቱራንት፣ዲጄ፣መምህር እስከ ዩኒቨርሲቲ፣ካውንስሊንግ፣ ሳይካትሪስት፣ጸጉር አስተካካይ በትህሹ ብጠቅስ ባለሞያ ነኝ።

ለጠቀስኩት የዲጄ ጉዳይ አፍሪካዊው ጓደኛዮ ባዘጋጀው ፌስት ሳጫውት አስታውሳሎው ከኛ 50 ባልራቀ የ örebro ወጣቶች ማለት ከኛ በ5።6 አመት እድሜ ያነሱ ፌስት አዘጋጅተው ነበርና እኔ souls of misschief የተባሉ የሂፐሆፐ አርቲስቶች ቡድን 93 till infinity የተባለች ዘፈን ያጫወትኩትኝ ግዜ ከአጠገባችን ፌስት አዘጋጅተው የነበሩ ታዳጊ ወጣቶች እውነት፣ እውነት፣እውነት ነው የምለው ግልብጥ ብለው መጡ በራፋችን ሙልት ብለውት ሲያዳምጡ ነበር ድጄው እኔ እና ይህን ለምታነቡ ዘፈኑን እንድታዳምጡት እጋብዛሎው።

2024093021:16

መገለባበጡ ተወውና ተነስተክ የልጆች ልብስ እቀፍ።የቲቪውን አቧር

የእንቅልፍ ማጣት ችግር ኖሮህ ሃኪም ዘንድ ስትሄድ፣በእርግጥ ሃኪም የእንቅልፍ መድሃኒት ሊያዝልህ አይፈልግም።ምክንያቱም የእንቅልፍ መድሃኒት ጠለቅ ያለ እንቅልፍ እንድትተኛ አያደርግህም።ዲፐረሽን እና መድሃኒቱ ሱስ ስለሚሆንክ ነው። ገን እንቅልፍ አጠህ ስትጨንቅ ሲያይህ ጭንቀቱ ራስክን በጣም እንደሚጎዳ ስላወቀ ብቻ ሃኪሙ የእንቅልፍ መድሃኒት ያዝልሃል።

የተፈጥሮ ሰዓት

የሰው ልጅ የተፈጥሮ ሰዓት SCN(supper chasmatic neuclie)ትባላለች ።ከአንድ ሰአት ላልበለጠ ማለት ለ45 ደቂቃ እንቅልፍ ወስዶክ ስትባንን ደህና እንቅልፍ ወስዶኝ ነበር ትላለክ ።

ዳኪ፣ እንቅልፍ እምቢ ብሎክ አልጋ ላይ ስትገለባበጥ፣በጭራሹ እንቅልፍ አይወድክም። አልጋ ውስጥ እይተገለባበጥክ ታነጋውና ሲነጋ ስራ ውይም ትምህርት ቤት መሄድ ኖረብክ እንደምንም ብለአህ ወገብክ እየጨማመድህ ስትሄድ ስራ ላይ ወይም ትምህርት ቤት ላይ እንቅልፍ ይወስደሃል ድካምም ይሰማሃል።ለዚህ ለዚህ የተፈጥሮ ሰአታችን ስትደውል ለ 45 ደቂቃ እንቅልፍ ይወስደሃል ትባንን እና ዋው ደህና እንቅልፍ ወስዶኝ ነበር ይላል አብዛኛው ሰው።በዚህ ግዜ የተፈጥሮ ሰዓትክ Alert ወይም ስለደወለች ነው።ይህቺ የተፈጥሮ ሰዓት አለርት አድርጋ የ45 ደቂቃ እንቅልፍ እንዲወስድክ እንዳልኩት አንዳንድ ነገሮች ስራ እቤት ውስጥ ። እስከ ከጥዋቱ 5 ሰአትም ቢሆን እቤት ውስጥ ማንበብ፣የቲቪውን አቧራ ጥረግ፣የልጆች ልብስ ማጠፍ የመሳሰሉትን ስጸራ አምሽተክ ይህቺ የተፈጥሮ ሰአት ትደውል እና ወድያውኑ ካለህበት ትተኛለክ።ልብስክን ወይም ጫማክን ለማውለቅም አትበቃም ባለህበት ፀረራለክ።ይዚቹ የእንቅልፍ ርዝመት 45 ደቂቃ እንደሆነች ሳይንስ ይናገራል።ይቺ የ 45 ደቂቃ ልክ 8 ሰዓት ከተኛ ሰው ጋር እኩል ጸራለህ ድካም አይሰማክም።ይቺ የተፈጥሮ ሰዓት ደውላ ለ 45 ደቂቃ ትኝተክ ስትነሳ ሰውነትክ በተለይ ጀርባክን መጨማመድ አይሰማክም። መንገድ ላይ፣ ስራ ቦታ ወይም ትምህርት ቤት እንቅልፍ አይወስድክም።

20241018:10

ወቸው

ዛሬ መርፌ የምወጋበት ቀን ነበር።ተወግቼ መጣሁ።ከመወጋቴ በፊት ሁለት ነርሶች ነን ባዮች ነበሩ፣አንዷ ተረስ ሌላኛዋ ለአሁን ስምዋ አላስታውስም።መርፌውን ከመወጋቴ በፊት እንዳናግራቸው ፈልገው ለግማሽ ሰዓት አወራን።ተረስ ካነሳቻቸው፣አሸነቶን ብዮ ካሁን ቀደም አናግሬአት ስለነበር፣ያኔ የሰጠችኝ መልስ ዶክተር ማስፈቀድ አለብኝ የሚል ነበር።አሁን አንስታ ስለ አሸነቶን አሁንም ኢንተረስተድ ነክ ወይ ስትለኝ፣አይ ይቅር ቆዳዮ አለርጂክ ይፈጥርብኛል። እፈልጋሎው ያልኩበት ምክኛት መርፌው ስወጋ አንዳንዴ ያመኛል አንዳንዴ አያመኝም የሚል ሆኖ ከጨመርኩላት አንዱ፣ለነገሩ አሸነቶን እኮ የፓርኬንሶን መድሃኒት ነው አልኳቸው።ቀጥላ ካነሳችው ጮክ ብላ የ እድሩ የፎንድ ነገር ኩራተርዋ ብዙ ስራ ስላለባት መልስ አልሰጠችኝም አለችኝ።ስንት ግዜ ይወስዳል ብዮ ስጠይቃት ሌላኛዋን ነርስ ጠየቀቻት እሷ ደግሞ ወራቶች ብላ መለስችላጥመች መች ነው አምፌታሚን የምትወስደው ስትለኝ በየሁለት ቀኑ ብዮ ሃቁን ነገርኳጥመተው እኮ ትችላለህ ።ከተውከው ፕራክቲከ ስራ እንፈልግልህና በኋላ ተቀጥረክ ደመወዝ ይከፈለሃል አለችኝ።አሉኝ።እኔም ጥሩ የሚል መልስ ነበር የሰጠሁዋቸው።ምን መስራት ትፈልጋለክ ሲሉኝ ከጠርጋ እስከ ማስተማር አልኳቸው።የኔ ፐርሰፓሽን ሁሉኑም የስራ አይነት መስራት እችላሎው ለማለት ነበር።ይህ ልል ያስገደደኝ ነብሱን ይማረው ጋሹ ወልደሂዎት ስለኔ ከሌሎች ሰዎች ሲያወራ፣ዳነኤል ሁሉንም ነገር መስራት ይችላል ነጮቹ ኝ አንዲት ነገር እንኳን እንዳይሰራ ነው ያደረጉት ብሎ ለሌሎች ሰዎች በህይወቱ ላይ እያለ ሲያወራ ስለነበር ነው።ከሁለቱ ነርሶች ማን እንደሆነች ባላስታውስም ጠርጋ ምናምን አለጭምንም ቦታ አልሰጠሁም።በእርግጥ ጠረጋ ስራ ቢሉኝ እንደማልቀበላቸው እተማመናሎው።wanaw ቁም ነገር የዛሬ 4 ወር አምፌታሚን ለ7 ቀን ትቼ ሽንት ምርመራ ላድርግ ስላት እሺ ብላኝ ሽንት ምርመራ ስተው፣ፖዘቲቭ ነው አለችኝ።እኔ ፖዘቲቭ እንዳልሆንኩ ተማምኜ ነበር።ምክኛቱም አምፌታሚን ከበዛ 4 ቀን ነው ሰውነትከ ውስጥ የሚቆየው።የተረስ እንደዛ ብላ መናገርዋ ግራ አጋባኝ።ወድያውኑ ቅዱስ ዮራን ሆስፒታል ለሪሃብ ስሄድ ሽንት ተው አሉኝ።ከሁለት ሰአት በኋላ መቸ ነው መጨረሻ ድራግ የወሰድከው ሲሉኝ 7 ቀኑ ሆኗል ብያቸው ወደ ከድራግ ነጣ የሆኑት ታካሚዎች አዟወሩኝ።ይህን ለማለት ተረስ ፖሶቲቭ ነህ ስትል ፕሮቶኮል ላይ ስለሚጻፍ አንብበውት ፖዞቲቭ ይላል።እኔን ሽንት ተው ብለውኝ ነጋቲቭ ሲሆን ግዜ ግራ ተጋብተው ነበር መቸ ነበር መጨረሻ ላይ አምፌታሚን የወሰድከው ብለው የጠየቁኝ፣ተረስ አላምናትም ። እንዳውም ተረስ የሚል ስም የኔ ፋቭሪት አይደለም።የኔ ፌቭሪት ስም ከሆኑ ጥቂቶች ብጠቅስ ኦሊቭያ ሃና፣አይዳ የመሳሰሉ ነው።ተረስ የተሸወደችው አያውቅም ብላ ነበር አምፌታሚን ሰውነትከ ውስጥ አለ ያለችኝ።እኔ እንዳሌለ በመተማመን ሌላ ቦታ ሄጄ ሽንት ምርመራ ሠጥቼአቸው ነጋቲቭ ያሉኝ።በዚህ ሰበብ ይሆናል ከወራት ላላነሰ ከስራ ቀርታለች ሲሉ የነበረው።በተለምዶ ስራተኞችን ትሚል ወይም እረፍት ነው የሚል ምክን ያት የተለመደ ነው።

2024100810:00

ሽንት ምርመራ ለመስጠት በራሴ ፈቃደኛ ሆኜ ቃል ስለገባሁላቸው፣ጎበዝ ሆኜ እስከዛው ድረስ ትቼ ነጻ ከሆንኩ ምን እንደምትል ማለት ትክክለኛውና ሃቁ እንድትናገረኝ ተስፋ በማድረግ። ተረስ ዩ ዕው ሚ አን አፖሎጃይዝ እላታሎው።ለምን እንዴት ብትለኝ፣የዛሬ 4 ወር አምፌታሚን ያሳያል ሽንትህ ስትይኝ ሳንት ዮራን ሄጄ ሽንት ስተው የለብክም አሉኝ ።

ተመልሼ ቤት ጓደኛዮ ይትባረክ ደውየለት ሃሎ ስንባባል የደወልኩልህ አንድ ነገር ጠይቁህ ስፖንታንት የሆነ መልስ ነው የምፈልገው ብየው ምንድር ነው ሲለኝ።ስራ ፕራክቲክ እንፈልግልህ ፕራክቲክ ከሰራክ በኋላ በደመወዝ ጸራለሐንፈልግልህ ወይ ሲሉኝ እሺ አልኳቸው።ምን መስራት ትፈልጋለክ ሲሉኝ ከጠረጋ እስከ ማስተማር ስለው።ይትባረክ ተቀበለና ጠረጋ ባትጠርግ ይመረጣል ዝም ብለክ ሞንተሪንግ መገጣጠም አሰሩኝ በላቸው ማስተማር ከምትላቸው አለኝ።አልረሳሁም በፈረንጆች2016 በስልክ ስናወራ ሳይንቲስት ነህ ብሎ ሲናገረኝ ከምሩ ተገርሞ ንነበር።አልረሳም በዛን አመት ሃገርቤት ሄጄ መቀሌ ሄጄ ዶክተር ወደደችኝ ትፈልገኛለች መሰለኝ ስለው እ እ እ እህ ህ ብሎ ልቡ ልትወልቅ ነበር።አያውቀኝም ቢያንስ 6 ሙሉ ዋይት ቦርድ ሳይኮሎጂ መጽሃፍ ያለውን አንዷት ሳልረሳ የእንደነ ያወጡትን ህግጋት አንዷት ሳልረሳ በቃሌ ዋይትቦርድ ላይ መጻፍ እንደምምችል አያውቅም። ይህ በጥቂቱ ሁለት ተርሚን ነው።ሁለት ተርሚን አንድ ክላስ ካስተማርኩ ሁለት ተርሚን አዳዲሶችን ካስተማሩ ጥሩ አስተማሪ አይወጣልኝም።ሞክረኝ ፣በዘፈን ዮኡቱብ ላይ እንኳን ብየዋሎው።የኔማ ሳይኮሎጂስት በል ና ወይ ቀረብ በላ ወይ አዘጋጅ መድረክ ዋናው ቁምነገሩ ይህን ለሚሰሙ አብርሃም ማስለው ሰልፍ አክቹዋሊዘሽን።ብየዋሎው። ሌላም ጌት አፍ ሚ ልቀቀኝ የሰራሁት ብዙ የቀረኝ ጥቂት 49 ዓመት ሳድን እውቀጣይ ይትባረክ ኮምቪክ ሞባይል ክረዲት ኢንተርነት ላይ መሙላት ያቃተክ የኛው ኢንጂነር ።ወቸው GOOD

2024100406:42

በ 2018 አመሪካ ላይ ባጋጠመው የአየር ጠባይ አደጋ ሆምለስ ሸልተር እያሎው ሚሸል የተባለች የውጭዜአ ስራተኛ ሳይኮሎጂካሊ ስትመታኝ ሚሸል የሚል ስም ተሰጠው።

2019 አክሱም እያሎው ይረፍኩበት ቦታ ዳአሞ ሆኖ እያለ ሌሊት አልተኛም ነበር በሩን እየደበደቡ ያድሩ ነበር አልጋ አለ ወይ እያሉ ዘበኞቹም አታ አራት የለን እብለካ አለኩ እያሉ በመሐአገም በሩን ሳይከፍቱ አላ ፈላኢዎቹም መልስ ተሰጥቶዋቸው እያለ ዝም ብለው በሩን ሲደበድቡ ያድሩ ነበር።በዚህም የተነሳ እኔን ለሳምንት ለወራት እንቅልፍ ይነሳኝ ነበር በዚህም የተነሳ አመሪካ ለተፈጠረው የአየር መዛባት አደጋ Doria የሚል ስም ተሰጠው።
2024 አመሪካ ባጋጠምው የአየር ጠባይ አደጋ በአፍንጫ የሚወሰድ አምፌታሚን አሲድ ያለበት ሽጣልኝ አንዷት ሴትዮ አፍንጫዮ ቆሰለ፣ተደፈነ በዚህ የተነሳ የአየር ጠባይ መዛባት አደጋ ሄለን ተባለ።እንዳውም መጀመርያ ግዜ አንዷት ጋዜጠኛ ዜና ላይ ስታሰማ ህሌን በሚል የአፍ ወለምታ ይዟት ስትናአር ብላ ወድያውኑ ሄለን ብላ ደግማ አረመችው።በስዊድንኛ ሄለን ማለት ህሌን ማለት ነው።

www.ingramcontent.com/pod-product-compliance
Lightning Source LLC
Chambersburg PA
CBHW051146120626
46547CB00012B/965
* 9 7 8 1 9 6 6 9 0 3 8 4 0 *